Masomo ya Kisasa

Contemporary Readings in Kiswahili

Second Edition

Ann Biersteker

With

May Balisidya

Vicki Carstens

Joseph Mabwa

Illustrations by

Janet Allen

Dennis Doughty

Africa World Press, Inc.

P O Box 1892
Trenton, NJ 08607

P O Box 48
Asmara, ERITREA

Africa World Press, Inc.

P O Box 1892
Trenton, NJ 08607

P O Box 48
Asmara, ERITREA

First Printing 2005

Cover Design: Ashraful Haque

Cataloging-in-Publication Data is available from Library of Congress

ISBN 1-59221-138-0 (hardcover) -- ISBN 1-59221-139-9 (pbk.)

To the memory of May Balisidya

Table of Contents

ACKNOWLEDGEMENTS

The passages included in this textbook were selected by Ann Biersteker and Joseph Mabwa in consultation with Vicki Carstens and May Balisidya. Balisidya and Mabwa had primary responsibility for the marginal glosses. Balisidya also advised in revisions of other parts of the text. Carstens had primary responsibility for the grammatical notes and also worked extensively on the margin glosses. I am especially grateful to Janet Allen and Dennis Doughty for the illustrations. Others who contributed to the project included Deborah Amory (editing and work on cultural and bibliographical notes), the late Haruna Gillum (proofreading), Gitahi Gititi (revision of the glossary), Kimani Njogu (revision of the glossary), Athman Lali Omar (comments and suggested revisions of the text and glossary), Mark Plane (questions for a number of the lessons), Ibrahim Noor Shariff (extensive comments on a preliminary version), Katherine Snyder (editing), Helen Satterlee (typing), and Mukhtar Mohamed (scanning).

Preliminary materials for this text were produced at Northern Illinois University and Yale University under a grant from the U.S. Department of Education International Research and Studies Program (Project number: 017AH40078). The support of the USED International Research and Studies Program, the Northern Illinois University Center for Black Studies, Yale University's Council on African Studies and Center for International and Area Studies is gratefully acknowledged.

INTRODUCTION

Masomo ya Kisasa: Contemporary Readings in Kiswahili is a textbook designed to enable students of Kiswahili to read and understand authentic texts in the language. It is intended to provide a transition between an introductory Swahili textbook and unassisted reading of original texts. The textbook consists of 26 graded reading passages. Each reading passage is accompanied by margin glosses in Swahili, grammatical and cultural notes (with bibliographical references), diagnostic questions, and suggested conversational and grammatical activities.

Contemporary language classes increasingly have come to focus on communication and the development of functional language skills. Optimal use of this text will occur in a class where conversational interaction is the primary activity. The passages included in this text should be read for global content, with minimal use of the grammatical and cultural notes, and then used in class to provide a focus for interaction-oriented activities. The passages are not meant to be used as translation exercises. The notes and glosses are provided as useful aids to be consulted only when necessary, that is, when a text or part of a text cannot be otherwise comprehended.

The rationale for use of a reader at this intermediate level of instruction in the university context is two-fold. First, reading skills in Swahili are far more easily acquired by most university level students than are other skills. Use of a reader as a primary text for out-of-class assignments provides stimulation for further independent development of this strong skill. Transference to other areas of the skills developed in this area will then be the goal of class activity focused on the development of conversational and other functional skills.

The second reason for use of a reader at this level is to expose students to the wide range of materials available in Swahili, thereby demonstrating the relevance of developing reading skills in Swahili, and motivating students to read at the advanced level in specialized fields of interest.

Relevance is also part of the rationale for the particular type of reader we have produced. The readings included have been selected for readership by university students who intend to visit Swahili-speaking areas and who will most likely do so in some professional capacity. For this reason materials from newspapers, government documents, popular magazines, and books predominate. These are the materials read by those with whom students will communicate. The readings selected also cover a variety of topics that should be of interest to students of different fields. The selection of texts makes it evident that, whatever one's specialization or interests; there are useful and even essential materials that are available only in Swahili.

A second reason for our choice of this particular type of reader is inherent in the use of actual materials produced within the society where a language is spoken. Such materials present a culture far more accurately, realistically, and usefully than materials written specifically to present cultural content. In recent years there has been considerable research on the use of "authentic" materials in language courses at various levels. As Janet Swaffar has noted, "to learn to apprehend authentic language, students must have exposure to and practice in decoding the message systems of authentic texts."[1]

The texts included here are all culturally appropriate and were originally composed in Kiswahili. Most of the texts selected were originally published in Swahili in East African publications aimed at non-specialist adult Swahili-speaking audiences. One was originally published in a German journal aimed at an academic audience. A wide range of topics, disciplines, sources, historical periods, and genres is represented in these materials. Texts selected for inclusion are from both Kenya and Tanzania. While most texts were originally published, two oral texts by the noted Swahili poet and scholar Sheikh Ahmed Nabhany are included.

---

[1]Janet K. Swaffar, "Reading Authentic Texts," *The Modern Language Journal*, 69, i (1985), p.17.

The sources for many of the texts are publications not easily available to students. All of the texts are in Standard Swahili but in some of the later texts a number of dialect usages occur. These are explained in the margin glosses or in the grammatical notes. The majority of the texts are contemporary, but earlier classic texts such as Shaaban Roberts' poem "Rangi Zetu" and Jomo Kenyatta's introduction to the Swahili edition of *Facing Mount Kenya* have also been included.

The texts in this book have not been normalized. In a few instances obvious misprints have been corrected. Inconsistencies abound in the texts, and we have made no effort to eliminate them because we believe that even at this level, students should realize that divergent acceptable usages occur. We have up-dated geographical references when there have been name changes, and in a very few cases we have modified a non-standard form when we thought that it would introduce unnecessary confusion.

Margin Glosses

The purpose of the margin glosses is to enable students to read the text without use of a dictionary. All terms which do not occur in the glossary of Thomas Hinnebusch and Sarah Mirza, *Kiswahili: Msingi wa Kusema, Kusoma, na Kuandika* (Washington, University Press of America, 1979), or in an earlier passage included here, are glossed in the margin. All glosses are written in Kiswahili using terms that occur in the Hinnebusch and Mirza glossary or terms that are defined in a previous margin gloss in this text. The terms glossed are all underlined in the text. All of the terms in the text are included in the *Internet Living Swahili Dictionary* (available at: http://www.yale.edu/Swahili).

The margin glosses were developed according to the following criteria:

1. Contextual criteria

    a. Terms are defined appropriately to context. Other meanings - be they broader, narrower, related, etc. - are not included.

b. When a term occurs again with a different meaning, it is redefined.

c. Glosses are repeated when it was felt useful (for example, in the case of a single occurrence in one text of a term that does not recur until a much later passage).

2. The glosses are written for English-speaking university students. As a result:

a. English borrowings are sometimes defined and sometimes just noted as *kutoka Kiingereza*.

b. Since students are presumed to be at least partially aware of how nouns are derived from verbs, items such as *jaribio/majaribio* are glossed as *kutoka "kujaribu."*

c. Students are assumed to be capable of recognizing certain familiar items from a description of their characteristics (*papa, kamba, siagi,* etc.). These are described in Swahili while less familiar objects and animals (*iliki, nguru, mkoko,* etc.) are glossed in English.

3. We have attempted to make the glosses as brief as possible without sacrificing clarity.

4. We have not used grammatical forms in the glosses until they have occurred in the texts.

5. Singular and plural nouns are listed unless they are in Classes 9 and 10 (then no plural is given), or do not normally have a singular or plural form.

6. Verbs are glossed as infinitives. Derived forms are glossed even if the stem occurs in Hinnebusch and Mirza or has been previously defined. This is the case even if the derived form is perfectly predictable from the stem. The only exceptions are regular passives and directional/applicative forms with predictable meanings.

7. Adjectives and adjectival phrases are glossed as stems.

8. The only term not used in Hinnebusch and Mirza which is introduced in the margin glosses is *kinyume cha ("opposite of")*.

Grammatical Notes

Grammatical notes are provided for all structures and forms not discussed in the Hinnebusch and Mirza text. The rationale for this was to maintain consistency with the use of the glossary of this beginning level text as the basis for the margin glosses. Use of this reader immediately after the Hinnebusch text would, however, present a number of difficulties. Each of the early texts introduces a large number of new structures, many of which will require drill and practice before the suggested activities could be used effectively. Certainly students in a second year course will also need review and practice of structures introduced in the first year course as they begin reading these texts. We recommend review (perhaps using East African school readers, or simpler "authentic texts" such as advertisements, cartoons, and popular songs), followed by practice and/or drill of the following structures prior to or while using Lessons 1-3:

1. Complex tenses
2. Negative relatives
3. Relative of "to be" (affirmative and negative)
4. Short present relative
5. Hypotheticals

In writing the grammatical notes we have tried to avoid introducing problematic terms and concepts and have for the most part used the terms introduced in the Hinnebusch and Mirza text. We have introduced the term "sequential" to refer to the forms more typically called "consecutives" because we feel that such forms can be explained most easily in English in terms of "sequences of actions."

The grammatical notes often refer to the following reference grammars:

Ashton, E. 0. *Swahili Grammar* (London: Longman, 1944).

Bennett, Patrick. *Swahili Today*, Rev. ed. (Madison: University of Wisconsin African Studies Program, 1985).

Wilson, P. M. *Simplified Swahili* (Nairobi: Kenya Literature Bureau, 1970).

The notes also refer interested students to the following handbooks of idioms:

Farsi, Shaaban Saleh. *Swahili Idioms* (Nairobi: East African Publishing House, 1973).

Hollingsworth, L.W. and Yahya Alawi. *Advanced Swahili Exercises* (London: Nelson, 1968).

Mohamed, S. A. *Misemo, Milio na Tashbihi* (Dar es Salaam: Longman, 1977).

Nassir, A. *A Concise Dictionary of English-Swahili Idioms* (Nairobi: Shungwaya, 1975).

Questions

The questions following each text may be used in or outside of class. The questions are ordered in sets of three, each set more difficult than those preceding. If the questions are used in class, it is expected students will skim or read the passage quickly and be able to answer the first three. Better students will be able to answer at least some of the second group of questions. Re-reading in or out of class will then be assigned. The first six questions should be answerable on a second reading with use of the margin glosses, but without use of the grammatical or cultural notes or a dictionary. Better students may even be able to tackle the third set of questions on this second reading. Most will require a third reading, use of the margin glosses, and perhaps use of the grammatical notes to answer the questions in the third set.

If the passages are read outside of class, students are expected to use the questions to check their comprehension of the passage. After each reading a student may check her/his level of comprehension by answering as many questions as possible and then re-read the passage and re-check comprehension as necessary.

Cultural Notes

Cultural notes are provided to give references to other sources on the reading topics and to provide background on issues and topics that may be unfamiliar. We have not attempted to provide complete bibliographies for each topic or issue but have listed a few of the most well known and easily accessible relevant works.

1. Nchi Yetu

Map of Kenya

Source: Janet Allen based on Irving Kaplan, *Area Handbook for Kenya*, 1976.

Map of Tanzania

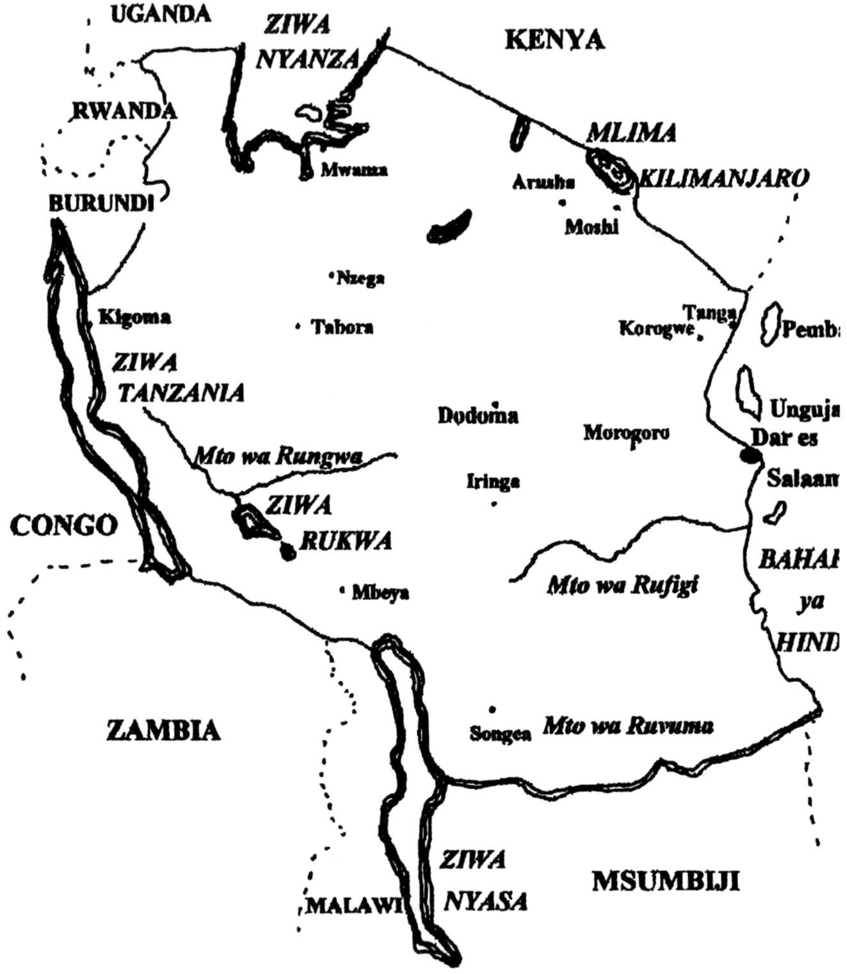

Source: Janet Allen based on ***Quarterly Economic Review of Tanzania, Mozambique, Annual Supplement,*** 1984.

Somo la Kwanza: Nchi Yetu

Sources: Nsekela, A. J. "Nchi Yetu," in *Minara ya Historia ya Tanganyika: Tanganyika hadi Tanzania.* Arusha: Longman, 1965, pp 1-4.

Kabla ya kueleza historia na habari za Watanzania na jinsi nchi yetu ilivyotawaliwa kwanza na Waarabu, baadaye na Wadachi na halafu mwishowe na Waingereza, ni vizuri tuichungue[1]. nchi yetu kujua ilivyo.[2] Ni vema tufanye hivyo kwanza kwa sababu hali ya nchi yetu kwa jumla inaweza kutupa kidokezi katika kujibu maswali ambayo vijana wa leo na wa kesho watakuwa nayo watakapoanza kupeleleza kwa makini historia ya nchi yetu na historia yao wenyewe. Maelezo yafuatayo[3] yametolewa kulenga shabaha hiyo.

Tanzania Bara ina ukubwa wa maili za eneo 362,683. Hapo zamani nchi yetu ilikuwa ni[4] sehemu ya koloni ya Wadachi iliyokuwa inaitwa[5] "Afrika ya Mashariki ya Wadachi." Rwanda na Burundi zilikuwa sehemu za Afrika ya Mashariki ya Wadachi pia. Baada ya Vita Kuu ya Kwanza, Waingereza walitawala nchi yetu kwa mkataba maalum wa Umoja wa Mataifa wa siku zile; na tarehe 1 Februari, 1920 nchi yetu bila ya Rwanda na Burundi ilipewa jina "Tanganyika." Nchi

jinsi - namna
kutawaliwa - kuwa chini ya utawala wa mtu/nchi nyingine
kuchungua - kutazama ili kujua zaidi
kidokezi/vidokezi – habari inayosaidia mtu kufahamu jambo fulani (kutupa kidokezi ni kama kutusaidia)
kupeleleza kwa makini - kutazama vizuri
elezo/maelezo - kutoka "kueleza"
kutolewa - kuletwa au kutumiwa
kulenga shabaha - kuelekea nia
maili - kutoka neno la "mile" la Kiingereza
maili ya eneo/maili za eneo - maili moja x maili moja

kutawala - kuwa na utawala
mkataba - makubaliano
maalum - -a maana, muhimu

Umoja wa Mataifa wa siku zile - Shirika la Mataifa; yaani kwa Kiingereza, "League of Nations"
kupewa - kama mtu fulani akikupa kitu, wewe umepewa kitu hicho

yenyewe ipo kati ya maziwa matatu makubwa ya Afrika na Bahari ya Hindi. Tanzania Bara ipo kusini kidogo tu ya Mstari wa Ikweta. Nchi zilizo jirani na Tanzania Bara ni Kenya, Uganda, Rwanda, Burundi, Zaire [Democratic Republic of the Congo], Zambia, Malawi, Msumbiji na Tanzania Visiwani. Karibu maili za eneo 20,000 za nchi yetu zimefunikwa na maji ya maziwa. Miongoni mwa maziwa hayo ni Rukwa, Eyasi, Manyara, Natron, Jipe, Viktoria na Tanganyika.

Miujiza miwili mikubwa ya jiografia katika Bara la Afrika imo nchini mwetu. Mmoja wa miujiza hiyo ni Mlima Kilimanjaro ambao ni mlima mrefu kuliko yote iliyomo[6] Afrika. Mlima Kilimanjaro ni mnara wa Afrika na urefu wake toka usawa wa bahari ni futi 19,340. Mwujiza wa pili ni lile Bonde la Ufa mashuhuri linalopitia sehemu nyingi za Afrika Mashariki hadi Asia ambamo limo Ziwa Tanganyika lenye kilindi kirefu zaidi ya maziwa yote ya Afrika. Kilindi cha ziwa hilo ni futi 2,534 na kwa hiyo, kwa kina cha kilindi, ni ziwa la pili ulimwenguni. La kwanza ni Ziwa Baikal huko Urusi.

Kwa hali ya nchi, Tanzania Bara inaweza kugawanywa sehemu tatu:

a) Sehemu ya pwani na

Ikweta - mstari unaofikiriwa kukata dunia sehemu mbili sawa sawa; kaskazini na kusini

nchi iliyo jirani/nchi zilizo jirani - nchi ya karibu

zimefunikwa na maji - ziko chini ya maji

muujiza/miujiza - si jambo la kawaida

mnara/minara – kitu kama jengo refu sana kinachofanya watu wakumbuke mambo fulani

usawa wa bahari - urefu kutoka juu ya maji baharini

futi - inchi kumi na mbili

Bonde la Ufa - yaani Rift Valley

mashuhuri - ambayo watu wengi wamesikia habari zake

kupitia - kupita katika

kilindi/vilindi - mahali parefu zaidi pote katika maji ya ziwa au bahari

kina - urefu wa maji kutoka juu mpaka chini

kugawanywa – kukatwa

sehemu za bara zilizo karibu na pwani ambazo hali yake ni ya joto joto[7] na wastani wa kipimo cha joto ni digrii 76F; mvua ya mwaka mzima kwa wastani ni kama inchi 40 hivi;

b) Sehemu za mrima zilizo karibu na katikati ya nchi ambazo zina mvua haba na yenye wastani wa inchi 20-40 hivi kwa mwaka; wastani wa kipimo cha joto katika sehemu hizo ni kama digrii 70F hivi ingawa hali hiyo hugeukageuka[8] kufuata majira.

c) Sehemu zenye miinuko na ambazo zina hali ya kupendeza na kumfanya mtu apende kujishughulisha. Katika sehemu hizo baridi ni ya kiasi hasa wakati wa usiku. Baadhi ya sehemu hizo ni Usambaa, Kilimanjaro, Iringa, Njombe, Mbeya na Rungwe. Huko, kwa jumla, kila mtu hupenda kujifunika blanketi nzito nzito[9] wakati wa usiku - hata wale ambao asili yao ni sehemu za baridi ulimwenguni. Sehemu hizo, kwa kawaida, zina mvua za kutosha pia.

joto joto - umoto moto hewani

wastani wa kipimo cha joto - joto la kawaida

mvua - maji yanayoanguka kutoka hewani

inchi - kutoka Kiingereza "inch"

mrima - sehemu za bara karibu na pwani

katikati - sawa na kati

haba - si nyingi; kidogo tu

kugeukageuka - kubadilika mara kwa mara

majira - nyakati za hali tofauti kama mvua, baridi, na joto.

mwinuko/miinuko - sehemu za juu kama vilima au milima

kujishughulisha - kujifanyisha kazi

baridi - kinyume cha joto

nzito nzito - -enye uzito

Kwa mfano, wastani wa mvua iinayonyesha kwa mwaka katika Wilaya ya Rungwe ni inchi 80-100.

Kwa jumla Tanzania Bara si nchi yenye joto kama awezavyo[10] kuifikiria mtu ambaye hajafika kama ilivyo kawaida ya nchi zilizo karibu na Ikweta. Na hali hiyo inasababishwa na hali ya kuinukainuka[11] kwa nchi. Kwa sababu hiyo pia, Kenya si nchi ya joto. Kwa sababu hiyo pia wageni watokao nchi zenye baridi duniani huonekana wakiishi kwa starehe baada ya kuhamia katika nchi yetu.

kunyesha mvua - kuanguka mvua

wilaya - sehemu ndogo ya jimbo nchini

inasababishwa na - sababu yake ni

kuinukainuka kwa nchi - nchi kuwa na miinuko kadha wa kadha

kuonekana - kufahamika

kuishi kwa starehe - kuishi kwa furaha

kuhamia - kuondoka mahali fulani kwenda kuishi mahali pengine

NOTES

Grammatical

1. tuichungue - (trans. "we should look into/investigate"). In addition to being used after lazima and afadhali, subjunctive forms are also frequently used after phrases such as ni vizuri or ni vema. A phrase such as tuichungue may also on its own mean "We should investigate," or be used to suggest "Let's investigate." Usages such as these occur often in this and other texts. For further information on uses of the subjunctive form, see Ashton, pp. 31-32, 118-121, and Bennett, pp. 302-304.
2. ilivyo - (trans. "the way it is") This is an example of the present relative form of "to be." These forms consist of:

   S ubject prefix + -LI- + R elative marker

   Some other examples are:

   mtoto aliye mdogo - the child who is small
   vitabu vilivyo vikubwa - the books that are large
   nchi zilizo jirani - see p. 4, gloss 2.

   In ilivyo the Class 9 subject prefix is used impersonally and the Class 8 relative marker, -vyo, is used in the sense of indicating manner. Note that the -li- here does NOT indicate past tense. The past tense in this case would be ilivyokuwa. For more information on this form see Ashton, pp. 205-209; Bennett, pp. 317-334; Wilson, pp. 288-289.
3. yafuatayo (trans. "that follow")

   This is an example of the general relative. The basic form of this construction is:

   S ubject prefix + V erb stem + A + R elative marker

   Here are some additional examples of this construction:

   watu wafuatao - the people who follow
   tunda liangukalo - a fruit that falls
   (mtu) awezavyo - as/the way a person is able

   (The last example is from this text; see footnote 10.) For additional information on these forms, see Ashton, pp. 205-213; Bennett, pp. 315-316; Wilson, pp. 285-288.
4. ilikuwa ni - a complex form meaning roughly, "It was the that case that." This construction is usually used to refer to a condition enduring over a period of time. It also occurs in

the future tense. For further discussion see Ashton, pp. 264-265.

5. iliyokuwa inaitwa - (trans. "that was called/was being called"). This is an example of a complex verb form in which kuwa is used. There are a number of such forms, and other types will be pointed out as they occur in the texts. They occur both in main clauses and in subordinate clauses (including relative clauses, as in this example). The first verb with kuwa provides the temporal reference - here: past tense. The second verb provides aspectual information - here: that the action was continuous. See Bennett, p. 300, for more information on this and other complex forms with kuwa.

6. iliyomo – the present relative of "to be" (see fn. 2) may also be used with the locative affixes; i.e., -po, -ko, -mo.

10. See Fn. 3.

7, 8, 9, 11. Jotojoto, etc. - This is the first of several reduplicated forms that occur in this text. Others are:

kugeukageuka
nzito nzito
kuinukainuka

Reduplication of adjectives generally results in meanings comparable to those created in English by the use of the suffix -ish, i.e.,

joto - hot	joto joto - warmish
nzito - heavy	nzito nzito - heavyish

Reduplication of a noun can have similar results and/or create an adjective, i.e.,

maji - water	maji maji - wet, watery

The reduplicated verbs in this text seem to indicate repetition. This and intensification are common outcomes of reduplication:

kugeuka - to change	kugeukageuka - to change frequently
kuinuka - to raise up	kuinukainuka (kwa nchi) to be hilly
kurudia - to return to	kurudiarudia - to do over and over
kusoma - to study	kusomasoma - to study a little beyond expectations

Reduplication may also be used adverbially:

kukata vipande vipande - to cut into pieces

kugawanya sehemu sehemu - to divide into sections

It may also give the sense of reduced and/or prolonged action:

kucheka - to laugh	kuchekacheka - to giggle
kuuma - to bite	kuumauma - to gnaw at; chew
kwenda - to go	kwendakwenda - to go a short distance

Some verbs of motion when reduplicated denote less purposeful action:

kuzunguka - to surround	kuzungukazunguka - to wander or encircle
kukimbia - to run	kukimbiakimbia - to run here and there aimlessly

Because of the idiosyncrasies in the meanings produced by the reduplication process, it is recommended that individual forms be learned on a case-by-case basis. For additional examples, see Ashton, pp. 316-317.

MASWALI

1. Somo hili ni juu ya nchi gani?

2. Je, somo hili ni juu ya historia, jiografia, utamaduni au siasa?

3. Je, somo hili liliandikwa ili nani wafahamu mambo hayo?

4. Katika somo hili pana maneno "maziwa" na "jirani." Je, "maziwa" hayo ni kinywaji?, "jirani" ni watu? Eleza maana zake.

5. Kabla ya utawala wa Waingereza, Tanzania ilitawaliwa na nani?

6. Kuna joto jingi zaidi wapi? Mahali penye usawa na bahari au sehemu zenye miinuko?

7. Kuna tofauti gani kati ya sehemu tatu za Tanzania Bara?

8. Kwa nini wageni kutoka Ulaya wanapenda kuhamia Tanzania Bara?

9. Andika maneno machache kuhusu mlima Kilimanjaro au Ziwa Tanganyika.

ACTIVITIES

1. **Objective - Geographical Description: Specifying and recognizing a Location by Identifying Surrounding Features**
   Prepare a description of another country in Africa using the model of paragraph three. In class present your description without naming the country described. Other students will then try to identify the country from your description. Prepare a description (or descriptions) of a lake or group of lakes in Tanzania (cf. paragraph three -- lakes of Kenya and Uganda may be added depending on class size). These descriptions should begin with physical features but may also include descriptions of human habitation, cultural life and animal life near the lake(s). Be prepared to compare the lakes described in terms of physical and other characteristics as an in-class activity.
2. **Objective - Stating and Explaining Preferences**
   Identify the part (or parts) of Tanzania you would find most pleasant to visit because of the climate and be prepared to explain why you have chosen this climatic zone. As an in-class activity, interview other students concerning their preferences and prepare a report based on your interviews.
3. **Objective - Descriptive Narrative and Comparison of Descriptions**
   Prepare a description of an imagined visit to Tanzania in which you describe geographical features and/or climatic conditions. Emphasize those features or conditions that you would find most noteworthy. After presenting your description in class, compare it to those of your classmates in terms of which features your class generally found note-worthy and which features only some of you found noteworthy.
4. **Objective - Providing and Seeking Different Levels of Description and Description for Differing Audiences**
   Prepare two descriptions of the place you are from or where you now live. Prepare the first for someone from Tanzania who plans to visit this place and wants to know more about it before her/his visit. Prepare the second for imaginary presentation to an East African geography class (specify the level of the class). In class take the role of student or visitor

and ask your classmates for descriptions. Of course, ask questions about the description provided.

5. **Objective - Providing and Seeking Different Levels of Description and Description for Differing Audiences**
   Using this passage and your description in the first activity as models, describe at least two East African cities, rivers, and islands. Do not give the name of the place described, and in your description move from general characteristics to specific identification. In class use your descriptions to attempt to stump your classmates. This in-class activity may be a team game, or individuals may try to stump the class.
6. **Objective - Grammatical Practice: Use of the Subjunctive**
   Compose an essay or speech in which you advocate that a group in which you are a member undertake some project. In this composition use subjunctive forms as explained in footnote 1.
7. **Objective - Grammatical Practice: the Present Relative of "To Be"**
   Use each of the following in a sentence:

aliye	zilizo
kilicho	iliyo
walio	lililo
vilivyo	yaliyo
ulio	palipo

8. **Objective - Grammatical Practice: the Short/General Relative**
   Construct eight sentences in which you use eight different general relative forms see examples in footnote 3).

2. Mapishi

Jiko

Somo la pili: *Mapishi*

Sources: Ngude, M. "Maji ya Limao," "Jicho la Ng'ombe," "Maandazi ya Mayai," in *Mapishi Yetu.* Dar es Salaam: Longman, 1978, pp. 6, 42-43. Kayembe, R. A. "Mchicha na Karanga," "Pilau," in *Mapishi Mbali-Mbali.* Dar es Salaam: Longman, 1980, pp. 38, 74.

MAJI YA LIMAO

(Inatosha bilauri 2)

Mahitaji:
Limao 1
Vijiko vikubwa viwili vya sukari
Maji yaliyochemshwa bilauri mbili zisizojaa[1]

Njia:

1. Osha limao, kamua maji yake, chuja katika bakuli safi.
2. Tia maji na sukari.
3. Koroga
4. Jaza bilauri 2; kama barafu ipo, tia ili maji yapoe au simamisha bilauri ndani ya sahani ya bati na funika kwa kitambaa kilicholowana mpaka yatakapohitajiwa. Machungwa, ndimu na madaranzi yanaweza kutumiwa badala ya limao.

limao - tunda kama chungwa lakini si tamu kama chungwa
bilauri - taz. picha uk. 21
kujaa - kuwa chombo kimejazwa
kuosha - kusafisha
kuchuja - kutoa maji na kuacha vitu visivyo maji maji
bakuli - taz. picha uk. 21
kukoroga - kutumia kijiko kufanya maji au chakula kiwe mchanganyiko
barafu - maji yaliyo baridi na magumu kama mawe
kusimamisha - kuweka
bati - Kiingereza, 'metal,' esp. 'tin'
sahani ya bati - taz. picha uk. 21
kitambaa/vitambaa - kipande cha nguo
kulowana - kuwa na maji
daranzi/madaranzi - (pia danzi/madanzi) - tunda kama chungwa lakini ni kubwa kuliko chungwa

JICHO LA NG'OMBE[a]

Mahitaji:
Yai
Mafuta
Chumvi

Njia:

1. Tia mafuta kwenye kikaango na kuweka[2] jikoni.
2. Vunja yai pole pole na kulimimina kwenye kikaango pole pole bila kuchanganya ute na kiini cha yai.
3. Weka moto wa kadiri ili liive bila moto mwingi.
4. Tumia kijiko kuchotea mafuta ya moto na kuyadondoshea kwenye kiini cha yai mpaka kianze kubadilika rangi kuwa[3] cheupe kidogo.
5. Baada ya muda epua. Huliwa na mlo wa aina yo yote ya nafaka.

mafuta - kitu kinachotokana na mboga, nyama au maziwa; kinatumiwa kwa kupika
chumvi - kitu cheupe kikali kinachotiwa katika mboga na vyakula vingine
kikaango/vikaango - chombo (hasa cha udongo) cha kupikia chakula katika mafuta (taz. picha uk. 23)
pole pole - taratibu
kumimina - kutia kitu cha majimaji katika chombo
kuchanganya - kufanya kuwa mchanganyiko
ute/nyute - maji mazito yasiyo na rangi kama yale ya yai, nyama, mimea, n.k.
kiini/viini - sehemu ya kati, sehemu yenye uhai; sehemu ya katikati iliyo nzuri katika yai
moto wa kadiri - moto si mwingi, si mchache; wa katikati tu
kuiva - kuwa tayari
kuchotea - kuchukua kitu cha majimaji kutoka katika chombo
kudondoshea - kufanya kitu cha majimaji kianguke kidogo kidogo
kuepua - kuondoa chombo kutoka motoni
mlo - (sehemu moja ya) chakula
nafaka - vyakula vya jamii ya mahindi, mtama, mchele, n.k.

MAANDAZI YA MAYAI

Mahitaji:
Unga vikombe 2 vya chai
Sukari vijiko vikubwa 2
Chumvi kidogo
Mafuta ya kukaangia
Yai 1
Hamira kijiko kidogo 1
Maziwa kikombe 1 cha chai

Njia:
1. Chekecha unga, hamira na chumvi.
2. Tia sukari.
3. Pigapiga yai vizuri.
4. Fanya shimo katikati ya unga na dondosha yai. Koroga pamoja kisha ongeza maziwa ukizidi kukoroga mpaka unga uchanganyike vizuri kama uji mzito.
5. Pasha moto[4] mafuta, chota unga kwa kijiko, tia kwenye mafuta yanayochemka. Kaanga.
6. Maandazi yakiiva na kuwa na rangi ya kahawia yaondoe. Huliwa na chai, kahawa, maziwa au maji ya matunda.

maandazi - namna ya mkate mtamu
kukaanga - kupika chakula kwa mafuta
hamira - dawa ya kufanya mchanganyiko wa unga na maji kuwa mkubwa
kuchekecha - kutoa sehemu kubwakubwa za nafaka ili kupata unga tu
kufanya shimo - kupunguza unga na kufanya sehemu kama kibakuli
kudondosha – kufanya kitu cha majimaji kianguke pole pole
kisha – halafu
kuongeza - kutia/kuweka zaidi
kuzidi - kuendelea
kuchanganyika - kuwa mchanganyiko
uji - chakula kinachotengenezwa kwa kutumia maji na unga wa nafaka
kupasha (moto) - kutia joto
kuchota - kuchukua sehemu ya kitu hasa cha majimaji, kutoka chombo kingine
kuchemka - kuchemsha maji au mafuta ni kufanya yachemke
rangi ya kahawia - yaani rangi ya kahawa

PILAU

Mahitaji

Vikombe 2 mchele
½ kilo nyama
Tui la nazi (vikombe 2)[b]
Vitunguu saumu vilivyosagwa (kijiko cha chai)
Giligilani,[c] mdalasini, karafuu, iliki (1/4 kijiko cha chai)
Maji ya limao (kijiko cha mezani)
Mafuta na chumvi.

kitungu saumu/vitungu saumu - kwa Kiingereza "garlic"
giligilani - kwa Kiingereza "coriander seeds"
mdalasini - kwa Kiingereza "cinnamon"
karafuu - kwa Kiingereza "cloves"
iliki - kwa Kiingereza "cardamom"

Kutayarisha

1. Katakata nyama vipande vikubwa upendavyo kisha uvichemshe.
2. Chagua na osha mchele.
3. Ondoa nyama katika mchuzi.
4. Kaanga vitunguu saumu. Ongeza vitunguu saumu na nyama na endelea kukaanga.
5. Ongeza viungo vingine vyote pamoja na maji ya limao. Endelea kukaanga.
6. Ongeza mchele na endelea kukaanga mpaka vikaukiane vizuri bila kuungua.
7. Ongeza mchuzi uliochemshia nyama (vikombe 2 hivi).
8. Ongeza tui na koroga vizuri.
9. Ivisha pole pole mpaka ukaukiane vizuri.
10. Weka siagi au mafuta kidogo ukipenda. Epua.

mchuzi/michuzi - maji yanayopatikana katika chakula (k.m. nyama, mboga, n.k.) kilichopikwa
kiungo/viungo - kitu kinachotiwa katika chakula ili kiwe kitamu k.m. chumvi, mdalasini, karafuu, iliki, giligilani, n.k.
kukaukiana - kitu (hasa chakula) kuwa kikavu kidogo kwa sababu hakina maji
kuungua - chakula kinachopikwa kutokuwa na maji na kushika chombo
kuivisha - kufanya kuwa tayari
siagi - mafuta yanayopatikana kutoka maziwa

MCHICHA[d] NA KARANGA

Mahitaji

Konzi 3 mchicha

½ kikombe karanga kilizosagwa

Kitunguu 1

Chumvi na mafuta kidogo

Kutayarisha

1. Osha mchicha
2. Katakata vitunguu. Kaanga. Vikiiva tia mchicha ukaange pamoja. Ongeza chumvi .
3. Koroga karanga na maji baridi kama vijiko 4 vikubwa vya mezani.
4. Tia katika mchicha. Koroga na funika viive kwa dakika 10-12 hivi. Epua na tumia mara moja.

mchicha - namna ya mmea ambao majani yake ni mboga

karanga - Rais Jimmy Carter alilima karanga; kwa Kiingereza "peanuts"

konzi - unapopima kitu/vitu kwa kutumia mkono wako, konzi ni sehemu ya kitu inayojaa mkono

kusaga - kufanya kitu kuwa unga

kukatakata - kutumia chombo kama kisu kugawanya vipande vipande

NOTES

Grammatical

1. zisizojaa - (trans. "that are not full") This is an example of the negative relative. Swahili has only one negative relative so that temporal reference must be determined from the context provided by the main clause verb. The basic form of the negative relative is:

   Subj. prefix + SI + Relative marker + (Object) + Verb + A

   Here are some examples of this form with the verb kuanguka, each of the independent personal pronouns, and a noun from each of Classes 1-10:

   mimi nisiyeanguka
   wewe usiyeanguka
   CLASS 1: yeye asiyeanguka
   sisi tusioanguka
   ninyi msioanguka
   CLASS 2: wao wasioanguka
   CLASS 3: mti usioanguka
   CLASS 4: miti isiyoanguka
   CLASS 5: tunda lisiloanguka
   CLASS 6: matunda yasiyoanguka
   CLASS 7: kitabu kisichoanguka
   CLASS 8: vitabu visivyoanguka
   CLASS 9: kalamu isiyoanguka
   CLASS 10: kalamu zisizoanguka
2. kuweka - kuweka is used here as a sequential imperative. In subsequent readings you will find that the subjunctive is the form most often used for the second of two commands. In these recipes, where instruction are listed, infinitive forms are used as a means of giving the second of two instructions in the recipes from *Mapishi Yetu* by M. Ngude, while the recipes from *Mapishi Mbalimbali*, R. A. Kayembe, use imperative forms for all instructions to the cook.
3. kuwa - (trans. becoming/to become"). Kuwa is frequently used in the sense of "become."
4. kupasha moto mafuta - (trans. "to heat the oil"). This is an idiomatic expression in which kupasha moto should be considered a phrasal verb meaning "to cause to get hot."

Cultural

a. This phrase is a translation of the German *stierenauge* (source: Patrick R. Bennett, Personal communication).

b. Canned coconut milk, which is the easiest form to use, may be purchased in most supermarkets. It is also possible to prepare your own coconut milk. For instructions on how to do this see:

> Shapi, Fatma, and Katie Halford. *A Lamu Cookbook*. Lamu: Lamu Society, n.d., p. iii.
>
> van der Post, Laurens. *African Cooking*. New York: Time-Life, 1970, "African Recipes," p. 2.

c. Coriander, cinnamon, cloves, and cardamom are most cheaply obtained in Asian markets.

d. Mchicha is a type of green leafy vegetable that looks like spinach with small leaves but tastes more like Swiss chard. Either spinach or Swiss chard may be substituted in this recipe.

MASWALI

1. Somo hili linaeleza njia za kufanya nini?

2. Utahitaji mayai kutayarisha nini?

3. Katika somo hili "jicho la ng'ombe" ni kitu cha aina gani?

4. Eleza kwa ufupi njia ya kutayarisha maji ya machungwa.

5. Unahitaji maelezo kutayarisha vyakula hivi vyote? Huhitaji maelezo kutayarisha nini?

6. Eleza kwa ufupi tofauti baina ya njia hii ya kutayarisha maji ya limao na njia yako.

7. Utahitaji vyombo gani kutayarisha mchicha na karanga?

8. Eleza kwa ufupi tofauti baina ya njia hii ya kutayarisha "jicho la ng'ombe" na njia yako.

9. Ukitaka kutayarisha pilau ni lazima uanze kuitayarisha dakika ngapi/saa ngapi kabla ya saa ya kula?

ACTIVITIES

1. **Objective: Stating Needs (Concrete)**
   The recipes state under the heading **Mahitaji** only the food items needed. Prepare a list of other items needed to prepare each recipe. Then in small groups compare and discuss your lists and prepare a common list. Present this list to the class and compare group lists.
2. **Objective: Stating and Explaining Plans (Specific)**
   Write a grocery list of all the items you will need to prepare these recipes. Then plan an imagined shopping trip in East Africa during which you would purchase these items. Be sure to have a fairly specific place in mind. Next prepare a schedule of this trip. Then present your schedule in class and be prepared to explain why you have planned to buy certain items in the places you have and why you have ordered your schedule as you have.
3. **Objective: Giving and Following Complex Instructions**
   The obvious – prepare a class dinner in pairs or groups following the instructions in the recipes. Of course, all conversation during the food preparation and consumption should be in Swahili.
4. **Objective: Giving and Following Complex Instructions**
   Prepare a recipe for one of the following (do not choose one for which you usually use a recipe):

   coffee
   chicken
   sandwich
   iced tea
   fried chicken
   mixed drinks
   mayonnaise
   baked potato
   tossed salad
   ice cream float
   guacamole
   hamburger
   french fries

   Then exchange recipes with your classmates and test each other's instructions. Discuss your results in class.
5. **Objective - Grammatical Practice: Negative Relative Forms**
   Identify ten examples of affirmative relative forms in Lessons 1 and 2. Make each negative and use this negative form in a new sentence.

6. **Objective Grammatical Practice: Infinitives as Sequential Imperatives**
   Rewrite the instructions for "Mchicha na Karanga" or "Pilau" using infinitives as sequential imperatives where appropriate.
7. **Objective - Grammatical Practice: Subjunctive Forms**
   Rewrite one of the recipes as a brief essay beginning, "Ukitaka kupika . . .ununue ..." Continue using subjunctive rather than imperative forms.
8. **Objective - Grammatical Practice: Plural Imperatives and Subjunctives**
   Rewrite one of the recipes using plural imperative and subjunctive forms.

3. Popo

Somo la tatu: *Popo*

Source: Nyongesa, Fred. "Popo," from "Viumbe Vyenye Uhai" series, *T Weekly* (Nairobi, Kenya), 30 April 1977, p. 4.

Popo ni mnyama wa pekee anayeweza kuruka. Popo wana miili myepesi, yenye manyoya. Mabawa yao yamefunikwa kwa ngozi nyororo. Wana rangi mbali mbali. Kuna popo wa aina nyingi ambao wanatofautiana pia, na kuishi maskani za aina mbali mbali, chini kwenye miti.

Kuna popo wa aina 900 na wanapatikana kote duniani, isipokuwa kwenye baridi kali sana.

Katika nchi za Ulaya baadhi ya watu wanawaogopa popo, kwa kuamini kuwa wana madhara. Kwa kweli, popo ni viumbe ambao hawawezi kumdhuru mwanadamu. Ingawa hivyo, popo wengi wa msituni wanaaminwa kuwa na ugonjwa wa kichaa cha mbwa, yaani "rabies."

Viumbe hawa wanapendwa sana Japan na China, hasa kwa sababu hula wadudu.

Popo wanaopatikana sehemu zilizo wazi[1] wana rangi ya mchanganyiko wa nyeupe na madoa ya rangi tofauti.

kiumbe/viumbe - mtu, mdudu, mnyama, ndege, samaki, n.k. lakini si mmea, mti n.k.
popo - taz. picha
mwili/miili - sehemu zote pamoja, kutoka kichwani mpaka miguuni
-epesi - kinyume cha -zito
manyoya - nywele za mnyama au ndege
bawa/mabawa - sehemu ya ndege inayomfanya aweze kuruka
-ororo - kinyume cha -gumu
kutofautiana - kuwa tofauti
isipokuwa - ila
baridi - kinyume cha joto
kuogopa - kuwa na woga
kuamini - kukubali sana kuwa jambo ni kweli, k.m. watu wa dini huamini kwamba Mungu yuko hewani
wana madhara - wanaleta hasara kama ugonjwa au vifo
kudhuru - kuleta hasara
mwanadamu/wanadamu - mtu (mwana + Adamu)
msitu/misitu - pori
mdudu/wadudu - viumbe vidogo kama mbu, nyuki, nzi, n.k.
sehemu zilizo wazi - sehemu ambazo hazina miti mingi (porini)
doa/madoa - k.m. chui ana madoa mwilini

Wanaopatikana katika sehemu za giza ni weusi, wengine wakiwa[2] wekundu au wa kijivujivu. Popo walio[3] wakubwa zaidi wana mabawa ambayo yanayofikia[4] urefu wa futi tano, wakiwa[5] na mwili kama ndege mdogo. Popo mdogo zaidi ni yule anayependelea kuishi katika mianzi. Urefu wa mabawa yake ni wa inchi sita hivi.

Mifupa yote ya mwili wa popo yafanana sana na ya wanyama wengine. Wana mifupa ya vidole vya mikono. Popo wengine wana vichwa kama vya mbwa, na wengine wana nyuso zinazonyooka kama za nyani.

Popo wana kipawa kikubwa cha kunusa, ambacho huwasaidia kupata au kutafuta chakula. Wengi wana meno madogo na makali. Popo wanapokula chakula huyeyushwa upesi sana tumboni mwao, chakula huyeyushwa upesi kuliko ilivyo kwa wanyama wengine wanaonyonyesha. Hii huwasaidia kuepuka kuwa na uzito mkubwa ambao ungewapa taabu ya kuruka.

Mikono ya popo ndiyo yenye mabawa. Popo walio na mabawa makubwa huruka mbali na kwa kasi sana. Wasioweza kuruka mbali ni wale walio na mabawa mafupi. Miguu ya popo ni dhaifu sana, na hivyo, popo

giza - hali ya kutokuwa na taa au jua

kijivujivu - rangi baina ya nyeusi na nyeupe

kupendelea - kupenda hali fulani kuliko hali nyingine

mwanzi/mianzi - aina ya mimea mirefu

uso/nyuso - upande wa mbele kichwani penye macho, pua, na midomo.

kunyooka - kuwa sawasawa kama ——— siyo /\/\/\/\

nyani - mnyama anayefanana na mtu

kipawa - uwezo wa asili

kunusa - kutambua kitu kwa pua

kuyeyushwa - kubadilisha chakula kuwa maji maji tumboni

tumbo/matumbo - sehemu kama mfuko mwilini ambapo chakula huenda

kunyonyesha - mama kulisha mtoto mdogo kwa maziwa yake

kuepuka - kutoka katika hali fulani

kasi - kwa upesi

dhaifu - kinyume cha nguvu

wengi hawawezi kutembea ila kuruka tu. Kuna wachache sana ambao huweza kutembea kwa miguu yao.

Popo ni viumbe wanaopendelea kuishi kwa wingi katika kikundi kimoja chenye popo wanaofikia hata 10,000.

Adui wao wakubwa ni paka, nyoka na ndege wakubwa, kama tai.

Wakati wa mchana, popo wengi hushinda wanalala[6] na hujitokeza usiku. Wakati huo wa usiku ndipo huwinda.

Muda ambao popo huishi ni mkubwa, kwani wengi wao huishi hadi kufikia umri wa miaka 15 na hata 25.

Wadudu ambao huliwa na popo ni nge, vipepeo, buibui. Popo wakubwa hula hata mijusi, vyura, ndege na pia samaki, ambao huwashika kwa makucha yao. Kuna popo ambao huishi kwa kunywa maji ya sukari, ambayo hupatikana toka maua na mimea mbali mbali.

Popo wa aina ya *vampire* huishi kwa kunyonya damu za wanyama wengine.

adui/maadui - kinyume cha rafiki

tai - ndege mkubwa ambaye hula wanyama wadogo

hushinda wanalala - wamelala wakati wote wa mchana

kujitokeza - kujionyesha nje

kuwinda - kutafuta viumbe na kuwaua, hasa kwa chakula

nge - mdudu mwenye miguu minane na mwenye sumu, ambaye huishi sehemu za joto

kipepeo/vipepeo - mdudu aliye na mabawa mazuri sana ya rangi mbalimbali na mwili mwepesi sana. Taz. picha u.k. 34

buibui - mdudu mwenye miguu minane

mjusi/mijusi - mnyama kama nyoka lakini mwenye miguu minne, na anayeweza kufunga macho

chura/vyura - mnyama mdogo ambaye hukaa katika maji au katika sehemu kavu. Anaogelea vizuri, huruka, na pia huimba majini

kucha/makucha - kipande kigumu ambacho siyo ngozi, kwenye vidole vya ndege

toka - yaani kutoka

ua/maua - sehemu ya mimea inayotokea kabla ya tunda, yenye rangi nzuri.

kunyonya - kuvuta kwa mdomo; watoto hunyonya ili kupata maziwa ya mama

Popo wa kike hawaishi katika pango moja na wa kiume. Popo hubeba mimba kwa siku 50 hadi 60 ndipo huzaa. Hawatagi mayai kama ndege. Wengine huzaa mtoto mmoja tu kwa mwaka. Popo hunyonyesha makinda yao. Hubeba watoto wao wakati wote wa kuwinda usiku ingawa wapo wengine ambao huwaacha watoto wao pangoni wakati wa kwenda tafuta[7] chakula.

Popo hulea watoto wao kwa muda wa miezi sita au minane, ndipo huwaacha wajitegemee wenyewe.

pango - sehemu tupu ndani ya mti au jiwe
kuzaa - mama au mnyama wa kike kutoa mtoto mwisho wa mimba
kutaga - mnyama au ndege wa kike kutoa yai
kinda/makinda - watoto wa ndege au wanyama wengine

kanga

NOTES

Grammatical

1,3. These are additional instances of the present relative of "to be" discussed in the notes to "Nchi Yetu" (Somo la Kwanza). Sehemu zilizo wazi translates as "areas that are open," while popo walio wakubwa zaidi translates as "bats that are the largest."

2,5. wengine wakiwa wekundu - (trans. "while others are red")
wakiwa na mwili kama ndege mdogo - (trans. "while having bodies like small birds")
The intent of the latter sentence is, however, somewhat ambiguous, as use of -ki- could also indicate that their wingspan is dependent on their having attained this body size; in this case the appropriate translation would be "if/when they have bodies like small birds." Although you may be more familiar with the -ki- form in conditional clauses, it is also frequently used in complex verb forms (see fn. 2, Somo la Tano) and in clauses such as the above. What non-conditional usages of the -ki- form have in common is that they refer to continuous action (or a continuous condition/state as in these examples.) For further information on these forms see Bennett, pp. 321-323.

4. ambayo yanayofikia - this usage of both relative forms together is optional in some dialects of Swahili. Ashton provides additional examples (p. 311).

6. hushinda wanalala - (trans. "they spend the day asleep") kushinda is used here as an auxiliary verb. The sense of this phrase, in which kushinda is habitual and is followed by a present continuous verb form, is that the action is prolonged and goes on continuously without interruption.

7. kwenda tafuta - (kwenda kutafuta). Often the ku- of an infinitive following the verb kwenda is omitted.

MASWALI

1. Hili ni somo la kueleza au la kusimulia?

2. Mwandishi anataka ununue popo, ule popo, au ujue zaidi kuhusu popo?

3. Unafikiri kwamba popo wanaishi wapi Afrika?

4. Ukitaka kuona popo, utakwenda wapi?

5. Popo hula chakula gani?

6. Eleza kwa ufupi tabia za popo - wanafanya nini kila siku? Wanaishi pamoja au pekee?

7. Popo wanafanana na wanyama wengine wa aina gani?

8. Wanafanana na wanyama hao kwa namna gani?

9. Kama mtoto akikuuliza "Popo ni mnyama wa aina gani?" Utamwambia nini?

ACTIVITIES

1. Objective - Description of Unknown in Terms of Familiar

Prepare a description of an animal, insect, fish, or bird, the habitat of which is restricted to one part of East Africa. In class take turns asking about and describing these animals. Students providing descriptions should state where the animal lives. Those asking questions should preface them by stating where in East Africa they have lived or visited and not seen the animal in question. Descriptions should then be in terms of animals likely familiar to the questioner. Suggested animals:

nyati papa
mamba ngamia
chaza kaa
nyumbu kamba

2. Objective - Expression of Opinion on Non-Controversial Topic

Prepare to discuss in class your views on the following topics:

a. Popo ni wanyama lakini wanafanana na ndege zaidi ya kufanana na panya?

b. Popo ni adui au rafiki wa wanadamu?

c. Wewe na rafiki zako mnakaa katika nyumba yenye popo, wadudu wengi, na nyoka. Mtafanya nini? Mtajaribu kuwaua wanyama na wadudu wote? Mtaendelea kukaa pamoja nao? Eleza majibu yako.

3. Objective - Explaining a Feature of One's Life-style

Prepare an explanation of why one (or more) of the following lives in your home and why you feed and care for it:

mbwa paka
nyoka mjusi

In class, alternate roles with your classmates asking why and explaining why one would keep these animals in one's home.

4. Objective - Description of Cultural Artifacts

Prepare a description of one of the following:

mbuzi (ya kukuna nazi) kanzu vidaka
sufuria leso mkeka
jembe buibui

5. Objective - Grammatical Practice: Use of -ki- Forms
Write ten non-conditional sentences using -ki- verb forms.

6. Objective - Grammatical Practice: Relative Clauses
Identify the relative clauses used in this lesson. If an alternative form could be used, rewrite the clause using that form. Otherwise, state why an alternative could not be used.

7. Objective - Vocabulary Development
Use each of the following in a new sentence:

-epesi	-ororo
isipokuwa	baridi
kuogopa	kuamini
wanaadamu	giza
uso	hushinda

kipepeo

4. Kujipatia Mchumba

"Nifanye Nini?"

Somo la nne: *Kujipatia Mchumba*

Sources: Source: *Kujipatia Mchumba.* Dar es Salaam: Jumuiya ya Kikristo Tanzania, 1981, pp. 28-29.

Nafanya kazi ofisini. Mchumba wangu anataka niache kazi nikae nyumbani. Ameahidi kunipa kila mwezi mara mbili ya mshahara wangu wa sasa. Nampenda kufa, na ningetaka niolewe[1] naye. Nifanye nini?

Ijapokuwa unampenda kufa lakini huna budi[2] umwulize au ujiulize mwenyewe maswali machache. Je, ni kwa nini hataki uendelee kufanya kazi? Je, anatazamia kukuoa lini? Je, uchumba wenu ukivunjika itakuwaje?[3] Je, akifungwa, au akiugua, au donge analopata likitoweka wewe utakuwa wapi? Je, maisha ya kuzurura nyumbani bila kazi ni kitendo cha maendeleo?

Ni dhahiri kuna kitu huyu mchumba anachokiogopa ikiwa[4] utazidi kuendelea[5] na kazi yako huko ofisini. Pengine ana wivu[6] kwamba huko ofisini una wapenzi wengine. Pengine anahofia kwamba utakutana na[7] wengine huko ambao watakunyakua. Kwa vyo vyote[8] huyu mchumba hafikirii maslahi yako bali yake mwenyewe. Ikiwa ameanza

mchumba/wachumba - kijana aliyeposa au aliyeposwa
kuahidi - mtu kusema kwamba bila shaka atafanya kitu fulani
kupenda kufa - kupenda sana
anatazamia kukuoa lini - anafikiri kukuoa lini
uchumba - hali ya kuwa na mpango wa kuoana
kufungwa - kukamatwa na polisi na kuwekwa mahali mbali ya wengine kwa sababu ya kukosa
kuugua - kupata ugonjwa
donge analopata likitoweka - kama hatakuwa na mshahara
kuzurura nyumbani - kuweko nyumbani tu, bila kitu cha maana cha kufanya
kitendo cha maendeleo/vitendo vya maendeleo - jambo linalofanya maisha yawe bora
ni dhahiri - ni rahisi kuona au kufahamu
kuogopa - kuwa na woga
kuwa na wivu - kufikiri pengine mpenzi wako ana wapenzi wengine
kuhofia - kuogopa
kukutana na - kuonana na mtu fulani kwa mara ya kwanza
kunyakua - kuchukua
maslahi - faida

kukufuga na kukupa masharti hivi mapema kwenye uchumba, je akishakuoa unatazamia uhuru wa aina gani? Maoni yetu ni kwamba mchumba huyu hakufai. Achana[9] naye.

Niko masomoni bado, mchumba wangu ambaye nampenda sana anataka tuoane mapema. Je, niache masomo au nimwache yeye?

Kama upo uwezekano[10] wa kuendelea na masomo yako baada ya kuoana hakuna sababu yo yote ya kumwacha. Vilevile kama unao uhakika kwamba maisha yenu katika ndoa yatakuwa mazuri ni afadhali usikubali kumpoteza. Lakini si vizuri ukatishe masomo yako kwa kumkimbilia mchumba ambaye huna hakika ya maisha yako naye baadaye. Kwa kuwa masomo yako yatakuwa na faida[11] kwenu wawili na pia kwa jamaa na nchi nzima, itafaa[12] umtafadhalishe mchumba wako akusubiri mpaka umalize masomo.

Ikiwa kweli naye anakupenda bila shaka atakubali. Akikataa, na ukiona kwamba hana sababu kubwa ya kutaka mwoane mapema, basi unaweza kukataa kukatisha maomo yako. Hapo itakuwa hiari

kufuga - kuweka, mtu, mnyama au ndege nyumbani ili asitoke
kupa masharti - kulazimisha kufanya kitu
maoni - mawazo
kufaa - kuwa na faida
kuachana na - kutoendelea na (mpenzi)

uwezekano - njia ya kuweza, hali ya kuwezekana

uhakika - hali ya kutokuwa na shaka

kupoteza - kukosa kukiona (kitu)
kukatisha masomo yako - kuacha kusoma
kukimbilia - kumfuata mtu bila kutumia akili

kutafadhalisha - kusema "tafadhali"
kusubiri - kungoja

hiari – kuchagua

yake kukungojea ama kutafuta mchumba mwingine. Mara nyingi wachumba wanaotaka kuvunjia wenzao[13] masomo huwa ni[14] wale wenye wasiwasi kwamba huenda wakapigwa teke[15] hapo baadaye.

kuvunja - kufanya kitu kivunjike
wasiwasi - woga

kiondo

NOTES

Grammatical

1. Ningetaka - (trans. "I may want/would like")
   This is an example of a hypothetical form. These are most often best translated using "may" or "might," but are also used in conditional clauses where using "would" in the translation is appropriate. For a detailed explanation and additional examples, see Bennett, pp. 326-331.
2. Budi - generally used with a negative form of kuwa na in expressions such as:
   Hakuna budi - "there is no alternative"
   Sina budi-- "I have no choice"
   Such expressions are normally followed by a subjunctive, as in this example. The best translation in this case is probably, "you have no choice but to ask him," or "you really must ask him." Substituting ni lazima; i.e., "lakini ni lazima umwulize," would result in a clause series of similar force but with less focus on the questioner's situation. S. A. Mohamed in *Misemo, Milio na Tashbihi* defines kuwa na budi as "kulazimika kufanya jambo fulani." He provides as an example:
   "Hakuwa na budi kungojea babaake amletee fedha ndipo aweze kununua vitabu vya kusomea" (p. 18).
3. Itakuwaje - (trans. "What will happen?")
   i- (Class 9 Subj. Pre.) + -ta- (future tense) + kuwa + -je (interrogative; "how"/"in what way"/what").
   Note the impersonal use of the Class 9 prefix.
4. Ikiwa - (trans. "if")
   This is best learned as a fixed form as it occurs very frequently, but it is very easy to analyze:
   i- (Class 9 Subj. Pre. in impersonal use) + -ki- (conditional) + -wa- (kuwa)
5. kuzidi kuendelea - (trans. of ikiwa utazidi kuendelea na kazi yako, "if you "continue (going) on/ahead with/in your work.")
   Kuzidi is used here as an auxiliary verb. In usages such as this, where kuzidi is followed by an infinitive, the function of kuzidi is to indicate intensification or continuance of the action of the following verb. In this function it is quite similar to auxiliary usages of kuendelea. The two are used

here together to imply continuation beyond an expected stopping point; i.e., the continuation of work after the expected stopping point at the time of marriage.

6. kuwa na wivu - (trans. "to be jealous)
   Many essential phrases are formed with kuwa na and a following noun. You probably know the following:

   kuwa na njaa   to be hungry
   kuwa na kiu   to be thirsty
   kuwa na nafasi   to have an opportunity

   Some other useful phrases of this type are:

   kuwa na shida - to have a problem
   kuwa na hamu - to desire
   kuwa na moyo - to be courageous
   kuwa na kichwa kikubwa - to be conceited

   See also fn. 2 above re. kuwa na budi. Some of these phrases are non-idiomatic; others are rather tricky idioms. The latter will be noted in the texts as they occur. For a lengthy list of such idioms see S. A. Mohamed, *Misemo, Milio na Tashbihi* (Dar es Salaam: Longman, 1977), pp. 18-19.

7. It is worth noting that the -ana ending often results in an alteration of meaning not entirely predictable from knowing the meaning of a given stem. Interpreting these forms in context is usually not difficult, but we advise the learner against experimenting with the construction. The reasons for this are as follows:

   a. Some are rarely, if ever, used with a singular subject and following na:

      kupendana
      kufukuzana
      kuoana
      kujuana

   b. In contrast, others are used just as frequently with singular subjects and na as with plural subjects:

      kukutana   kukutana na
      kupigana   kupigana na
      kuachana   kuachana na

   c. Some have sexual connotations:

      kupendana
      kujuana
      kuonana

   (With respect to kupendana and kujuana the restriction against a singular subject may be related).

d. There are also many phrasal verbs in which Reciprocal/Associative forms are used. Instances of these will be noted as they occur in following texts.

8. kwa vyo vyote - (trans. "in any case"/ "anyway"). This is an example of an adverbial use of a Class 8 form, as are:

ambavyo	kwa hivyo	vizuri
vyema	vile vile	vibaya
hivi		

9. kuachana na: See fn. 7.
10. upo uwezekano: Note that the u- subject prefix on -po (the locative suffix) agrees with uwezekano. It is NOT the second person singular subject prefix.
11. kuwa na faida - (trans. "to be of value," "to benefit"). See fn. 6.
12. Itafaa - this is another example of the impersonal use of the Class 9 subject prefix.
13. kuvunjia wenzao masomo - (trans. "to put an end to/break off their companion's studies"). There are a number of idioms in which the stem -vunja is used (see S. A. Mohamed, p. 38, and Shaaban Saleh Farsi, pp. 44-45).
14. Huwa ni - although Ashton (pp. 256 and 257) analyzes such phrases as compound tenses," huwa occurs often enough and with so little variation in meaning, it is easiest to consider it a fixed form meaning "usually"/"generally."
15. Huenda wakapigwa teke - Huenda is usually defined as a fixed form adverb (*Kamusi,* p. 82; Rechenbach, p. 137) meaning "perhaps" and should be remembered as such. In this particular context, however, it is useful to consider huenda as a verb form, specifically a habitual verb form. The reason for doing this is that wakapigwa teke is a sequential, and while sequential forms may follow habituals (especially huenda, where one has both the habitual form and kwenda), a sequential probably would not be used here if pengine or kama had been used here. (See also Ashton, pp. 134, 274-275.)

MASWALI

1. Mwandishi wa swali la kwanza ni mwanamke au mwanamume? Unajuaje?

2. Kama mwandishi wa kwanza akikubali kukaa nyumbani, mchumba wake amesema kwamba atafanyaje?

3. Waandishi wa barua hizi ni wafanya kazi au sivyo?

4. Mwandishi wa pili ana shida gani?

5. Je, Majibu katika somo ni kama yale ambayo wazazi au ndugu wangetoa? Au ni kama majibu ya watu ambao hawajakutana na wanaouliza? Unajuaje?

6. Eleza kwa ufupi namna za woga ambazo wachumba wengine wanazo.

7. Maandishi kama hayo kwa kawaida hupatikana wapi? Toa mfano mmoja wa maandishi mengine ya aina hii.

8. Anayejibu anasema ni afadhali mwandishi wa pili afanyeje?

9. Rafiki yako akikuuliza maswali kama yaliyomo katika somo, utajibuje? Eleza kwa ufupi.

ACTIVITIES

1. **Objective - Degrees of Impersonality and Speaker/ Listener Perspective in Advice Giving**
   Prepare three brief versions of your own answers to Question 1 or 2 for class presentation. Begin the first answer Ni dhahiri and continue by framing your advice in similar impersonal terms. Begin the second answer Huna budi and continue by framing your advice in terms of the questioner's interests, concerns, and situations. Begin the third answer, Maoni yangu ni and continue to express your advice in terms of your perception of the situation.
2. **Objective - Forceful Persuasion in Giving Advice**
   Using your three answers in Activity 1, prepare answers to Questions 1 and 2 that express your advice as forcefully as you feel would be appropriate to a younger friend or to a student.
3. **Objective - Balanced Presentation of Alternatives in Giving Advice**
   Using your three answers in Activity 1, prepare answers to Questions 1 and 2 that express your advice in the most balanced way possible to a colleague or friend you feel is asking you the questions so as to get a better sense of alternatives.
4. Answers prepared in Exercises 2 and 3 may be used as the basis of class activities in which pairs of students alternate roles; i.e., one reads or summarizes one of the text questions, prefacing the reading or summarization by providing a short description and indicating the type of relationship that s/he has with the advice giver.
5. **Objective - Presenting Alternatives in Seeking Advice**
   Prepare a list of questions in which you pose alternatives. These should be based on practical situations in which you may find yourself in East Africa and should be contextualized; i.e., Ninakaa Nairobi, nataka kwenda Mombasa. Niende kwa basi au kwa gari la moshi?
6. **Objective - Comparing Alternatives in Giving Advice**
   Prepare answers to your questions in which you give advice by comparing alternatives.

7. The questions and answers prepared in Exercises 5 and 6 may be used as the basis for a class activity in which students present their prepared questions for one another to answer.
8. Expand on the activity in Exercise 7 by having students discuss the advice they receive from one another, explaining whether or not they will act on it, and why.
9. **Objective - Questions Seeking Advice**
   Prepare a list of questions upon which you might want to seek someone's advice in East Africa.
10. **Objective - Grammatical Practice: Use of -nge- Forms**
    Rewrite ten sentences from this and previous lessons and use -nge- hypothetical forms in your sentences.
11. **Objective - Grammatical Practice: kuwa na Expressions**
    Write five affirmative and five negative sentences in which you use expressions with kuwa na followed by a noun. Use examples from fn. 6 and the glossary.
12. **Objective - Vocabulary Development**
    Use each of the following in a sentence of five or more words:

budi	huwa	kusubiri
ikiwa	huenda	wasiwasi
kuzidi	kuahidi	
kuendelea	kufaa	

5. Mumbi Ahojiwa

"Mumbi Hakusema Neno"

Somo la tano: *Mumbi Ahojiwa*

Source: Kareithi, P. M. *Kaburi bila Msalaba* Nairobi. East African Publishing House, 1972, pp. 67-70.

Asubuhi, Siku ya Ijumaa, jua lilitokea mapema na kufukuza baridi kali iliyopenya hata ndani ya mifupa ya mahabusu. Askari alipofungua mlango, mahabusu wote walitoka nje na kuota jua[1] · waliolingojea kwa muda mrefu. Hata na inzi nao walikuwa wanalingojea, na wao vile vile walitoka nje na kuliota. Mumbi[a] alimwona inzi mmoja akitafuta chakula, na kwa macho yake akamfuata kila alipokwenda. Hata hivyo hakuwa akifikiri[2] habari yake, kwani fikira zake zilikuwa juu ya njaa aliyoisikia[3] tumboni mwake.

Mumbi alipokuwa akiota jua[4] huku akiwatazama inzi na kufikiri vile alivyokuwa na njaa, Chifu[b] na askari wake walifika. Yeye hakuwaona mpaka Chifu alipomwuliza, "Je wewe jina lako ni nani?"

Mumbi aliinua kichwa chake na kumtazama Chifu huku akijibu, "Mumbi."

"Umekula viapo[5] vingapi?"[c] Chifu akamwuliza.

Mumbi hakujibu. Aliinama na kutazama chini. Akiwekelea mkono wake wa kushoto juu ya tumbo lake,

kuhojiwa - kuulizwa maswali
jua lilitokea - jua lilikuja mbinguni
kufukuza - kuondosha
baridi - kinyume cha joto
kupenya - kuingia kwa shida
habusu/mahabusu - mtu aliyefungwa korokoroni taz. korokoroni chini)
askari - polisi, au mtu ambaye kazi yake ni kupigana kwa ajili ya nchi yake
kuota jua - kukaa kwenye jua ili kupata joto
inzi (au nzi) - mdudu mdogo anayeruka; hupatikana karibu na uchafu
fikira - wazo
tumbo - sehemu ya ndani ya mwili kama mfuko ambayo hupokea chakula
chifu - kiongozi; mtu mwenye madaraka juu ya wengine
kuinua - kuleta juu kutoka chini
kiapo/viapo - maneno au mambo yanayofanywa kuonyesha kuwa mtu hatatoa siri
kuinama - kufanya mwili kwenda upande wa chini
kuwekelea - kuweka (kitu) juu ya (kingine)
kushoto - upande wenye moyo wa mtu; k.m. watu wachache tu huandika kwa mkono wa kushoto

alianza kuumauma kucha za mkono wake wa kulia.

"Nimekuuliza umekula viapo vingapi?" Chifu akauliza tena. Askari wake waliomlinda Chifu po pote alipokwenda, walianza kuonyesha hasira walipoona kwamba Mumbi hakumjibu Chifu.

Mwangi, mmoja wao, alianza kushikashika kiboko cha ngozi ya kifaru, alichokichukua kila mahali walipokwenda. Chifu na askari wake wakitumia kiboko hiki kwa kuwapiga wale watu walioshitakiwa kuwa ni wafuasi wa Mau Mau.[d] Kwa mara ya tatu Chifu alimwita Mumbi tena, "Msichana we!"

"Humm," Mumbi akajibu.

"Umekula viapo vingapi?" Mumbi aliona kwamba Mwangi alikuwa tayari kumchapa kiboko[6] dakika yoyote. Hapo aliyakumbuka majeraha aliyoyaona miilini mwa mahabusu wengine waliokuwa wamepigwa.[7] Aliogopa asije naye akapigwa vile. Kwa sauti ya chini akajibu, "Sikula."

Chifu kusikia hivyo alifyatuka kwa ukali na hasira akasema, "Sikula! Wafikiri tulikuleta hapa bila kujua kwamba umekula kiapo? Ninataka uniambie upesi ni viapo vingapi umekula, ama sivyo

kuumauma - kuendelea kuuma kidogokidogo
ukucha/kucha - kipande kigumu ambacho siyo ngozi, kwenye vidole
kulia - kinyume cha kushoto
kulinda - kuangalia mtu awe salama
hasira - hali ya kuwa na chuki
kushikashika - kushika tena na tena
kiboko/viboko - fimbo ya ngozi ya mnyama, ambayo hutumiwa kwa kuwapigia watu.
kifaru/vifaru - aina ya mnyama mkubwa wa Afrika
kushitakiwa - kupelekwa kortini
mfuasi/wafuasi - anayefuata mawazo ya aina fulani au ya mtu fulani k.m. Wakristo ni wafuasi wa Yesu Kristo
we! - wewe!
kuchapa - kupiga kwa kiboko
kukumbuka - kinyume ya kusahau
jeraha/majeraha - mahali palipoumia
sauti - mtu anaposema tunasikia sauti yake
chini - kinyume cha juu
kufyatuka - kuanza kusema kwa ghafula
ukali - hali ya kuwa kali
kuambia - kusema jambo kwa mtu

utaona wanachopata[8] Mau Mau wengine."

Mumbi hakusema neno lolote. Alisimama tu kimya, huku akiuma kucha zake. Moyoni alijua hakuwa na lolote la kufanya, ila alijua kwamba hata kama akisema amekula au hajala kiapo, ilikuwa sawa tu. Alikumbuka rafiki yake Nyaguthii. Yeye alikubali kwamba alikuwa amekula viapo viwili. Aliwataja wote waliomlisha na wale waliokula pamoja naye. Lakini hata hivyo, alihukumiwa na kutiwa korokoroni huko alipigwa na askari wa jela mpaka akafa, lakini watu wa jela wakasema alikufa baada kuugua.

Alikumbuka vile vile yaliyompata Maciira. Yeye alikuwa kijana aliyesoma mpaka darasa la kumi. Sura na tabia zake ziliwapendeza watu wote wa lokesheni yake. Lakini Chifu alimchukia sana. Alifikiri pengine angepewa kazi ya uchifu badala yake. Kwa sababu hii, aliwachukua Maciira na vijana wengine rafiki zake, na kuwapeleka mpaka karibu na msitu wa Kabaru. Walipofika mahali palipokuwa na miti mikubwa, aliwaambia, "Hii ndiyo nchi mnayoipigania. Tokeni mwende mkaishi huko."

Maciira na wenzake walikataa kutoka, na hapo Chifu akawaamrisha askari wake

kulisha - kufanya (mtu au mnyama) kula chakula
kuhukumu - korti kusema mtu amekosa au hakukosa
korokoroni - mahali pa kufunga watu waliokosa kuzifuata sheria
jela - sawa na korokoroni
kuugua - kuwa mgonjwa
sura - uso
tabia - namna mtu anavyofanya katika maisha yake
kupendeza – kufurahisha
lokesheni - mitaa ambayo watu weusi walipewa na serekali ya kikoloni
kuchukia - kinyume cha kupenda
uchifu - hali ya kuwa chifu
msitu/misitu - pori
kupigania - kupiga ili kupata
kuamrisha - kusema ni lazima kufanya kitu sasa

wawatoe kwa nguvu, kutoka juu ya motokaa. Waliposhuka chini, Chifu aliwapiga risasi[9] na kuwauwa[10] papo hapo. Huko kijijini, aliwaambia watu kwamba Maciira na wenzake walikuwa wakijaribu kutoroka kuelekea msituni kwa hivyo askari wakalazimika kuwapiga risasi na kuwauwa. Hakuna mtu aliyethubutu kutokubaliana[11] na habari hii, kwani angefanya hivyo, yeye vile vile angefanyiwa kama wao.

nguvu - uwezo
risasi - kwa Kiingereza, "bullet"
kuua - kufanya mtu au mnyama afe
kujaribu - kufanya kitu bila ya kujua kama utashinda
kutoroka - kuondoka kwa siri
kuelekea - kwenda upande fulani
kulazimika - kutokuwa na budi
kuthubutu - kujaribu
kukubaliana na - kupatana na

Mumbi alisimama kimya. Chifu naye akamtazama kila sehemu ya mwili wake. Aliona vile uso wake ulivyokuwa umenyooka.[e] Nywele zake ndefu zilikuwa zimesokotwa zikawa mfano wa nanasi. Miguu yake nayo ilikuwa mirefu na yenye kupendeza. Kusema kweli Mumbi alikuwa mzuri kweli kweli. Chifu hakuweza kujua kwa nini msichana mzuri kama vile amekula[12] kiapo cha Mau Mau.

kusokota - kusuka nywele au kamba
nanasi/mananasi - aina ya matunda

Moyoni alikata shauri[13] kwamba angefanya lolote mpaka kumfanya Mumbi ageuze nia zake, na ikiwezekana, awe mmoja wa wasichana wengi waliokaa hapo kambini wakiwapikia, na mara wakitembea[f] na Chifu na askari wake.

kukata shauri - kuchagua njia au wazo fulani
kugeuza - kubadilisha
kambi - mahali pa kukaa kwa muda mfupi tu

Mumbi naye alikuwa akifikiri jambo jingine. Moyoni

alikuwa amekata shauri kwamba hata ikitokea nini[14] hatasema amekula kiapo. Alijua akikubali kwamba amekula kiapo, ni lazima atasema ni nani aliyemlisha, na ni watu gani wengine waliokula kiapo pamoja naye. Alikumbuka usiku wa manane, na wenye giza, usiku ambao yeye, mama yake, na wasichana wengine walipokula kiapo. Alimkumbuka vile vile mpenzi wake Maciira, ambaye ni nyumbani mwao walimolia hicho kiapo. Alijua akikubali kuwa amekula kiapo, ni lazima angewatia taabuni wote waliokula kiapo siku hiyo. Alipofikiri hali ya mama yake vile alivyokuwa mnyonge kwa kuugua mifupa, alikata shauri kuwa kufa au kupona, hangekubali[15] kuwa amekula kiapo.

Baada ya kuhojiwa hivi kwa muda bila yeye kusema kama kwamba amekula kiapo, Chifu aliwaamrisha askari wake wamshike Mumbi na kumpeleka mpaka kambi ya Githunguri. Mumbi aliposikia hivyo machozi yalianza kumtoka bila yeye kupenda. Kambi ya Githunguri ilijulikana sana katika nchi nzima. Kati ya watu watatu waliopelekwa hapo, ni mmoja tu aliyerudi hai, na yeye vile ilikuwa ni lazima awe amevunjwa mguu, mkono au afanywe kutokuwa

usiku wa manane kati ya saa 6-8 usiku; katikati ya usiku

mnyonge/wanyonge - mtu dhaifu; bila nguvu

kuugua mifupa - kuumwa mifupa

kufa au kupona - afe au asife

chozi/machozi - maji yanayotoka machoni

kujulikana - kutoka "kujua"

kuvunja - kufanya kuvunjika

mwanamume tena.

Kambi ya Githunguri ndipo alipoishi Waiwai,[g] kijana wa kizungu ambaye alikuwa mnyama kuliko vile alivyokuwa mwanaadamu. Wote waliopelekwa kwake, wakishitakiwa kula kiapo, aliwapiga risasi papo hapo. Waliokuwa na bahati, aliwapiga kwa kiboko mpaka wasijijue wenyewe.

Mumbi aliposikia kwamba atapelekwa Githunguri, alikufa moyo[16] kwa hofu. Mwili wake ulianza kutetemeka, na machozi yakazidi kumtoka. Ingawaje, alizidi kukazana kwamba hatakubali kuwa amekula kiapo. Hata kama akiuawa, hatasema kamwe kwamba amekula. Kwa moyo mshupavu aliwafuata Mwangi na askari wengine wawili na wote wakaelekea upande wa Githunguri.

Kila askari alivaa fulana nyekundu yenye mikono mirefu na hali shingoni imefungwa kamba iliyofungiwa filimbi. Kiunoni walijifunga mshipi wenye upana wa inchi mbili hivi, wenye rangi nyeusi. Wote walivaa suruali fupi za kaki zilizofuliwa na kunyooshwa sawa sawa. Miguuni walivaa viatu vya

kufa moyo - kushindwa kuendelea kufanya kitu
hofu - woga
kutetemeka - mwili kucheza-cheza kwa woga au baridi
kuzidi - kuwa zaidi
ingawaje - ijapokuwa
kukazana – kujitia nguvu moyoni
kamwe - hata kidogo
-shupavu - -enye nguvu
kuvaa - kuweka nguo mwilini
fulana - aina ya shati
shingo - sehemu ya mwili chini tu ya kichwa
filimbi - chombo kidogo cha muziki kinachowekwa mdomoni na kutiwa hewa ili sauti itoke; hutumiwa na polisi au katika kucheza mpira
kiuno/viuno - sehemu inayozunguka mwili chini ya tumbo
mshipi/mishipi - kitu kinachovaliwa kiunoni kwa kufunga suruali
upana - hali ya kuwa pana
kaki - yaani "khaki"
kufua - kusafisha nguo kwa maji
kunyoosha - kutumia chombo cha moto ili kufanya nguo inyooke

buti vyenye rangi nyeusi na juu yake wakafunga patisi. Kichwani walivaa kofia ndogo nyeusi ambazo hapo upande wa mbele palitiwa nishani iliyoandikwa "On Her Majesty's Service," yaani "Katika Utumishi wa Malkia."

Askari wote walijiona wamevalia vizuri sana. Hii ilikuwa ni kweli kwa sababu watu wengine wote walikuwa wachafu na wamerarukiwa na nguo zao sana. Watu wote, waume, wake na watoto, walikuwa ni lazima kukaa vijijini mwao bila kutoka nje. Wakati huu walikuwa wameishakaa pale kwa karibu mwezi mzima. Wote walikuwa wameishakula chakula chote, na kutumia pesa zote walizokuwa nazo hapo mwanzo. Hata senti za kununua sabuni hawakuwa nazo. Maji yenyewe walikubaliwa kuteka mara moja tu kwa juma nzima, huku wakilindwa na askari. Haya ndiyo yaliyokuwa chakula chao.

Askari tu ndio waliopata chakula, maji na pesa za kununua sabuni. Hata na nguo walizipata bure kutoka serikalini. Wao tu ndio waliopata nafasi za kuoga, kula na kulala vizuri. Hali hii iliwavutia wasichana wengine, na ikawa kwamba kila askari aliweza kujipatia wake wachanga zaidi ya mmoja. Huko vijijini wake

buti/mabuti - kiatu kirefu kizito
patisi - namna ya kitambaa kizito kinachofungwa kuzunguka miguu
kofia - vazi la kufunika kichwa
nishani - kitu kinachovaliwa kuonyesha sifa fulani
kuraruka - kitu kuwa kimekatwa katika vipande vipande
senti - pesa
sabuni - kitu kinachotumiwa pamoja na maji kusafisha vitu
kuteka - kuchukua maji kutoka mahali fulani.
kuvutia - kufanya watu kutaka kufuata
mchanga/wachanga - asiye mtu mzima

hawa walipewa jina la "Wake wa Hali ya Hatari."[h] Wengine ambao hawakuolewa, walipewa jina la "Rarua" kwa vile walizoea kurarua chapati nyumbani mwa askari.

hatari - hali ya kukosa usalama
kuzoea - kuwa na hali au tabia ya kufanya jambo moja mara kwa mara
kurarua - kukata kitu katika vipande vipande

Ingawaje, kulikuwako na wasichana wengine kama Mumbi, ambao walichukia sana hali hiyo ya kutangatanga katika kambi za askari. Ingawa walijua kwamba vijana waume walikuwa wengine wameishaingia misituni, wengine wamehamishwa, na wengine wameuawa, wao waliona ni lazima kungoja mpaka Hali ya Hatari iishe. Walitumaini vijana marafiki zao watarudi, na hata wasiporudi, pengine wangepata vjiana wengine wazuri na ambao wangependana. Kwa kutumaini hivi, walikaa tu nyumbani mwa mama zao, huku wakila taabu kama watu wengine. Hawakupenda kamwe kupoteza sifa zao.

kutangatanga – kutembea-tembea bila ya kuwa na kitu cha maana kufanya
kuhamishwa - kufanya kuondoka mahali fulani
kutumaini - kuwa na hamu ya kwamba jambo fulani litatokea

Wasichana kama hawa walichukiwa sana na askari, na ye yote kati yao aliyeshitakiwa kwamba amekula kiapo, aliteswa sana.

kuchukia - kinyume cha kupenda; kuwa na chuki juu ya mtu/kitu
kuteswa - kufanyiwa ukatili

Maina na wenzake[17] walichukua kila mmoja bunduki ya .303, ambayo ni bunduki kubwa na iwezayo kutupa risasi mbali. Mau Mau walipenda sana bunduki hii,

wenzake - rafiki zake
bunduki - chombo kinachotumia risasi; yaani "gun"
kutupa - kupiga kwa nguvu

na kila walipopata nafasi, waliwashambulia hawa askari na kuwanyang'anya hizo bunduki. Kijana Mzungu aliyeongoza kikundi cha Askari Walinda Nyumba[i] aliwaonya sana wazichunge bunduki zao. Lakini askari wengi waliposhambuliwa na Mau Mau waliona ni heri kutupa bunduki wakijua kwamba Mau Mau wakishapata bunduki hawatawafuata tena.

kushambulia - kupiga ghafla kwa nguvu
kunyang'anya - kuchukua kwa nguvu
kuonya - kumpa mtu mawazo ya kuangalia usalama wake
kuchunga - kuangalia na kutopoteza

NOTES

Grammatical

1. kuota jua - (trans. "to soak up"/"bask in the sun"). Kuota has several meanings and also occurs in a number of idioms. See Hollingsworth, pp. 16, 22, 29, and Farsi, pp. 31-32.
2. Hakuwa akifikiri - (trans. "she was not thinking"). This is an example of a complex verb form that consists of kuwa and another verb used together. In such constructions kuwa indicates the tense, and the second verb indicates the aspect. In this case hakuwa is past negative and akifikiri is continuous hence the overall meaning. For an affirmative relative form see fn. 4. Here are some additional examples of affirmative and negative forms:
   sikuwa nikisoma - I was not studying
   tulikuwa tukiimba - we were singing
   hawakuwa wakila - they were not eating
   mlikuwa mkiandika - you (pl.) were writing
   For additional examples see Bennett, pp. 297-301, and Wilson, p. 373.
3. kusikia njaa - (trans. "to feel hunger"). It is important to remember that kusikia (and kuona as well) may refer to other perceptual acts in addition to hearing (or seeing).
4. Alipokuwa akiota jua - (trans. "while she was soaking up the sun"). An affirmative complex verb, here used in a temporal relative clause. For explanation see fn. 2 above.
5. kula kiapo - (trans. "to take an oath"). There are a number of idioms in which kula and a following noun are given such a figurative interpretation. Kula taabu (trans. "to suffer") is used later in this text (3rd paragraph from end). For additional examples see: Farsi, pp. 24-25, Hollingsworth, p. 3, and Mohamed, pp. 15-17.
6. kumchapa kiboko - (trans. "to hit her with the whip"). This is an example of a phrasal verb in which the object prefix refers to the recipient, and the noun after the verb refers to the instrument. See also "Tembelea Ngome Yesu" (Somo la Kumi na Moja), fn. 9.
7. waliokuwa wamepigwa - (trans. "who had been beaten"). Here a construction like those discussed in fnn. 2 and 4 occurs with the Class 2 relative marker affixed to kuwa. As before, the tense is also shown by kuwa, while the -me- as-

pect marker of the second verb indicates that the action was completed. Relativization of these forms is straight-forward. Here are some additional examples of both affirmative and negative forms:

nilikuwa nimekula - I had eaten
hukuwa umechora - you had not drawn
tulikuwa tumefanya kazi - we had worked
hakuwa amecheza - s/he had not played

Additional examples are provided by Bennett, p. 300.

8. wanachopata - the -cho- here refers to an understood kitu.
9. kuwapiga risasi - (trans. "to fire bullets at them"). Kupiga occurs frequently in idiomatic expressions. You probably already know:

   kupiga simu - to telephone
   kupiga sindano - to administer an injection
   kupiga teke - to kick

   Other useful phrases are:

   kupiga kura - to vote
   kupiga magoti - to kneel
   kupiga picha - to take a picture

   Further examples are found in Farsi, pp. 33-39, Hollingsworth, p. 3, and Mohamed, p. 29. In this book, see also the following chapters:

   8. "Siku ya Kupiga Kura," fn. 1
   10. "Ngoma za Waswahili," fnn. 5,8
   13. "Kwa Nini Nife?" fn. 7
   14. "Mtihani wa Kiswahili," fn. 3

10. kuwauwa - an alternative spelling of kuwaua. This and similar spellings are found in "Tembelea Ngome Yesu" (Somo la Kumi na Moja), fn. 7. Note also that kuwauwa here is used as a sequential.
11. Kutokubaliana - (trans. "to disagree"). Note the negative infinitive affix -to-. Another form of this type occurs on the next page: kutokuwa.
12. Note that the present tense is normally used in Swahili to indicate indirect quotations and thoughts. A number of other examples occur in this book. See also fn. 5 of "Tembelea Ngome Yesu" (Somo la Kumi na Moja).
13. kukata shauri - like kupiga, kukata has numerous idiomatic usages. One other very useful one is:

   kukata tamaa - to give up hope

Others are found in Farsi, pp. 25-27, and Hollingsworth, pp. 8,18.

14. ikitokea nini - (trans. "whatever happened"). This is an example of the non-interrogative use of nini. Somewhat more complex examples in subsequent readings will also be noted.
15. hangekubali - (trans. "she would not agree"). This is a form of the hypothetical discussed in fn. 2 of "Kujipatia Mchumba" (Somo la Nne). The negative hypothetical may also occur with the prefixes used with the subjunctive, that is, as asingekubali. See Bennett, pp. 330-333, and Wilson, p. 350.
16. kufa moyo - (trans. literal "to have one's heart stop"; idiomatic "to lose hope"). When kufa is followed by a noun, the noun indicates the cause of death. For example:

    kufa maji - to drown
    kufa baridi - to die of cold
    kufa njaa - to die of hunger

    These are used both figuratively, i.e., here (kufa moyo kwa hofu "to be terrified"/"to be scared to death") and literally.
17. mwenzake/wenzake - (trans. "his companions"). Mwenzi and wenzi are most often used with possessive endings, i.e.:

mwenzangu	wenzangu
mwenzio	wenzio
mwenziwe	wenziwe
mwenzetu	wenzetu
mwenzenu	wenzenu
mwenzao	wenzao

Cultural

a. Although "Mumbi" is a common Gikuyu woman's name, the name here is probably symbolic in that according to Gikuyu legend "Mumbi" was the first woman and she is regarded as the mother of the Gikuyu people. See Jomo Kenyatta, *Facing Mt. Kenya* (New York: Random House, 1965), pp. 5-6.
b. Among the Gikuyu, judicial and administrative decision-making was in the past a function of councils of elders. The colonial government introduced the institution of chiefs. See Jomo Kenyatta, *Facing Mt. Kenya*, pp. 179-222, and

Godfrey Muriuki, *A History of the Kikuyu, 1500-1900* (Nairobi: Oxford University Press, 1974).

c. During the struggle against colonial rule the freedom fighters used oaths of truth and allegiance as a means to solidify resistance to government policies. These oaths were of various levels depending upon the extent of a person's involvement and commitment to the struggle. See Carl R. Rosberg, Jr., and John Nottingham, *The Myth of "Mau Mau": Nationalism in Kenya* (Cleveland: World Publishing, 1970), pp. 243-248, 255-262, 331-334, 353-354; and Donald R. Barnett and Karari Njama, *Mau Mau from Within: Autobiography and Analysis of Kenya's Peasant Revolt* (New York: Monthly Review Press, 1966), pp. 55-61, 117-121.

d. "Mau Mau" - this was the term used by the British colonial officials to describe the resistance movement. The origin of the term is unknown. It is not a Gikuyu term and was not used in the resistance movement. See Rosberg and Nottingham, pp. 331-332, and Barnett and Njama, pp. 53-55.

e. kunyooka - is used here to indicate that Mumbi had an unlined, smooth, attractive face.

f. kutembea - is used here euphemistically to imply that these women had sexual relations with the Chifu and his askari.

g. Waiwai - presumably this name comes from the Kikuyu interjection, wũi-wũi, which is used to express dismay. Source: T. G. Benson, Kikuyu-English Dictionary (Oxford: Oxford University Press, 1964), p. 550.

h. Hali ya Hatari - (trans. "State of Emergency") On October 20, 1952, Sir Evelyn Baring, then governor, signed the proclamation declaring a State of Emergency in Kenya Colony. This proclamation was followed by mass arrests, removal of peoples from Nairobi and the Rift Valley to "reserves," and the trial of Jomo Kenyatta and other leaders of KAU (Kenya African Union) for being leaders of "Mau Mau." See Rosberg and Nottingham, pp. 277-296.

i. Askari Walinda Nyumba - (trans. "Home Guards") - local security forces loyal to the colonial government.

MASWALI

1. Mwandishi anataka tufikiri kwamba Mumbi au chifu ni mtu mzuri?

2. Chifu ni rafiki au adui wa Mumbi?

3. Mumbi ni maskini au tajiri?

4. Mumbi ahojiwa na nani?

5. Mumbi ahojiwa kuhusu mambo gani?

6. Ni yeye peke yake ambaye amehojiwa kuhusu mambo hayo?

7. Mambo ambayo Mumbi anayakumbuka yanamsaidia kufanya nini?

8. Kwa nini Mumbi hataki kufanya anavyotaka chifu?

9. Andika sentensi 3-4 juu ya waliopigana - walikuwa nani?, walitoka wapi?, walikuwa na maisha ya aina gani? n.k.

ACTIVITIES

1. **Objective - Description of Event in Terms of Perceptions**
   Describe a frightening or unpleasant experience in your life (or in the life of some imagined figure). In this description emphasize what was felt, seen, heard and include description of nervous gestures, posture, etc. Present this description in class and compare the perceptions you have described with those described by your classmates in their presentations.
2. **Objective - Answering and Asking Difficult Questions**
   While we hope you will not be questioned by the police in East Africa regarding a serious offense, you may be stopped at a roadblock or for a vehicle inspection or for a minor traffic violation. In class take turns role playing in the following situations:
   a) Your vehicle has been impounded because the previous owner (a friend of yours) accumulated 3000/Ksh. in unpaid parking fines. The questioning officer will release your car if you tell him your friend's name and address.
   b) You are stopped for a vehicle inspection while driving a friend's car on a dry, clear day, and it is discovered that one windshield wiper does not work.
   c) The police stop you on the street because you resemble a tourist who left a nearby hotel without settling her/his bill.
3. **Objective - Positive and Negative Descriptions of People**
   In this passage certain characters are described positively and others negatively. Re-read the passage carefully considering how these descriptions are developed. Then prepare two descriptions - one of someone you admire and respect who was unjustly victimized, and another of someone you detest because of the unjust use of their authority. Present these descriptions in class and compare how you and your classmates developed them.
4. **Objective - Discussion of Perceptions of Truth and Fiction**
   In a historical novel fictional elements and factual elements are melded such that ideally one gets a clearer sense of what it felt like to experience events during a particular period in the past. The period described in this novel remains a source of controversy among Africanist historians; perceptions of what actually occurred and what these events meant vary

enormously. Prepare a description of what you found in this passage that is in accordance with your knowledge about this period in Kenyan history. Present your description in class and discuss differences between your description and those of your classmates.

5. **Objective - Interview**
   Interview five or more Africanists and/or non-Africanists concerning what they know about "Mau Mau." Prepare a presentation discussing what you learned through these interviews. After the class presentations compare your report to those of your classmates and discuss attitudes and beliefs about this period in Kenya's history.
6. **Objective - Grammatical Practice: Complex Verbs**
   Change the examples in fn. 2 to past completives and in fn. 7 use past continuous forms. Then make all affirmatives negative and all negatives affirmative.
7. **Objective - Grammatical Practice: Complex Verbs in Relative Clauses**
   Write ten sentences in which you use relative clauses that contain complex verb forms.
8. **Objective - Grammatical Practice: Idiomatic Expressions**
   Use each of the following in a sentence:

kuota jua	kusikia njaa
kula kiapo	kupiga kura
kupiga magoti	kupiga picha
kukata shauri	kukata tamaa
kufa moyo	kupiga simu

6. Uandishi wa Barua

"Tunatumia barua kupashana habari"

Somo la sita: Misingi ya Uandishi wa Barua Zetu

Source: Tuntufye, N. D. "Misingi ya Uandishi wa Barua Zetu," in Jinsi ya Kufundisha Kiswahili. Dar es Salaam: Tanzania Publishing House, 1972, pp. 67-70.

Barua ni jambo mojawapo ambalo ni la muhimu sana katika maisha yetu ya kila siku. Tunatumia barua kupashana habari. Hii ni njia rahisi sana ya kuweza kuelezana habari kati yetu wenyewe. Kila[1] tunapotaka kuandika barua, tunakuwa na[2] shabaha maalum. Kwa kawaida tunataka yule tunayemwandikia apate barua ile, aisome na aelewe mambo tunayomtaka ayajue. Kila mara huwa tunafurahi sana tunaposikia kuwa ndugu au mwandikiwa amepata barua na kuwa ameelewa vema mambo yote tuliyokusudia.

Kwa hiyo tunapoandika barua huwa tunakusudia:

i) kutoa maombi[3]
ii) kutoa taarifa,
iii) kutoa hoja kwa mfano katika magazeti,
iv) kumwalika ndugu au rafiki.

Haya ni mambo ambayo ni baadhi tu ya yale yaliyo muhimu sana. Ndiyo yanayotufanya tuwe na shauku kubwa kuwapatia wenzetu wakati tunapokaa chini na kuanza kuyaandika.

Kwa kuwa kila mmoja wetu anajua umuhimu huu

uandishi - kazi ya kuandika
mojawapo - kitu kimoja kati ya vingi
kupashana - kupelekeana, kupeana
shabaha - nia
mwandikiwa/waandikiwa - mtu anayeandikiwa barua
kukusudia - kuwa na nia kufanya kitu fulani
maombi - mambo tunayoyataka
taarifa - habari kuhusu jambo fulani
kutoa hoja - kueleza mawazo yako kuhusu jambo fulani
shauku - hamu
kwa kuwa - kwa sababu

kazi yetu kubwa kama walimu wa shule za msingi, ni kuweka msingi bora wa ustadi huu muhimu kwa wanafunzi wetu. Ajabu moja ni kuwa wanafunzi wetu watokapo shule,[4] huwa wengi wao hawajui kabisa kuandika barua. Litakuwa jambo zuri kama tutakaa chini na kujiuliza, je, inakuwaje?[5] Kasoro hiyo hutoka kwa nani? Kwetu sisi walimu? Haya ni maswali ambayo majibu yake yote yanatuhusu sana. Tunaelewa wazi kuwa sehemu kubwa ya wanafunzi wetu hurudi vijijini kuishi baada ya darasa la saba.[a] Kwa hiyo, hawana budi[6] kujua vema somo hili ili wakaweze[7] kuendesha shughuli zao bila wasi wasi. Bila ujuzi huu, maisha yao yatakuwa si[8] kamili kabisa.

Katika sura zilizotangulia nimejaribu kukumbusha jambo hili. Kwa kuwa nalo ni somo la maana kama masomo mengine tunaweza kulifundisha tukikumbuka kuwa yafuatayo ni muhimu:

a) shabaha yetu tuandikapo barua huwa nini?
b) mpango wa mawazo uwe safi kama vile katika insha nyingine yo yote ile.
c) lugha tunayotumia katika barua iwe nzuri na inayohusu shabaha ya

shule ya msingi - shule ya mwanzo; darasa la 1-7 (kule Tanzania)
ustadi - ufundi, uwezo
ajabu/maajabu - jambo ambalo si la kawaida

kasoro - kosa

tunaelewa wazi - tunaelewa bila shaka

kuendesha shughuli - kuendelea kufanya kazi, biashara n.k.
bila wasi wasi - bila taabu
kamili - sawa
sura - sehemu ya kitabu
kutangulia - kwenda mbele; kuwa -a kwanza, kufanya jambo kabla halijafanywa na mwingine n.k.
kukumbusha - kufanya mtu asisahau

barua ile.

d) vituo ni lazima vitumiwe vizuri.

e) barua iwe safi na iliyopangwa kwa kadiri yake.

Tukiweza kuyafanya hayo vema, bila shaka tutaweza kuyaeleza kama tunavyokusudia. Kwa hiyo, ujenzi wa barua zetu uwe na haya:

1) Anwani na tarehe ya mwandikaji.
2) Anwani ya mwandikiwa (hii huandikwa juu ya bahasha tu kama barua hiyo ni ya kirafiki[9] au juu ya bahasha na ndani ya barua yenyewe kama barua hiyo ni ya kikazi au shughuli).
3) Salaam au heshima. Kwa mfano: Mpenzi Mama. Bwana Mpendwa. Mheshimiwa.[b]
4) Kiini na madhumuni ya barua.
5) Mwisho wa barua -- Wasalaam, Wako Mtiifu, n.k.

Aina za barua

Kuna aina kuu tano za barua.

i) Barua za Udugu na Urafiki.
ii) Barua za Shughuli (Biashara).
iii) Barua za Kikazi.
iv) Barua kwa Watawala, Wakuu wa Dini, na

kituo/vituo – yaani ", . ; :"

kupangwa - kuwekwa kwa taratibu

kwa kadiri yake - kama inavyotakiwa

ujenzi - kazi ya kujenga

anwani - maelezo ya mahali mtu aishapo au mahali pa posta ambapo huenda kupata barua zake

mwandikaji/waandikaji - mtu ye yote akiandika kitu ni mwandikaji wa kitu hicho; ingawa mtu ambaye kazi yake ni kuandika huitwa mwandishi

bahasha - kitu ambacho barua huwekwa ndani yake; anwani huandikwa juu yake, kabla ya barua kupelekwa posta

salaam au heshima - maamkio katika barua

madhumuni - sababu, nia

wasalaam - neno linalotumiwa kumaliza barua; maana yake ni kumtumia mwanikiwa salaam kwa watu wengine

mtiifu/watiifu - mtu anayefanya unavyotaka

mtawala/watawala - mtu anayetawala

kadhalika.

v) Barua za Hoja kwa mfano zile ziendazo kwenye magazeti.

Unaweza kuzigawa sehemu hizi kuu na ukapata[10] visehemu[11] vingi vidogo vidogo, kwa mfano:

a) Barua za Udugu na Urafiki:
--barua kwa wazazi,
--barua kwa rafiki, mjomba,[c] mpwa, shangazi,
--barua za kumwalika rafiki au mjomba au mpwa,

b) Barua za Shughuli:
--barua za kuagizia vitu au kupeleka fedha kwa ajili ya kulipia vitu

c) Barua za Kikazi:
--kuomba kazi,[12] kudai haki yako, kutoa taarifa ya kutofika kwako kazini,

d) Barua kwa Watawala:
--kuomba msaada,[13]
--kupeleka risala,

e) Barua za magazetini:
--kutoa hoja zako,
--kuomba msaada kwa ajili ya wenye shida.

Nisingependa[14] kuendelea kutaja kila kipengele kinachopaswa[15] kuangaliwa katika uandishi wa barua. Badala yake nitamshauri kila mwalimu kuangalia mifano ya barua mbalimbali kama ilivyoeleza katika kitabu cha

kugawa - kugawanya

mjomba/wajomba - ndugu wa kiume wa mama wa mtu

mpwa/wapwa - mjomba huita mtoto wa ndugu yake wa kike mpwa

shangazi - ndugu wa kike wa baba

kuagiza - kumwambia mtu afanye jambo fulani, au kusema kwamba unataka uletewe kitu

kudai haki - kusema unataka vitu vilivyo vyako, au upewe haki yako

kuomba msaada - kumwambia mtu kwamba unataka akusaidie

risala - barua inayoeleza mahitaji

shida - taabu

kipengele/vipengele - jambo dogo

kupasa - kuwa lazima

Maandishi ya Barua Zetu kilichoandikwa na Robert R. K. Mzirai na kutolewa na East African Literature Bureau.

Anza kufundisha somo hili tangu darasa la nne. Watoto wafanye mazoezi mengi ya kuandika barua za kirafiki zinazohusu mazingira yao. Pili wafundishe wanafunzi wako kanuni za kuandika barua, kupiga simu, namna ya kutuma fedha kwa posta kwa njia mbalimbali, namna ya kadi za posta na mifano mingine yote inayohusu shughuli nyingi za maisha yetu ya kila siku.

Kwa kuwa kila kitu kinasisitizwa kuandikwa kwa Kiswahili, juu ya bahasha, tumia maneno ya Kiswahili tu. Tumia: Bwana, Bibi, Bi.[d] Sanduku la Posta (S.L.P.), Mfuko wa Posta. Sisitiza matumizi bora ya vituo.

kutolewa – kutengenezwa

mazingira - mahali anapoishi mnyama au mtu

kutuma – kupeleka

kusisitiza - kutaka sana

Sanduku la Posta - P.O. Box

matumizi- njia za kutumia

NOTES

Grammatical

1. kila - when used in conjunction with the -po- temporal or locative marker means "whenever" or "wherever."
2. tunakuwa na - this use of the full form of kuwa in the present tense indicates habituality.
3. kutoa maombi - kutoa occurs in many common expressions. You probably know the following:

   kutoa hadithi — to tell a story
   kutoa hotuba — to give a speech

   Others that occur in this text are:

   kutoa maombi — to petition, or make a request
   kutoa taarifa — to make a report
   kutoa haja — to give an argument for something

   All of these refer to some form of verbal output, as do many kutoa expressions. Idiomatic phrases involving kutoa will be noted in subsequent readings as they appear.
4. watokapo shule - here kutoka shule means "leaving school" in the sense of withdrawing from or completing it as opposed to kutoka shuleni, which would refer to departing physically from school as a location.
5. inakuwaje - (trans. "How/Why does it happen?"). Note that kuwa used in the present tense generally has the sense of "to come about," and that the Class 9 prefix -i- corresponds to English impersonal "it."
6. hawana budi kujua.- (trans. "they must know"). For discussion of this construction see "Kujipatia Mchumba" (Somo la Tano), fn. 2.
7. wakaweze - this verb form is both sequential and subjunctive; subjunctive because it follows ili and sequential to communicate the sense that this will happen at a later time after the completion of school. For more information and additional examples see Ashton, p. 134; Bennett, pp. 304-306; and Wilson, pp. 342-344.
8. yatakuwa si (trans. "this will not be"). In this complex form the first verb provides the temporal reference, while inclusion of the copula (si) provides the sense that an enduring state will exist. See also fnn. 2 and 5 above.
9. kirafiki - Here the Class 7 prefix has a derivational function, creating from the noun rafiki a form that, together with -a,

can be used adjectivally to modify another noun. Some common forms of this type are:

-a kikazi - employment-related
-a kidini - religious
-a kiasili - original
-a kizungu - European

10. ukapata - Although the occurrence of a -ka- form after a present tense verb is somewhat uncommon, the sense conveyed here is of sequentiality, as we would expect. See also "Siku ya Kupiga Kura" (Somo la Nane), fn. 10.
11. kisehemu/visehemu - (trans. "smaller parts"). The Class 7 and 8 prefixes are used here as diminutive prefixes.
12., 13. kuomba kazi, kuomba msaada - Note that kuuliza can mean only "to ask a question." Kuomba is generally what corresponds to the English "to ask for" or "to request."
14. Nisingependa (trans. "I would not like"). This is the more usual form of the negative hypothetical. See fn. 15 of "Mumbi Ahojiwa" (Somo la Tano). Other examples are:

nisingependa	tusingependa
usingependa	msingependa
asingpenda	wasingependa

15. kupasa, kupaswa - these verbs are most often used with the impersonal subject prefix; that is, as imepasa and yapasa: "kila kipengele kinachopaswa kuangaliwa" is perhaps best translated "every way in which it is necessary/wise to be observant."

Cultural

a. East African students normally take examinations for admission to secondary school after standard 7 or 8 (seventh or eighth grade). The majority of students do not continue their education beyond this level.
b. While there is some variation in the use of salutations, Mpenzi is best restricted to very informal and endearing letters and Mheshimiwa to those directed to someone vastly superior to you in status. Use of Bwana Mpendwa would imply that you consider the person addressed someone who is admired within the community. Mpendwa Bwana (from English, "Dear Sir") is more neutral. Bibi or Bwana (as appropriate) would also be a suitable salutation in a business or formal letter.
c. mjomba ni ndugu wa kiume wa mama wa mtu

<u>baba mkubwa au baba mdogo ni ndugu wa kiume wa baba wa mtu</u>

<u>shangazi ni ndugu wa kike wa baba wa mtu</u>

<u>mama mdogo au mama mkubwa ni ndugu wa kike wa mama wa mtu</u>

It is important to remember that kinship terms can be used literally, in a classificatory sense, and also have extended meanings. <u>Mama</u>, for example, is used in a literal sense to refer to one's mother. It is also used in a classificatory sense to refer to one's mother's sisters, and in an extended sense as a polite way to address or refer to a woman who is older than you are.

For more information on kinship terms and their usage see:

Lienhardt,Peter. "Introduction" to Hasan bin Ismail's *The Medicine Man: Swifa ya Nguvumali* (Oxford: Oxford University Press, 1968), pp. 28-37.

Zawawi, Sharifa. *Kiswahili kwa Kitendo* (New York: Harper and Row, 1971).

d. <u>Bi</u>. is used here as an abbreviation for <u>binti</u>.

MASWALI

1. Hili ni somo kwa watu wanaofanya kazi gani?

2. Ukielewa somo hili utaweza kufanya nini? (Toa majibu mawili au matatu.)

3. Watu wanaandika barua ili kufanya nini?

4. Ili kueleza mambo tunayoyakusudia katika barua, tufanye nini?

5. Wanafunzi waanze kuandika barua kwa kuandika barua za aina gani?

6. Unapoandika barua utaandika, "S.L.P." wapi?

7. Mwandishi anafikiri watoto wasome uandishi wa barua lini? Kwa nini?

8. Eleza kwa kifupi tofauti baina ya barua za shughuli na barua za kikazi.

9. Mwandishi anasema kwamba bila ujuzi wa uandishi wa barua maisha ya wanafunzi "yatakuwa si kamili kabisa," eleza kwa ufupi sababu zake za kusema hivi.

ACTIVITIES

1. **Objective - Presenting a Report Based on Reading and Analysis**
   Read the letters in an edition of a Swahili newspaper and classify them according to those which are barua za kutoa hoja and those which are barua za kuomba msaada kwa ajili ya wenye shida. Then prepare a report for class presentation in which you give your observations. Be sure to discuss any letters that do not fit into either category and those which fit into both.
2. **Objective - Stating Needs and Objectives**
   Prepare a presentation in which you discuss the types of letters you feel you will need to write in Swahili in East Africa, or before or after going to East Africa. After delivering your presentation in class, discuss with your classmates the types of letters your group as a whole will need to write.
3. **Objective - Letter-Writing**
   Revise your presentation in light of the discussion resulting from Exercise 2 above. Then write one letter of each type to an imagined addressee.
4. **Objective - Letter-Writing, Response**
   Exchange the letters resulting from Exercise 3 above and write responses.
5. **Objective - Interviewing and Use of Kinship Terms**
   Using the kinship terms discussed in the text and note c, interview a classmate about her/his family. Find out where family members live and their occupations. Afterward draw a family tree and prepare a report on your classmate's family.
6. **Objective - Cultural Comparison**
   At what level(s) of your education were you taught letter writing? What types of letters were you taught to write? How would you compare your educational experience in this area to that advocated by the author for East African students? Prepare a presentation based on your answers to these questions, and discuss these presentations in class.

7. **Objective - Grammatical Practice: Impersonal Statements**
   Identify ten instances in this and in previous readings where the Class 9 subject prefix is used impersonally. Then use each of these verb forms in a new sentence.
8. **Objective - Grammatical Practice: Negative Hypotheticals**
   Write ten sentences using negative hypotheticals.
9. **Objective - Vocabulary Development**
   Use each of the following in a complete sentence:
   - <u>kutoa shukrani</u>
   - <u>kutoa maombi</u>
   - <u>kutoa taarifa</u>
   - <u>kuomba kazi</u>
   - <u>kuomba msaada</u>
   - <u>-a Kiafrika</u>
   - <u>-a kirafiki</u>
   - <u>-a kidini</u>
10. **Objective - Stating Objectives**
    Write a plan to teach students how to use e-mail and the Internet.

Barabara, Mombasa

7. Komenjue

Mbuyu

Somo la saba: *Komenjue*

Source: "Komenjue: Shujaa Aliyewaongoza Wameru Kuvuka Bahari," *Sauti ya Meru,* 30 June 1981, p. 11.

Kati ya Wameru kuna hadithi nyingi zenye mambo ya ajabu yanayoeleza jinsi jamii ya kabila hili walitembea na kuzunguka zunguka sehemu mbali mbali za nchi hii kabla ya kufika hapa wilayani.

Hadithi hizo zinawataja mashujaa wale waliokuwa wakiongoza watu nyakati hizo za misafara pamoja na namna wakuu hao jasiri walivyoweza kuwaokoa watu wao kutokana na majaribio na taabu kubwa zilizowakabili miaka hiyo ya kutafuta makao yafaayo kuishi.

Kati ya hadithi hizo za zamani kuna moja ambayo inajulikana sana na kufikiriwa kama kiini cha historia ya kabila la Wameru. Hadithi hiyo inamtaja kiongozi mmoja shujaa aliyekuwa akiitwa *Komenjue*.

KIONGOZI KAMA MUSA

Hekaya za shujaa Komenjue katika wilaya ya Meru ni hadithi za kusisimua sana. Kiongozi huyo anatajwa kama babu ya Wameru wote na mtu aliyekuwa na hekima na maisha ya kipekee yasiyo na kifani.

Katika Meru nzima[1] hadithi nyingi zinamtaja Komenjue kama kiongozi ambaye angeweza

shujaa/mashujaa - mtu asiye na woga
kuvuka - kutoka upande mmoja wa kitu, k.v. mto au barabara, na kwenda upande wa pili
ajabu - si jambo la kawaida
jinsi - namna
jamii - kundi la watu wengi pamoja
kuzunguka zunguka - kwenda hapa na pale, hapa na pale
kutaja - kutamka jina la kitu au mtu
mkuu/wakuu - mtu muhimu au mwenye uwezo (kutoka -kuu)
jasiri - mtu asiye na woga
kuokoa - kutoa katika hatari na kuweka katika hali ya salama
jaribio/majaribio - mambo magumu
kukabili - kuwa mbele ya
kiini/viini - sehemu muhimu iliyo ndani kabisa

Musa - yaani Moses
hekaya - hadithi, habari
-a kusisimua - -a kupendeza watu na kuwapa hamu ya kusikia

kifani/vifani - mfano

kufananishwa na Musa wa Biblia aliyewaongoza Waisraeli kutoka nchini Misri hadi Kaanan.

Misri - yaani Egypt

KUTOKA *MBWA*

Kulingana na hadithi hizo, Wameru miaka ya zamani za kale walitoka mahali palipojulikana kama *Mbwa*, (ama *Mbua*).[b] Mpaka leo haijaamuliwa kamili hii *Mbwa* ilikuwa katika sehemu gani huku Kenya.[c]

kulingana na hadithi hizo - katika hadithi hizo

haijaamuliwa kamili - hatujui bado

Lakini inaaminiwa kwamba *Mbwa* ya Wameru ilikuwa kule pwani upande wa Mombasa ama Malindi.[d] Basi katika misafara yao kutoka *Mbwa* Wameru walikuwa wakiongozwa na shujaa Komenjue kama kiongozi na mlinzi wa kabila hili.

mlinzi/walinzi - mtu mwenye kazi ya kuweka usalama

Shujaa Komenjue ambaye alijulikana kama mtu wa haki na kuwa mwenye hekima nyingi ndiye aliamua kuwahamisha Wameru kutoka *Mbwa* walipochoka na mateso na matendo ya kinyama waliokuwa wakifanyiwa na jirani fulani adui waliojulikana kama *Nguo-ntune* (nguo nyekundu).

kujulikana - watu wengi wanajua habari yake

teso/mateso - mambo ya ukatili

matendo ya kinyama - namna ya kufanya vitu kama wanyama

Komenjue aliwaongoza Wameru kupitia kwenye milima na mabonde, jangwa na misitu wakitafuta nchi ya kuwafaa na mifugo yao, kwani kabila hili tangu zamani ni la wafugaji hodari wa ng'ombe,

jangwa - mahali pasipo na maji. Kwa hiyo hakuna mimea, k.m. Jangwa la Sahara

mfugo/mifugo - mnyama ambaye ni mali ya mtu

mbuzi na kondoo.

Lakini kuondoka kwao hakukuwa shwari. Adui zao walipoona wamekwenda, walianza kumfuata Komenjue na watu wake ili wawakamate mateka na kuwarudisha kwa mateso tena. Kiongozi huyo shujaa naye aliendelea kuepaepa na Wameru ili watoroke adui.

Punde si punde[2] Wameru walifika kwenye ziwa (*Eria-Itune*)[f] ambako walipata pigo na tisho[3] kwa msafara wao, kwani adui wakatili walizidi[4] kuwafukuza vikali.

Hapo *Eria-Itune* ikawa ni lazima Komenjue apate njia ya kuwaokoa watu wake ama, sivyo waangamizwe na kushikwa na kupelekwa utumwani.

Kama kiongozi aliyekuwa akimcha Mungu na mtu wa hekima, Komenjue alifanya sadaka hapo ili aweze kupata jawabu kutoka kwa Mungu.[h] Baadaye akawaita watu wote waje kwake.

Akiwa mbele ya umati mkubwa wa watu wake, Komenjue alitwaa fimbo lake (*Muregi*)[i] na akapiga nalo maji ya ziwa. Papo hapo ziwa likagawanyika sehemu mbili na kuacha kati kati njia kavu ambayo Wameru alipitia wakitoroka na kuepukana na adui zao.

shwari - -enye salama

kukamata mateka - kuchukua (watu) walioshindwa katika vita

kuepa - kujiondoa

punde si punde - baada ya muda mfupi

tisho/matisho - jambo la kutia woga

mkatili/wakatili - mtu ambaye anawaumia wengine

kuangamiza - kuwaua watu wote

utumwa - hali ya kuwa mali ya mtu mwingine

kucha Mungu - kupenda na kuogopa Mungu

sadaka - zawadi kwa Munqu

jawabu/majawabu - jibu

umati - watu wengi sana

Kwa vile Wameru walikuwa wengi iliwachukua siku[5] nzima kuvuka ziwa ama bahari hiyo. Watu walipewa majina kulingana na wakati walipovuka.

Wale waliovuka usiku waliitwa *Njiru* nao wale waliopita asubuhi wakawa *Ntune*. Wenzao ambao walivuka mwisho wakati wa mchana walikuwa *Njeru*.

Komenjue na watu wake walipomaliza kuvuka, maji ya bahari yakafungana[6] na kufunika mahali pale ambao palikuwa pakavu. Wameru wakaendelea na msafara wao na adui zao hawakuweza kuwapata tena.

NOTES

Grammatical

1. nzima - the Class 9 adjective prefix agrees with Meru as a proper name.
2. punde si punde - a type of phrase in which the negative si before a second occurrence of a temporal noun indicates that the period of time was not even that long. Muda si muda is also used.
3. kupata pigo - (trans. "to encounter a hardship") and kupata tisho (trans. "to encounter a threat"). Like kupiga and kula, kupata is used in numerous expressions with a non-literal interpretation.
4. See fn. 5 of "Kujipatia Mchumba" (Somo la Nne) regarding the use of kuzidi as an auxiliary verb.
5. kuchukua siku nzima - Identical to the English expression "It took them a whole day." Kuchukua followed by a temporal noun indicates the length of time an action lasted.
6. maji ya bahari yakafungana - (trans. "the water of the ocean closed"). Here the -ana ending allows an intransitive use of the verb kufunga.

Cultural

a. Also *Koome Njue* and *Kaume Njue.* H. S. K. Mwaniki defines *Kaume* in Kichuka as "the great, wise, brave or famous," and *Njue* as "a place where circumcision is never performed" ("A Precolonial History of the Chuka of Mount Kenya, c. 1400-1908," Ph.D. thesis, Dalhousie, 1982, p. 55).

b. Andrew MtoMugambi in his "Kimeero-English Dictionary" (M.A. thesis, Syracuse University, 1970) gives *Mbua*, while B. Giorgis in his *A Tentative Kimeru Dictionary* (Meru: Meru Catholic Bookshop, 1964) gives *Mbwa.* For the neighboring Chuka, H. S. K. Mwaniki gives *mboa* ("A Precolonial History," p. 55); see also his fn. 8, p. 110, for additional spellings.

c. Mwaniki suggests that this place is not in Kenya ("A Precolonial History," pp. 56-58). See also Fadiman, "Early History of the Meru of Mt. Kenya," *Journal of African History*, 14, i (1973), pp. 9-27.

d. Reference is being made here to the "Shungwaya Hypothesis." For more information regarding this theory of the origin and migrations of the Meru and speakers of other Eastern Banu languages, see:

Thomas Hinnebusch, "The Shungwaya Hypothesis: A Linguistic Reappraisal," in J. T. Gallagher, *East African Cultural History* (Syracuse: Syracuse University Program in Foreign and Comparative Studies, 1976).

R. F. Morton, "New Evidence Regarding the Shungwaya Myth of Mijikenda Origins," *International Journal of African Studies,* 10 (1977), pp. 628-643.

Derek Nurse, "Bajun Historical Linguistics," *Kenya Past and Present,* 12 (1980), pp. 34-41.

Thomas Spear, *Traditions of Origin and Their Interpretation: The Mijikenda of Kenya.* Athens, Ohio: Ohio University Center for International Studies, 1981, no. 42, in their *Papers in International Studies, Africa* series.

e. Fadiman speculates concerning who the *Nguo-ntune* were and suggests they were Swahili speakers (p. 15).

f. In the orthography most often used to write Kimeru and related languages, *Ĩria-Ĩtune*; kwa Kiswahili, ziwa jekundu.

g. Other versions say they were escaping from slavery. See Mwaniki, 55.

h. Remember this is an account in a Christian publication; in other versions of this legend a "ritual consultation" was done using the entrails of a volunteer who then was sewn up and came back to life. See Mwaniki, p. 125.

i. Mwaniki finds this to be a Christian addition to the legend. A *mũreegi* is defined by Giorgis to be an elder's walking stick, but by MtoMugambi as a staff.

j. *Njiru, Ntune*, and *Njeru* ("Black," "Red," and "White" in Kimeru) are names of Meru clans.

MASWALI

1. Hili ni somo kuhusu jiografia, viongozi wa Wameru, au historia ya Wameru?

2. Wameru hawa ni watu wa nchi ipi?

3. Unafikiri kwamba kulikuwa na mtu aliyeitwa Komenjue, kweli? Eleza jibu lako.

4. Eleza kwa ufupi namna za ukatili wa adui wa Wameru.

5. Eleza kwa ufupi taabu walizokuwa nazo Wameru wakati wa misafara yao kutoka *Mbwa*.

6. Hadithi ya Komenjue inafanana na hadithi ya shujaa yupi wa dini nyingine? Inafanana nayo kwa jinsi gani?

7. Unakubali kwamba hadithi ya Komenjue ni ya kusisimua sana? Eleza jibu lako.

8. Eleza kwa ufupi kwa sababu gani Komenjue anafikiriwa kuwa babu ya Wameru wote.

9. Eleza kwa ufupi kwa sababu gani hadithi ya Komenjue inafikiriwa kuwa kiini cha historia ya Wameru.

ACTIVITIES

1. **Objective - Narration**
   Prepare a fully narrative version of this reading passage suitable for delivery to a Swahili-speaking primary school audience unfamiliar with the legend of Komenjue.
2. **Objective - Personal Description**
   Describe someone who is likely unfamiliar to a Swahili-speaking audience and who you believe has qualities like those of Komenjue. You may choose a little-known figure from elsewhere in Africa or from elsewhere in the world.
3. **Objective - Elicitation of Historical and Cultural Data**
   Exchange roles with your classmates, taking turns eliciting and telling the legend of Komenjue. When eliciting, be sure to present yourself as someone with some familiarity with the legend, and explain why you want to preserve this legend and the equipment you are using. When relating the legend, test the elicitor to make sure s/he is paying attention.
4. **Objective - Discussion of Academically Controversial Topics**
   Discuss with your classmates the use of legends and other types of oral narratives in historical, cultural, and literary studies. Be sure to discuss issues raised by this passage such as the influence of other narrative traditions, significant gaps in the narrative, and the role of such narratives in establishing and maintaining cultural identity.
5. **Objective - Developing and Presenting a Research Plan**
   With a classmate or group of classmates develop a plan for learning more about the Komenjue legend or Shungwaya. Of course, your planning meeting should be in Swahili and you should match group skills to the specific needs of the type of investigation you plan. Specify exactly what you intend to research, how you will go about this (including the approach that you will use and how you will obtain funding for your project), what role each of you will have, and when and where you will do this.
6. **Objective - Grammatical Practice: Use of Auxiliary Verbs**
   Write ten sentences in which you use <u>kuzidi</u> and <u>kuendelea</u> as auxiliary verbs.

7. **Objective - Grammatical Practice: Complex Verbs**
   Identify the examples of complex verbs in this passage and use each in a new sentence.
8. **Objective - Vocabulary Development**
   Use each of the following in a sentence of five or more words:

   <u>punde si punde</u>
   <u>muda si muda</u>
   <u>kupata pigo</u>
   <u>kupata tisho</u>
   <u>kulingana na</u>
   <u>kiini</u>
   <u>kuchukua</u>
   <u>kujulikana</u>

Bahari ya Hindi

Somo la nane: *Siku ya Kupiga Kura*

Source: Halimoja, Yusuf. *Bunge la Tanzania.* Nairobi: East African Literature Bureau, 1974, pp. 64-68.

Ikifika siku ya kupiga kura[1] watu wote waliojiandikisha kupiga kura huenda kwenye vituo vyao vya kupiga kura huku wakichukua kadi zao za uchaguzi walizopewa siku ile waliyojiandikisha. Kwa kawaida upigaji kura huanzia saa mbili za asubuhi na humalizika saa kumi na mbili za jioni. Hata hivyo ni juu ya kila mpiga kura kuhakikisha siku na saa zilizowekwa kwa wapiga kura wa kituo chake. Katika Uchaguzi Mkuu wa mwaka wa 1970 ilipangwa upigaji kura uanze saa 12 asubuhi na kumalizika saa mbili usiku.

Kwenye vituo vya kupigia kura huwapo askari wa usalama. Hao wamepewa uwezo wote wa kumkamata mtu ye yote anayevunja kanuni za uchaguzi. Pia katika vituo hivi imekatazwa kabisa kuleta alama yo yote ya kuvuta watu wampigie kura fulani[2] au ya kujionyesha unampigia kura nani. Ni marufuku pia kuonyesha dalili zo zote za ubaguzi wa rangi, kabila au wa aina yoyote katika vituo hivi.

Mpiga kura akifika kituoni hujiunga katika mistari ya wapiga kura ambayo mara

kupiga kura - kuchagua kiongozi
kujiandikisha - kuandika jina ili uweze kupiga kura
kadi - karatasi yenye jina la mtu ambaye amejiandikisha
upigaji kura - kazi ya kupiga kura
kumalizika - kufika mwishoni
kuhakikisha - kupata ukweli
uchaguzi - kazi ya kuchagua
Uchaguzi Mkuu - wakati wa kuchagua viongozi na rais
kupangwa - mpango kuwekwa
kukamata - kushika
kuvunja kanuni - kukosa kuzifuata sheria
kukataza - kusema usifanye jambo fulani
alama - picha au maneno
kuvuta watu - kuwafanya watu watake kufuata
ni marufuku - imekatazwa
dalili - alama
ubaguzi - tofauti baina unavyofanyia mtu mmoja na mwingine bila sababu
kujiunga - kuwa pamoja na wengine

nyingi huwa mirefu sana hasa kwa mtu aliyechelewa! Upigaji wa kura ni wa siri kabisa. Mpiga kura akimfikia Msimamizi wa Uchaguzi katika kituo hicho humwonyesha kadi ile aliyoichukua. Hapo Msimamizi wa Uchaguzi huhakikisha ya kuwa jina lake limo katika daftari yenye orodha ya wapiga kura. Baada ya hayo mpiga kura hupewa karatasi maalumu ya kupigia kura. Kwa kawaida karatasi hiyo huonyesha jina la wilaya ya uchaguzi, majina ya wagombea uchaguzi wote wawili, alama za wagombea uchaguzi na huwapo nafasi iliyoachwa ambayo mpiga kura ataweka alama yake kutegemea uchaguzi wake.

Mpiga kura akisha kuipokea karatasi ya kupigia kura huenda mahali maalumu pa kupigia kura. Hakuna mtu mwingine anayeiona kura yake. Kura huwa ya siri. Mtu hutia alama ya X au V (kwa kufuata maagizo) sehemu inayotakiwa. Aangalie asitie alama kati ya majina ya wagombea uchaguzi wote wawili kwa kuwa haitajulikana amempigia nani na kura yake huenda[3] ikachafuka isihesabiwe. Tena, alama yake inayotakiwa ni moja tu na wala si zaidi ya moja. Mpiga kura akichafua karatasi anaweza kuomba nyingine na

kabisa - kwelikweli
msimamizi/wasimamizi - mtu anayetazama mambo yote ya uchaguzi

orodha - majina yaliyoandikwa moja kufuata jingine

mgombea/wagombea uchaguzi - mtu anayetaka apigiwe kura ili apate kazi ya uongozi

maagizo - maneno yanayoeleza jinsi ya kufanya kitu fulani

kuchafuka - kuwa chafu
kuhesabu - kufanya jumla
wala - au
kuchafua - kufanya kitu kiwe kichafu
kuomba - kumwambia mtu tafadhali akupe kitu fulani

ile aliyoichafua huchukuliwa na Msimamizi. Mtu ana uhuru kabisa wa kumchagua mtu anayemtaka kwa sababu hatii sahihi yo yote katika karatasi hiyo. Hivi karatasi ya kupigia kura haitambulishi nani amepiga kura hiyo. Ni makosa kutangaza umempigia kura nani na ni makosa pia kumwuliza mwenzio[4] amempigia kura nani.

Mpiga kura asiyeweza kusoma anaweza kumwomba Msimamizi wa Kituo[5] amwelekeze lakini asiwepo mtu mwingine zaidi anapoomba msaada huo. Yule anayeombwa msaada huo[6] inampasa kuwa mwaminifu na kutia alama penye nafasi ya mtu yule anayetakiwa na mpiga kura.

Mpiga kura akiisha kupiga kura yake huikunja karatasi hiyo na kuitumbukiza sandukuni.

Kutwa nzima wagombea uchaguzi huwa wanayitembelea[7] vituo mbalimbali vya kupigia kura ili kujionyesha kwa wapiga kura, wakumbukwe! Isisahauliwe kuwa nao hupiga kura siku hiyo. Ni rahisi kutabiri wanampigia nani!

Saa za kufunga kituo cha uchaguzi zikifika kituo hicho hufungwa. Ikiwa wapiga kura hawajamalizika bado basi Msimamizi wa Kituo ana uwezo wa kuwaruhusu waendelee

kutia sahihi - kuandika jina lako kama kawaida yako ili watu waweze kujua kwamba mwandikaji bila shaka ni wewe

kutambulisha - kufanya mtu ajue

kutangaza - kuwaeleza watu wote

mwenzio/wenzio - mwenzi wako, rafiki

kuelekeza - kumwonyesha mtu jambo la kufanya au mahali pa kwenda

kupasa - kuwa lazima

mwaminifu/waaminifu - anayeweza kuaminiwa

kukunja - kufanya kitu kikubwa kiwe kidogo

kutumbukiza - kutia ndani ya

sanduku/masanduku - kitu au chombo ambacho kinawekwa kitu

kutwa - mchana mzima

kutembelea - kwenda kuona

kukumbuka - kinyume cha kusahau

kutabiri - kujua jibu au jambo kabla ya kulisikia

kuwaruhusu waendelee – kuwaacha waendelee

kupiga kura. Lakini mtu aliyechelewa na kufika penye kituo hicho saa za kufunga zikiwa zimepita[8] hawezi kuruhusiwa kupiga kura. Hapo ndipo ulipo umuhimu wa kuwahi.

kuwahi – kufika mapema

Iwapo[9] wakati wa upigaji kura yanatokea machafuko kituoni basi ni juu ya Msimamizi wa Kituo hicho kuahirisha uchaguzi huo mpaka kesho yake au siku yo yote nyingine mradi akitoa taarifa ya haraka kwa Msimamizi wa uchaguzi wilayani ambaye, naye, huiarifu Tume ya Uchaguzi. Kituo kikiisha kufungwa masanduku yote hupelekwa kwa Msimamizi wa Uchaguzi ili zikahesabiwe kura zote na kutafutwa mshindi.

chafuko/machafuko - mambo yasiyo sawasawa
kuahirisha - kutofanya kazi mpaka baadaye
mradi - muhimu zaidi
taarifa - habari kuhusu kitu au jambo
kuarifu - kutoa taarifa
tume - kikundi cha watu wanaochaguliwa na kupewa madaraka ya kuona jinsi kazi fulani inavyofanywa

UMUHIMU WA KUPIGA KURA

Ni vigumu kueleza vizuri zaidi umuhimu wa kupiga kura kuliko vile alivyoueleza Mheshimiwa Rais Mwalimu Julius K. Nyerere alipolihutubia taifa kwa njia ya radio hapo September 10, 1965 kuhusu uchaguzi. Baba wa Taifa alisema, "Kupiga kura ni njia ya kuwachagua viongozi watakaotutungia sheria. Lakini kura vile vile ni njia ya kuwakataa viongozi msiowapenda. Hakuna njia nyingine inayotuwezesha kujitawala kwa hiari yetu." Na tena, "Mtu kuwa na haki ya kupiga kura, halafu

kuhutubia - kutoa hotuba
kwa hiari - bila lazima

asijiandikishe kupiga kura, ni vibaya sana. Ni kupoteza kabisa uhuru wa raia yule. Kadhalika, mtu akijiandikisha kupiga kura, akapata kadi yenye kuwezesha kupiga kura, na halafu asiende kupiga kura katika kituo chake, ni upumbavu mkubwa."

raia – mwananchi
kuwezesha - kufanya mtu aweze
upumbavu - ujinga mkubwa

KUHESABIWA KWA KURA NA KUTANGAZWA KWA MSHINDI

kutangazwa - tangazo kufanywa
mshindi/washindi - yule anayeshinda

Masanduku yote ya kura yakisha kumfikia Msimamizi wa Uchaguzi watu wote wanaohusika huingia chumbani na kazi ya kuzihesabu kura huanza. Watu wanaoruhusiwa kuwapo wakati wa kuhesabu kura ni Msimamizi wa Uchaguzi Wilayani, Makamu wake, Watu wa Kuhesabu, Wagombea Uchaguzi na mawakili wao. Inawezekana pia watu wengine wakaruhusiwa[10] na Msimamizi wa uchaguzi kuwapo pale.

watu wanaoruhusiwa - watu wanaopewa haki (ya kuingia)
wakaruhusiwa – wakpewa haki

Kazi ya kuhesabu kura huanzia kwa kufungulia masanduku. Halafu huchukuliwa karatasi zote, huhesabiwa idadi yake (bila kuangaliwa ina kura ya nani), na huchanganywa zote pamoja. Baada ya haya karatasi zote zilizoharibika huondolewa huku zikiiwa alama maalumu kuwa "Imeharibika." Kisha karatasi zile zilizo safi (zisizochafuliwa) huhesabiwa. Kura zikilingana basi karatasi

idadi – jumla
kuchanganywa – kuwekwa pamoja
kulingana - kuwa sawa

hizo huanza kuhesabiwa tena. Ikihakikishwa kuwa wagombea uchaguzi wote wamepata kura sawa basi Msimamizi wa uchaguzi hupeleka taarifa kwa Tume ya Uchaguzi. Hapo tena shughuli za uchaguzi huanza upya zikianzia na upelekaji wa majina ya wanaotaka kugombea uchaguzi.

shughuli - kazi

upelekaji - namna au jinsi ya kupeleka

Ikiwa yupo mshindi anayejulikana bila tatizo lolote basi hutangazwa kuwa ni Mbunge na jina lake hutangazwa katika Gazeti la Serikali.

ikiwa - kama

tatizo/matatizo - shida

mbunge/wabunge - mtu anayechaguliwa kwa kura afanye kazi katika bunge

NOTES

Grammatical

1. kupiga kura - (trans. "to vote"). You have probably already surmised that kupiga is one of the most frequently used verbs in idiomatic expressions. A discussion of these idioms is found in fn. 10 of "Mumbi Ahojiwa" (Somo la Tano).
2. wampigie kura fulani - Mtu here is understood and is what fulani modifies.
3. huenda ikachafuka - For information on the use of huenda followed by a sequential see fn. 15 of "Kujipatia Mchumba" (Somo la Nne).
4. mwenzio - This and similar forms are discussed in fn. 17 of "Mumbi Ahojiwa" (Somo la Tano).
5. asiwepo - (trans. "there should not be"). This is a normal negative subjunctive of kuwa, with the locative affix -po.
6. inampasa - The use of kupasa is discussed in fn. 15 of "Misingi ya Uandishi wa Barua Zetu" (Somo la Sita).
7. huwa wanavitembelea - (trans. "They always visit (them)"). In this complex construction the use of huwa ensures that the entire verb phrase is interpreted as habitual.
8. saa za kufungua zikiwa zimepita - (trans. "when voting hours had passed"). Complex forms where kuwa is followed by a -me- completive are discussed in fnn. 2 and 7 of "Mumbi Ahojiwa" (Somo la Tano). This is the same type of construction except that the -ki- in zikiwa makes this an "absolutive" or "situative" clause. See Bennett, pp. 321-323, for more information on this type of clause.
9. iwapo - (trans. "if"). Another example of a fixed form with a Class 9 subject prefix.
10. wakaruhusiwa - See fn. 10 of "Misingi ya Uandishi wa Barua Zetu" (Somo la Sita) regarding the use of -ka- following a present tense verb.

MASWALI

1. Somo hili ni la kusimulia, la kutoa maoni, la kukusaidia kufanya kitu fulani, au la kueleza? Unajuaje?

2. Somo hili ni juu ya siku ya kupiga kura katika nchi ipi? Unajuaje?

3. Eleza tofauti baina ya kadi ya uchaguzi na karatasi ya kupigia kura.

4. Mtu ambaye hawezi kusoma hufanya nini ili aweze kupiga kura? Hutakiwa asifanye nini?

5. Eleza kwa ufupi kazi ya kuhesabu kura.

6. Eleza kwa ufupi kazi ya askari wa usalama waliopo kwenye vituo vya kupigia kura.

7. Eleza kwa ufupi kazi ya Msimamizi wa Uchaguzi.

8. Eleza kwa ufupi mawazo ya Marehemu Rais Mwalimu Nyerere kuhusu umuhimu wa kupiga kura.

9. Eleza kwa ufupi sehemu zipi za somo hili ni juu ya siku ya kupiga kura katika nchi hii tu, na sehemu zipi za somo ni juu ya siku ya kupiga kura katika nchi nyingine pia.

ACTIVITIES

1. **Objective - Third Person Narrative Description**
   Prepare an imaginative narrative description of the activities of an imaginary voter (or voters) on voting day in Tanzania.
2. **Objective - Explanation of Process/Procedure**
   Prepare a description of voting day in a country other than Tanzania. In class with a classmate, exchange roles and explain voting day in the other country to a Tanzanian and voting day in Tanzania to a person from the other country.
3. **Objective - Analysis of Passage**
   Prepare a presentation in which you discuss what people should and should not do on voting day in Tanzania.
4. **Objective - Degrees of Compulsion in Questions and Answers**
   After each in-class presentation of the exercise outlined in Activity 3, ask questions of your classmates about their presentations. Use the following to determine how compulsory it is to do or not to do something:

kuvunja kanuni	ni marufuku	kuangalia
ni makosa	ni vibaya	inawezekana
kukatazwa	inampasa	
kutakiwa	ni upumbavu	

5. **Objective - Dramatization**
   Hold an election in your class, and follow the procedures for voting day outlined in this chapter. Be sure to incorporate events that dramatize the various rules you discussed in Activities 3 and 4.
6. **Objective - Grammatical Practice: *Mwenzi* Forms**
   Use each of the following in a sentence of five or more words:

wenzio	mwenzangu	wenzangu
mwenzio	wenzenu	mwenziwe
wenziwe	mwenzao	wenzetu

7. **Objective - Grammatical Practice: Passive Verbs**
   Identify ten sentences in this text that have passive verbs. Rewrite each sentence using an active verb form.
8. **Objective - Grammatical Practice: -ki- Forms**
   Identify ten sentences that have -ki- verb forms in this and previous lessons. Re-write these sentences without using the -ki- forms, but keeping a similar meaning.

Gedi

9. Naushangilia Mlima Kenya

Bendera ya Kenya

Somo la tisa: *Naushangilia Mlima wa Kenya*

Source: Kenyatta, Jomo. 'Utangulizi," in *Naushangilia Mlima wa Kenya*, Nairobi: East African Publishing House, 1966, pp.7-8.

Niliandika kitabu hiki kama miaka thelathini iliyopita nilipokuwa mwanafunzi mjini London. Nilikaa huko kwa miaka kadha hasa kama mjumbe wa chama kilichoitwa Kikuyu Central Association. Wananchi walikuwa wamenituma Ulaya kutetea madhulumu yao na kudai haki zao, na nikaonelea kwamba malalamiko na madai yetu yalihitaji kutiwa nguvu[1] na kubainishwa zaidi.

Kwa vile elimu na maarifa ya kupelekeana habari zilivyoongeza busara na uhusiano mwema, ni vigumu siku hizi kufahamu au kusadiki kiasi cha ujinga waliokuwa nao wageni juu ya mambo ya Kiafrika. Walishindwa kabisa kumfahamu Mwafrika, maisha yake hata na roho yake.

Miaka thelathini iliyopita Kenya ilikuwa imetawaliwa kwa kweli na Mzungu. Aliingiwa na kiburi kikubwa, na akaanza kujiona yeye kama "baba" kwa Mwafrika. Alimfikiria Mwafrika kama mtoto,

utangulizi - sehemu ya kwanza ya kitabu
kadha - jumla fulani
kutuma - kufanya mtu aende mahali fulani ili afanye jambo fulani; kupeleka
kutetea - kueleza kwa nguvu
madhulumu - ubaya wenye kuondoa haki ya mtu
kuonelea - kufikiria, kutambua
malalamiko - maneno ya kujitetea (taz. juu); maneno ya kueleza shida ya mtu
dai/madai - maneno yanayoeleza shida/shaka ya mtu
kubainishwa - kuelezwa vizuri ili watu wafahamu
kwa vile - kwa sababu
kupelekeana - mmoja kumpelekea mwingine
kuongeza - kuweka zaidi
busara - hekima; akili
uhusiano - kuwa na ujamaa na kitu au mtu
kusadiki - kuamini; kukubali sana kuwa neno au jambo fulani ni kweli
kiasi cha - kipimo cha; sehemu ya; namna ya
kushindwa - kutoweza
roho - uhai
kutawaliwa - kuwa chini ya utawala wa mtu/nchi nyingine
kuingiwa na kiburi - kujaa mawazo ya kuona wengine ni bure

au kiumbe asiye kamili, asiyeweza kamwe kujiongoza au kujisaidia kwa njia yo yote. Wataalamu wengi wa Ulaya hawakupatiwa nafasi ya kujua ukweli juu ya maisha na ustaarabu wa Waafrika. Wazungu waliokuwa hapa, wakiwa watawala, wahubiri wa dini na masetla, hawakujitahidi kamwe kuwafahamu Waafrika. Badala yake, hawa Wazungu walitunga hadithi zao wenyewe zisizokuwa halisi kuhusu Waafrika, na hizi wakawapelekea watu wa kwao Ulaya. Hii ndiyo iliyokuwa sababu yangu kubwa ya kuandika kitabu hiki, yaani kusahihisha makosa hayo kwa kuonyesha ukweli. Pia nilikuwa na hamu ya kuukatalia mbali ule uwongo kuhusu Afrika uliowaingia Wazungu huko Ulaya hata ukawafanya wengi wao waamini kwamba ni jambo bora, la haki na lenye huruma kuwatawala Waafrika.

Hao wapenda utawala walifanya bidii kubwa kumwonyesha Mwafrika kama kiumbe asiye kamili, na anayehitaji kulindwa. Hata waliwaendea wale wao waliojiita wataalamu wa elimu ihusuyo habari za kibinadamu[a] na kuwataka wathibitishe vile Mwafrika anavyostahili kutawaliwa. Kutofahamikiana huku[2]

kamili - -zima (k.m. mtoto kamili - mtoto mzima)
kamwe - hata kidogo
mtaalamu/wataalamu - fundi, mwenye elimu na uwezo
kupatiwa - kupewa
ustaarabu - utamaduni
mtawala/watawala - mtu/nchi yenye utawala juu ya mwingine
mhubiri/wahubiri - mtu anayetoa hotuba, hasa za dini
setla/masetla - watu wanaohama kutoka kwao na kukaa katika nchi nyingine
kujitahidi - kujaribu
halisi - kweli
kusahihisha - kuonyesha na kuondoa makosa katika jambo lisilokuwa zuri
ukweli - kweli
kuwa na hamu - kutaka sana kitu
uwongo - mawazo/maneno yasiyo kweli
kuamini - kukubali na kushika mawazo ya aina fulani
huruma - hali ya kuonyesha upendo na kutaka kuwasaidia watu wasio na uwezo
kutawala - kuwa na utawala
kufanya bidii - kutia nguvu na moyo katika kazi fulani
kibinadamu - tabia za wanadamu
kuthibitisha - kuonyesha kuwa jambo ni kweli
vile - jinsi, namna, vipi
kustahili - kufaa
kutofahamikiana - kukosa kufahamika

kulizuilia jitahadi zetu za kupigania haki, na kukamfanya[3] Mzungu hapo mwanzoni asiweze kushauriana nasi juu ya uhuru.

Kitabu hiki basi, ambacho kiliandikwa na Mwafrika haswa, kilifumbua ukweli kwa Ulaya nzima na kikafunua yale makosa na maongo ambayo wale waliojiita wataalamu walikuwa wamesema kuhusu Afrika. Kilileta mwangaza mpya na kikasaidia kufungua macho ya watu wa Ulaya juu ya Afrika. Kilikuwa kama kishindo cha upepo mzuri ambao ulivuma baadaye na kuleta mageuzo huku nchini mwetu.[b]

Katika sehemu kubwa ya kitabu hiki nimesimulia habari ya maisha ya Gikuyu, desturi zao na mila zao. Nimeongeza pia mengi juu ya ardhi, kwa sababu ardhi ndiyo iliyokuwa tatizo kubwa baina yetu na serikali mbaya ya walowezi iliyotunyima haki. Vile vile nimeeleza kwa ufupi madhehebu mengine yetu ambayo wahubiri wa dini fulani waliyapinga pasipo kuyafahamu hata kidogo na yakaleta ugomvi mwingi ndani ya siasa.

Ile nia mbaya niliyopinga miaka hiyo yote iliyopita bado yaendelea kwingine katika bara la Afrika. Waafrika wazidi kunyimwa haki zao, kuteswa na kuonewa na serikali za kibeberu huko Afrika

kuzuilia - kufanya jambo lisiendelee
jitahadi (au jitihadi au jitihada) - moyo na nguvu inayotiwa katika kazi; bidii
kupigania haki - kupigana ili kupata haki
kushauriana na - kupatana na
kufumbua - kuonyesha kwa kueleza
kufunua - kuacha kufunika
uongo/uongo au maongo - maneno yasiyo kweli
mwangaza - kinyume cha giza (hapa: kufahamika kwa jambo)
kishindo/vishindo - sauti kubwa nzito
geuzo/mageuzo - kutoka kugeuza
ardhi - udongo, nchi
tatizo/matatizo shida
mlowezi/walowezi - setla (**taz. juu**)
kunyima - kukataa kutoa kitu
madhehebu - desturi, hasa za dini
kupinga - kukataa
pasipo - bila
ugomvi - hali ya kupigana maneno; hali ya kutoshauriana (**taz. juu**)

kuteswa - kufanyiwa mambo ya ukatili
kuonewa - kuteswa na mtu kwa sababu ya madaraka yake
kibeberu - kikoloni; kuwa na tabia za kuonea (**taz. juu** kuonewa) watu/nchi nyingine

Kusini, Rhodesia na katika makoloni ya Wareno.[c] Waendelea kuhiniwa heshima wanayostahili kama wanadamu. Moyo mdhalimu wa utawala wa Wazungu unakaribia kifo cha uchungu mkali na ni lazima dunia nzima iamke sasa na kumrudishia Mwafrika haki zilizotwaliwa.

Nimefurahia sana na tafsiri hii ya kitabu changu kwa lugha ya Kiswahili. Nampongeza Bw. Lawrence Kibui kwa kustahimili hata wakati wa shida katika kazi hii ngumu aliyoifanya kwa bidii, ustadi na moyo wa kujitolea. Pamoja na hayo nashukuru sana East African Publishing House kwa kazi walioanzisha kutoa vitabu[4] vya maana kwa Kiswahili kwa wananchi.

kuhiniwa - kukataliwa; kunyimwa (**taz. juu**)
mwanaadamu/wanaadamu - mwana wa Adamu; mtu/watu
-dhalimu - -katili; -a uwongo
kukaribia - kuja karibu
kutwaliwa - kuchukuliwa
kufurahia - kuwa na furaha kwa ajili ya

kupongeza - kusema maneno ya kumsifu mtu kwa kazi
kustahimili - kuendelea na kazi
ustadi - ufundi
kujitolea - kufanya kazi bila ya kupokea mshahara
kushukuru - kutoa "asante"

NOTES

Grammatical

1. kutia nguvu/kutiwa nguvu - (trans. "to be strengthened"). You probably remember kutia uhai ("to put life into") from your earlier work. Like kupiga and kutoa, kutia is employed in many useful phrases, for example:

   kutia moyo - to encourage
   kutia mashaka - to raise doubts

   For additional examples see Hollingsworth, pp. 3, 8, 27, and Mohamed, pp. 34-35.

2, 3. In this sentence kutofahamikiana (trans. "failure to understand") is the subject, and huku is a non-locative demonstrative that agrees with this subject. Kulizuilia (trans. "blocked") is a normal past tense verb with a ku- subject prefix that agrees with the subject, kutofahamikiana, and kukamfanya is, likewise, a normal consecutive.

4. kutoa vitabu - (trans. "to publish"). Other useful phrases in which kutoa is used are discussed in fn. 3 of "Misingi ya Uandishi wa Barua Zetu" (**Somo la Sita**).

Cultural

a. elimu ihusuyo habari za kibinadamu - the reference here is presumably to anthropology.

b. Many writers have used the phrase "wind(s) of change" when discussing the period during the late 1950s and early 1960s when most African countries became independent. It was first used by then British prime minister, Harold Macmillan, in a speech to the Parliament of the Union of South Africa, Cape Town, February 3, 1960:

   > In the twentieth century, and especially since the end of the war, the processes which gave birth to the nation states of Europe have been repeated all over the world. We have seen the awakening of national consciousness in peoples who have for centuries lived in dependence upon some other power. Fifteen years ago this movement spread through Asia. Many countries there of different races and civilisations pressed their claim to an

> independent national life. Today the same thing is happening in Africa, and the most striking of all the impressions I have formed since I left London a month ago is of the strength of this African national consciousness. In different places it takes different forms, but it is happening everywhere. <u>The wind of change is blowing through this</u> continent, and, whether we like it or not, this growth of national consciousness is a political fact. We must all accept it as a fact, and our national policies must take account of it.
>
> Harold Macmillan, *Pointing the Way: 1959-1961* (London: Macmillan, 1972), appendix 1, p. 475 (underlining added in quotation).

c. Remember that this reading passage was written in 1966, before Angola, Guinea Bissau, Mozambique, Zimbabwe and South Africa became independent.

MASWALI

1. Somo hili linatokana na sehemu ya kwanza, ya kati, au ya mwisho wa kitabu? Unajuaje?

2. Mwandishi alifanya nini alipokaa London? Taja mifano mitatu.

3. Katika sehemu kubwa ya kitabu chake mwandishi anaeleza mambo gani? Anaeleza pia mambo mengi juu ya nini? Anaeleza jambo gani kwa ufupi?

4. Kulikuwa na makundi matatu ya Wazungu waliokaa Kenya wakati wa ukoloni - Taja makundi haya.

5. Alipokiandika kitabu chake mwandishi alitaka nani wakisome?

6. Kwa nini wakati wa ukoloni wataalamu wengi wa Ulaya hawakupatiwa nafasi ya kujua ukweli juu ya ustaarabu wa Waafrika?

7. Eleza kwa ufupi makosa ambayo mwandishi alijaribu kuyasahihisha katika kitabu chake.

8. Eleza kwa ufupi sababu ambazo kwa maoni ya mwandishi ndizo zilizowafanya Wazungu huko Ulaya kuamini kwamba ilikuwa haki kuwatawala Waafrika.

9. Eleza kwa ufupi namna ambavyo mwandishi anasema hali ya watu wa Afrika Kusini wakati wa "apartheid" ilifanana na hali ya watu wa Kenya wakati wa ukoloni.

ACTIVITIES

1. **Objective - Discussion of Beliefs and Attitudes**
   Based on your reading of this passage prepare a presentation on European myths and misconceptions about Africa and Africans. Discuss these presentations in class by comparing your presentation to those given by others.
2. **Objective - Comparison**
   Based upon your reading of this passage and "Mumbi Ahojiwa" and your knowledge of colonialism, develop a presentation in which you expand upon the ideas presented in the second to the last paragraph of this passage. In class compare your presentation to those of your classmates.
3. **Objective - Speech of Thanks**
   In East Africa you are likely to be called upon to give a speech of thanks. Prepare such a speech thanking your classmates and teacher(s) for the help they have given you in learning Swahili. Draw upon the last paragraph of this reading as an example. In the class delivery of these speeches, each speech should draw upon and relate to what has been said in earlier speeches.
4. **Objective - Interviewing**
   Interview your classmates in Swahili and other students outside class (in English, if necessary) asking if they have read *Facing Mt. Kenya* and for their view of the significance of the book. Present a report in class based on what you learn.
5. **Objective - Grammatical Practice: Negative Infinitives**
   Write ten sentences in which you use negative infinitives.
6. **Objective - Grammatical Practice: Abstract Nouns**
   Identify ten abstract nouns in this and previous passages and write expanded definitions of each.
7. **Objective - Vocabulary Development**
   Use each of the following in a sentence of six or more words:

   kutia nguvu
   kutoa vitabu
   kuwa na hamu
   kiasi cha
   kushukuru
   kutia moyo
   kupigia kura
   kwa vile
   madai

10. Ngoma za Waswahili

Kupaka Hina

Somo la kumi: *Ngoma za Waswahili*

Source: Sheikh, Sauda. "Ngoma za Waswahili," in *Afrika und Übersee*, vol. 61, pp. 209-213.

Kila taifa, kabila au kikundi cha watu fulani, likiwa taifa kubwa au dogo, huwa na ngoma zao wenyewe. Waswahili pia, wana ngoma zao. Inasikitisha kuwa watu wengi hawazijui mila na utamaduni wa Waswahili.

Kama namna nyingi ya mila za Waswahili, ngoma na nyimbo ni vitu muhimu sana katika maisha ya kila siku ya Waswahili. Siyo kuwa wanajifurahisha tu kwa vitu hivyo lakini ni mila yenye nguvu inayowafunza watu tangu utotoni mwao. Wazazi huwaimbia watoto tangu wakati wa uchanga, nyimbo zinazowafunza mengi kuhusu maisha. Pia ngoma ni namna moja ambayo Waswahili huhifadhi utamaduni wao.

Ngoma inayovutia zaidi ni *unyago* au *msondo*. Unyago ni ngoma inayochezwa wakati wasichana wanapokuwa[1] wari. Wasichana na wanawake tu ndio huruhusiwa kuingia katika unyago. Katika unyago wari hufunzwa mambo mengi ya maisha. Hawafunzwi namna ya kuishi na waume zao tu bali hufunzwa pia, usafi wa binafsi, dawa za kienyeji, upishi, adabu na desturi.

kufunza - kufundisha

uchanga - hali ya kuwa mtoto mdogo

kuhifadhi – kulinda

mwari/wari - msichana anayefikia hali ya kuwa mtu mzima

binafsi - mtu mwenyewe

Hufunzwa pia mambo yaliyotokea zamani. Mambo yote haya hufanyika kwa njia ya ngoma na nyimbo.

Msichana akikuwa au kwa maneno mengine akibaleghe huwa mwari. Mwari hupelekwa kwa somo[a] yake ambaye ndiye anayemfunza mengi wakati wa kukuwa na kuolewa. Somo ndiye anayetengeneza mambo yote muhimu siku ya harusi. Mwari tena hupelekwa kwenye *Kiringe*, mahali ambapo mafundisho yote yanafanyika. Hapo tena mwari huendeleza masomo aliyoyapata nyumbani kwao. Mwari huwekwa ndani muda wa siku saba, wakati huu hujifunza mengi.

Msondo au unyago ni ngoma ambayo huchezwa wakati huu. Katika ngoma hii wasichana hujifunza nini[2] wajibu wao kwa waume zao, namna ya kujiweka safi kwa kutumia manukato kadhaa. Ngoma hii ya unyago huchezwa pia wakati wa harusi. Vyombo ambavyo hutumiwa katika unyago ni ngoma mbili kubwa na moja ndogo. Wapiga ngoma kubwa husimama na hujifunga hizo ngoma kwa kanga kwenye miili yao. Kwa namna hii wanaweza kutumia mikono yote miwili kwa kupigia ngoma. Mtu ambaye hupiga ngoma ndogo hukaa kwenye kibao na huweka ngoma

kukuwa – kukua
kubaleghe - kuacha hali ya utoto na kuwa mtu mzima
somo - mtu amfundishaye mwari; mwalimu wa mwari

harusi - arusi, ndoa

wajibu - jambo ambalo ni lazima mtu afanye

kanga - nguo yenye rangi mbali mbali inayovaliwa na wanawake

kibao/vibao - bao dogo

mbele yake.

Wachezaji hufanya duara na mmoja hutoka akaenda[3] kati kati na hucheza. Yeye pia hujifunga kanga kiunoni. Na wakati huo huo[4] wale wengine huzunguka na hucheza. Mara nyingine watu wawili huenda kati wakacheza pamoja. Wanawake wa Kiswahili siku hii huvaa kanga zao nzuri zinazopendeza na hujipamba kwa maasumini.

kiuno/viuno - sehemu inayozunguka mwili chini ya tumbo

kujipamba - kujitia

asumini/maasumini - aina ya maua inayotumiwa katika manukato mengi

MAULIDI[b] YA HOMU

Kwa kweli hii si ngoma hasa kwani imehusiana sana na mambo ya dini. Watu wa mashamba hupenda sana kucheza maulidi ya homu. Wachezaji hupiga magoti[5] kama vile watu 15 waliovaa kanzu nyeupe na kofia. Na mbele yao hukaa wasomaji ambao husoma kasida kabla ngoma kuanza. Nyuma ya wachezaji hukaa wapiga ngoma na nyuma ya wasoma kasida huwepo pazia jepesi na hukaa wanawake ambao huimba nyimbo kumsifu Mtume Muhamad kwa kufuatisha mshindo wa ngoma. Mchezo huu huvutia watazamaji wengi na huendelea kucha mpaka alfajiri. Hata ikiingia alfajiri vikundi kama 10 hivi huwa vimeshacheza. Muda unaochukua kila kikundi kucheza

Maulidi - siku ya kuzaliwa kwa Mtume Muhamad

homu - upepo

kuhusiana - kutoka kuhusu

goti/magoti - kiungo baina ya paja na mguu

kupiga magoti - kuweka magoti chini

kanzu - vazi refu la wanaume

kofia - vazi la kufunika kichwa

kasida - maneno kuhusu uzuri wa Mtume Muhamad

pazia - nguo inayofungwa kwenye dirisha au mlango

-epesi - kinyume cha -zito

kusifu - kueleza uzuri wa jambo

kikundi/vikundi - kundi dogo

inategemea juu ya ujuzi na uhodari wao ambao lazima wawe wepesi na wenye heba katika kusukasuka mikono yao na miili yao. Wakati wote huo huwa wamekaa[6] chini. Pia wasomaji wanakuwa na[7] hisiya za ndani kabisa wakati wanapoimba.

heba - uzuri, uhodari

kuwa na hisiya za ndani – kusikia vizuri au vibaya moyoni

UMETA

Ngoma hii huchezwa na vijana wa kike na kiume, kwa kawaida huchezwa magharibi katika mji au mashamba. Vijana hukutana mtaani kwao na hucheza umeta. Wachezaji hufanya duara na hupiga makofi[8] kwa namna maalum ya umeta. Mtu mmoja huingia katikati na akacheza peke yake kwa muda mdogo hivi. Baadaye humkabili mmoja katika wale waliofanya duara na hujitikisa hapo basi huyo naye ataingia kati na kucheza. Umeta hasa ni ngoma ya kuwafurahisha vijana kabla kwenda kulala.

magharibi - baada ya jioni, kabla ya usiku

kupiga makofi - kupiga mikono pamoja

kukabili - kuwa au kujiweka mbele ya

kutikisa - kupeleka kitu huku na huku ili k.m. kuangusha kilicho juu yake au kukifanya kilichomo ndani yake kichanganyike

siafu - mdudu mweusi mdogo ambaye huuma vibaya kwa sababu anapenda kula wanyama hai. Anasafiri katika makundi ya wengi pamoja

SIAFU KANIUMA[9]

Hii pia ni ngoma ya vijana. Ngoma hii huigiza mtu aliyekwenda kuwinda wanyama wadogo wadogo na akatafunwa na siafu msituni. Siafu wanamtambaa miguuni kwake. Na hujitikisa kwa nguvu ili awatoe siafu. Katika ngoma hii mwindaji ndiye

kaniuma - yaani, ameniuma

kuigiza - mtu mmoja kujifanyia kama angekuwa mwingine

kutafuna - kuuma

kutambaa - kutembea kwa kutumia mikono

mwindaji/wawindaji - mtu awindaye

mchezaji. Na watu wanaomzunguka hupiga makofi, watu wawili hukaa chini na kukamata mchi ambao umewekwa juu ya michi miwili mingine. Mgongo wa mchi na makofi huwa wa kupendeza mno. Mchezaji huruka ruka[10] juu ya mchi ule wa juu, kwanza pole pole na baadaye mdundo huzidi kukolea na yeye pia huzidi kurukaruka kwa nguvu na jazba kubwa hata kufikilia utamu wa juu hapo tena mgongo na makofi hupungua kidogo kidogo na mchezaji pia hurudi chini pole pole katika kucheza kwake. Na hivyo ndivyo ngoma inavyomalizika.

mchi/michi - mti wa kutwangia
mgongo/migongo - sauti ya kugonga
mdundo/midundo – sauti ya ngoma
kukolea - kuwa nzuri
jazba - hamu
utamu - hali ya kuwa tamu
kupungua - kuwa chache

GONGA

kugonga - kupiga vitu pamoja

Gonga huchezwa na wanawake na wanaume pia. Vyombo vinavyotumika ni ngoma mbili, zumari, kibati, marimba, na kayamba. Wachezaji huzunguka na hufuata mshindo wa ngoma. Mchezaji mmoja huenda kati na hucheza juu ya michi. Michi huwekwa kama vile katika "siafu kaniuma." Lakini mdundo wa ngoma na kucheza kwake ni vingine kabisa.

zumari - chombo kirefu ambaho huwekwa mdomoni na kutiwa hewa ili kufanya muziki
kibati - aina ya chombo cha muziki kinachopigwa
marimba - chombo cha muziki kinachotengenezwa kwa mbao na kupigwa na fimbo
kayamba - chombo cha muziki cha kutikisia

KACHOKA[11]

Kachoka au mbwa kachoka ni ngoma pia inayochezwa na wanaume na wanawake.

kachoka - yaani, amechoka

Huvutia watu wengi pahali popote pale ambapo kuna ngoma nyingine. Vyombo vyote vya beni hutumiwa. Wachezaji hutimka kwa kuzunguka. Ngoma hii ni moja katika ngoma zinazopendwa sana katika nchi.

beni - kikundi cha wanamuziki
kutimka - kuondoka haraka

Hizi ni baadhi tu ya ngoma nilizoziandika hapo juu lakini kuna nyingi nyinginezo. Kama wewe ni mgeni unaweza kujiuliza kwa nini Waswahili wanapenda ngoma namna hii? Waswahili hawachezi ngoma kwa kujifurahisha tu bali ni namna moja ya kueleza maisha yao, utamaduni wao na mila zao.

NOTES

Grammatical

1. Wanapokuwa - kuwa is used here in the sense of "become."
2. Nini wajibu wao = ni nini wajibu wao = wajibu wao ni nini. The form of this phrase probably results from postposition of the subject wajibu and omission of the copula ni.
3. Hutoka akaenda - There are a number of instances in this text where sequential (-ka-) forms follow habitual (hu-) forms:

   huenda wakacheza (this paragraph)

   huigiza .... akatafunwa (first sentence under "Siafu Kaniuma")

   For additional discussion of this usage see fn. 15 of "Kujipatia Mchumba" (Somo la Nne).
4. Wakati huo huo - (trans. "right then and there"/"at that precise time." Huo huo is an example of an emphatic demonstrative. Most often these are simple reduplications, but you will hear forms such as papo hapo ("right then/there"). For more information on these forms see Ashton, p. 304.

5., 8. Kupiga magoti ("to kneel"); kupiga makofi ("to clap"). Other expressions where kupiga is used are discussed in fn. 9 of "Mumbi Ahojiwa" (Somo la Tano).

6. Huwa wamekaa (trans. "they are sitting down"). In this complex form with kuwa, the habitual huwa makes the phrase habitual while the use of the -me- form makes the phrase completive.
7. Wanakuwa na - This habitual use is discussed in fn. 2 of "Misingi ya Uandishi wa Barua Zetu" (Somo la Sita).

9., 11. kaniuma (trans. "it bit me"), kachoka (trans. "it gets tired"). This form does not occur frequently except in headings, especially newspaper headlines. It tends to imply an action has just occurred, which is why we have used completive (-me-) forms to gloss these items in the margin. For further discussion of this form see Ashton, pp. 134-135, and Wilson, p. 345.

10. kurukaruka - (trans. "to make a series of small jumps). Reduplication of this type is discussed in fnn. 7-9, 11, of "Nchi Yetu" (Somo la Kwanza).

Cultural

a. The role of the somo is discussed further in Françoise Le Guennec-Coppens, *Wedding Customs in Lamu* Lamu: Lamu Society, 1980.

b. For information on the Maulidi festival see Esmond Bradley Martin, "Maulidi Festivities at Lamu," *Kenya Past and Present,* 1, iii (1972), pp. 16-21.

Ngoma

MASWALI

1. Taja ngoma mbili zinazochezwa na vijana, ngoma moja inayochezwa magharibi, ngoma mbili zinazochezwa na wanaume na wanawake, na ngoma moja inayochezwa wakati wasichana wanapokuwa wari.

2. Eleza kwa ufupi kwa nini Waswahili wanacheza ngoma hizi.

3. Mwandishi ameandika somo hili ili lisomwe na nani? Unajuaje?

4. Eleza kwa ufupi mambo saba au zaidi ambayo wasichana hufunzwa wakati wa kucheza unyago au msondo.

5. Eleza kwa ufupi nyakati ambapo ngoma mbili zo zote huchezwa.

6. Eleza kwa ufupi mavazi ambayo yanavaliwa wakati ngoma mbili zinapochezwa.

7. Eleza kwa ufupi tofauti baina ya vyombo vinavyotumiwa katika ngoma zo zote mbili.

8. Ukienda kuona ngoma za Waswahili, unafikiri kwamba utaweza kuona hizi zote? Eleza jibu lako.

9. Eleza kwa ufupi tofauti baina ya ngoma za watu wazima na ngoma za vijana.

ACTIVITIES

1. **Objective - Narrative Description of Cultural Activity**
   Imagine that you have seen one of the dances described in this text and prepare a narrative describing the performance you saw. Then present this description in class and be prepared to answer questions.
2. **Objective - Comparison and Discussion of Comparison**
   Prepare a presentation comparing the socialization of young women in another society and the socialization of young women in Swahili society. Focus on topics discussed in the passage. After the in-class presentation, discuss and relate your comparison to those of your classmates.
3. **Objective - Description of Cultural Activity**
   Prepare a description of a non-Swahili dance or a children's game that involves physical activity. In this description explain to a Swahili speaker how to do this dance and its cultural significance. Be sure to include descriptions of what is worn and what instruments, etc.; are needed. In class exchange roles with your classmates and take turns explaining and asking about dances.
4. **Objective - Explanation and Giving Instructions**
   With a classmate (or group of classmates) prepare instructions as to how to dance Umeta. In class take turns directing the group in the performance of this dance. Be sure to bring music to class that will be appropriate for your variation of this dance.
5. **Objective – Grammatical Practice: Habituals followed by Sequentials**
   Identify the instances in this text where sequential (-ka-) forms follow habitual (-hu-) forms. Rewrite each sentence with a different subject and change one of the verbs.
6. **Objective - Grammatical Practice: Habituals**
   Identify all other uses of habitual (hu-) forms in this reading and use each in a new sentence.
7. **Objective – Vocabulary Development**
   Use each of the following in a sentence of five or more words:

papo hapo	huo huo
kuhifadhi	wajibu
kutikisa	utamu
kupungua	kugonga

11. Tembelea Ngome Yesu

Ngome Yesu

Somo la kumi na moja : *Tembelea Ngome Yesu Mombasa*

Source: "Karibuni Fort Jesus Mombasa - Tembelea Ngome Yesu Mombasa." Mombasa: Kenya Museum Society, printed by Rodwell Press, n.d.

Mreno wa kwanza kufika Mombasa ni[1] Vasco da Gama mnamo mwaka wa 1498. Lakini uhusiano wake na wananchi haukudumu. Baada ya wiki moja, Wareno waliona bora kuelekea Malindi yenye[2] urafiki, ambapo waliweza kuimarisha makao yao ya kwanza ya Afrika Mashariki. Lakini uzuri wa bandari ya Mombasa uliwavutia wageni na punde jeshi la Kituruki likajenga kigome mwaka 1589.[a]

Kwa kuchelea usalama wa safari ya kurejea Ureno, Wareno walishambulia na[3] kuiteka Mombasa mwaka wa 1593, na wakaanza kujenga ngome kubwa ili kuulinda mlango wa bandari.

Wareno walijifikiria nafsi zao kuwa ni[4] watapakazaji wa Ukristo kuliko kuwa wajumbe wa Ureno. Ndiyo maana walisafiri kwa kutumia bendera ya Yesu Kristo. Kwa hivyo jina la Yesu likawa ndilo jina kuu la ngome hii.

uhusiano - kuwa na ujamaa na kitu au mtu
kudumu - kuendelea kwa muda mrefu
kuelekea - kwenda upande fulani
kuimarisha - kujenga (makao makuu) na kufanya kuwa na nguvu
makao - mahali pa kukaa na pa kufanya kazi
jeshi/majeshi - kundi la watu wanaolinda (taz. chini) nchi
kigome/vigome - ngome ndogo
kuchelea - kuogopa
usalama - hali ya salama
kurejea - kurudi
Ureno - nchi ya Wareno
kushambulia - kupiga kwa nguvu
kuteka - kukamata na kutawala
kulinda - kuangalia kitu kiwe salama
nafsi - kama moyoni
mtapakazaji/watapakazaji - mtu anayepeleka (kitu/jambo) kila mahali

Umbo lake la pembe pembe lililoambatana na sheria za ulinzi wa kijeshi na kujengwa na fundi wa Kiitaliani kutoka Goa, ngome yenyewe sasa imekaa mustarehe juani. Lakini mambo sivyo yalivyokuwa siku zote. Mauaji, vita, njaa, mashambulio ya makombora na ukhiana wa ngome hii yalizidi uharamia na wizi wa dunia yetu ya kisasa. Zama hizo za kabla ya radio, chombo cho chote kilichoonekana katika upeo wa macho, huitia wasiwasi mkubwa himaya hii ndogo iliyokuwa na jeshi la watu wasiozidi mia walioachwa kwenye safari ipatayo miezi sita. Ngome hii iko katika hali ile ile iliyojengwa kiasi miaka mia nne iliyopita. Ni jambo la tukizi kupata tarehe yenye kufahamika kama

umbo/maumbo - jinsi kitu kilivyo
pembe - mahali ambapo kuta mbili (au vitu kama kuta) zinakutana
-a pembe pembe - -enye pembe nyingi
kuambatana na sheria - kujengwa
ulinzi - kazi ya kulinda
-a kijeshi - -a namna ya kutumiwa na majeshi
mustarehe - hali ya kustarehe
mauaji - kuua kwingi
shambulio/mashambulio - pigo la kushambulia
kombora/makombora - kama risasi kubwa sana; pia "bomu" (kutoka Kiingereza)
ukhiana (pia uhiana) - ubaya, hasa ubaya wa kuzuia watu wengine waishi vizuri
uharamia - wizi (**taz.** chini) mambo mengine mabaya yaliyo kinyume cha sheria
wizi - hali ya kuvunja sheria kwa kuchukua vitu visivyo vyako
zama - wakati
kuonekana - kuweza kuonwa
upeo wa macho - mahali pa mwisho ambapo mtu anaweza kuona
wasiwasi - shaka/mashaka
himaya - ulinzi (**taz.** juu)
kiasi - karibu
-a tukizi - -a ajabu; si -a kawaida
tarehe - historia

hii. Ikiwa utaondoka Mombasa bila ya kutembelea hapa itakuwa sababu ya majuto kwako.

1498 Wareno walifika Mombasa, baadae walielekea Malindi.

1589 Waturuki walijenga ngome ndogo Mombasa.

1593 Wareno walihama[5] Malindi na wakaanza kujenga Ngome Yesu.

1631 Mfalme wa Mombasa alimwua[6] kwa kumchoma kisu jemadari wa Kireno na kuiteka Ngome.

1632 Majaribio ya Kireno ambayo hayakufaulu kupata tena Ngome.

1632 Woga ulimwingia Mfalme wa Mombasa; akakimbia na Wareno wakaiteka ngome.

1661 Mfalme wa Omani aliishambulia Mombasa, lakini aliogopa kuiteka Ngome.

1696 Mfalme wa Omani alizunguka Ngome kwa vita.

1697 Wareno wa Ngomeni walikufa kwa njaa na tauni.

1698 Ngome iliingia mikononi mwa Waarabu wa Omani baada ya vita vya 2 3/4[7] miaka.

1728 Jeshi liligomea Waarabu,[b] Wareno wakaiteka Ngome.

majuto - kusikia majuto ni kusikia vibaya kwa ajili ya kosa lako, na kutaka kulipia kosa hilo

baadae – baadaye

mfalme/wafalme - namna ya mtawala mwanamume

kumchoma kisu - kufanya kisu kuingia ndani ya mtu

jemadari/majemadari - mkuu wa jeshi

jaribio/majaribio - kutoka kujaribu

kufaulu - kushinda katika jambo

kuzunguka - kufanya duara

tauni - kwa Kiingereza, “bubonic plague”

kugomea - kukataa kufanya unavyotakiwa

1729 Waarabu waliteka tena Ngome; na Wareno walitoka kabisa.

1741 Liwali wa Kiomin[c] al-Mazrui[d] alijinyakulia uhuru.

1746 Al-Mazrui aliuwawa na Waarabu wa Omani; kaka yake[e] aliwauwa majasusi na akawa Liwali wa Ngome,

1824 Liwali al-Mazrui[f] alitafuta na akapata himaya ya Kiingereza.

1826 Himaya ya Kiingereza iliondolewa.

1828 Mfalme wa Omani na Zanzibar Sayyid Said aliiteka Ngome tena.

1829 Majeshi ya al-Mazrui yaliwapa taabu ya njaa majeshi ya Mfalme.

1833 Majeshi ya al-Mazrui[g] yalivumilia mashambulio ya makombora ya Mfalme Seyyid Said.

1837 Liwali wa mwisho wa al-Mazrui[h] alisalimu amri kwa Mfalme Seyyid Said.

1875 Ngome ilishambuliwa kwa manuwari za Kiingereza kumaliza uasi wa al-Akida.[i]

1895-1958 Ngome ilitumiwa kama ni gereza la serikali.

kujinyakulia - kuchukua kwa haraka na bila kuomba

kaka - ndugu wa kiume

jasusi/majasusi – mtu anayedanganya kiongozi wake au watu wake

kuvumilia - kuendelea kuishi na jambo gumu

kusalimu amri - kubali kushindwa

manuwari - meli ya kupiga au kufanya vita (kutoka Kiingereza "man of war")

uasi - kupigana na majeshi ya serikali

gereza - jela

NOTES

Grammatical

1. Note that the present tense "ni" is used here rather than the past tense "alikuwa," the equivalent of which would be used in English.
2. yenye - The prefix used here is Class 9 because "Malindi" is a proper noun.
3. kuiteka is an example of an infinitive used as a past sequential.
4. Note that present tense constructions are normally used in Swahili to indicate indirect quotations and thoughts as direct quotation.
5. kuhama - (trans. "to move from a place"). Notice that the difference between kuhama and kuhamia is that the former means "to move from a place" while the latter means "to move to a place."
6. kumwua/kumuua (Alternate spellings). See also below: kuwaua /kuwauwa
7. 3/4 - robo tatu
8. kuwapa taabu ya njaa majeshi - In certain idioms, phrasal verbs are used, such that the normal word order of recipient followed by object is reversed. One would say Aliwapa majeshi silaha (VERB, RECIPIENT, OBJECT) but Aliwapa taabu ya njaa majeshi (VERB, OBJECT, RECIPIENT). Notice also that in the sentence the Class 6 subject prefix is used with the subject noun Majeshi, but the Class 2 object prefix is used with the object noun Majeshi. This may have something to do with whether one is thinking of majeshi as army/forces, making the Class 6 prefix more logical; or as troops, making the Class 2 prefix more reasonable.

Cultural

a. Wakati huo Waturuki na Wareno walikuwa maadui.
b. Waarabu wa Omani
c. Liwali wa Kiomin - an administrative official or governor; in this case one representing the Omani ruler. As indicated by later usages of the term in the text, the later liwali were not

directly appointed and asserted their independence from Oman. Here the liwali wa Kiomin was Muhammed bin Athman al-Mazrui.

d. Muhammed bin Athman al-Mazrui.
e. kaka yake - Ali bin Athman al-Mazrui.
f. Liwali al-Mazrui - Suleiman bin Ali al-Mazrui
g. Liwali al-Mazrui - Salim bin Ahmad
h. Liwali wa mwisho wa al-Mazrui - Rashid bin Salim
i. Al-Akida - appointee of Seyyid Said who rebelled against Seyyid Barghash.

For more information on the history of Fort Jesus and Mombasa see:

Mohamed H. Abdulaziz, *Muyaka: 19th Century Swahili Popular Poetry* (Nairobi: Kenya Literature Bureau, 1979).

M. Hinawy, *Al-Akida and Fort Jesus Mombasa* (London: Macmillan, 1950).

M. M. Mulokozi, "Protest and Resistance in Swahili Poetry, 1600-1885," *Kiswahili*, 49, i (March 1982), pp. 25-51.

C. S. Nicholls, *The Swahili Coast* (London: George Allen & Unwin, 1971).

A. I. Salim, *The Swahili Speaking Peoples of Kenya's Coast* (Nairobi: East African Publishing House, 1973).

MASWALI

1. Hili ni somo kuhusu namna za vita, historia ya mahali fulani, au hali za maisha katika Mombasa?

2. Watu kutoka nchi zipi walikuwa wamekaa katika Ngome Yesu?

3. Zamani kulikuwa na taabu gani ngomeni?

4. Jina la ngome ni "Yesu" kwa sababu gani?

5. Wareno walijaribu kukamata ngome mara ngapi? Walifaulu mara ngapi?

6. Waomani walijaribu kukamata ngome mara ngapi? Na wao, walifaulu mara ngapi?

7. Ngome imebadilikaje tangu hapo zamani mpaka sasa?

8. Eleza kwa ufupi umbo la ngome.

9. Eleza kwa ufupi mawazo yako kuhusu kwa nini wageni wengi walijaribu kukamata ngome hii.

ACTIVITIES

1. Objective - Narrative Description (Historical Narrative)

a. Prepare (in taped or written form) a historical description of some other place or building in East Africa, for example, Husuni Kubwa ya Kilwa, Ngome ya Zanzibar, Husuni ya Pate, Ngome ya Siu. These descriptions may be presented in class and provide the basis for discussion.

b. Improvise scenes in which students take the parts of prisoners during the colonial period who discuss the history of the fort.

c. Improvise scenes in which students take the parts of Swahili people who discuss:

i. the arrival of the Portuguese
ii. the early period of Omani rule
iii. the Mazrui rulers
iv. Seyyid Said
v. al-Akida

2. Objective - Narrative Description (Personal Narrative)

Tape a telephone description to a friend of a visit to Fort Jesus, or write a letter describing such a visit.

3. Objective - Narrative Description (Biographical Narrative)

Prepare (in written or taped form) a brief biography of Vasco da Gama, Muhammed bin Athman al-Mazrui, Ali bin Athman al-Mazrui, Seyyid Said, al-Akida, Muyaka bin Haji, Khasa binti Ahmad, or Sheikh Mshirazi.

4. Objective - Comparative Narrative

Prepare a taped or written comparison of what was happening at Fort Jesus on particular dates with what was happening elsewhere in East Africa, or Africa, at the same time.

5. Objective - Persuasive Argument

a. One student (or the instructor) pretends not to be interested in visiting Fort Jesus; others explain why s/he should do so.

b. Students pretend to be Omani soldiers in the fort during the 1829 siege and attempt to persuade their leader, Nasir bin Suleiman, to surrender (Note: According to Nicholls, during the siege the soldiers were forced to eat the leather of their shields and bought rats to eat for a dollar apiece).

6. **Objective - Explanatory Argument**
Prepare an extended statement explaining why the history of Fort Jesus is relevant to the study of Swahili history, culture, and/or language. These statements may be taped or written and then presented in class and form the basis for class discussion.

7. **Objective - Analysis Based on Text Comprehension**
Prepare in written or taped form an extended statement beginning: Ningependa kujua zaidi kuhusu. This statement should deal with topics mentioned or implied, but not explained or described in detail in the passage.

8. **Objective - Grammatical Practice: Sequentials**
Identify in this passage the instances of infinitives used as sequentials. Rewrite these sentences replacing the infinitives with -ka- sequential forms.

9. **Objective - Grammatical Practice: Objects**
Write ten sentences each of which has two objects.

10. **Objective - Vocabulary Development**
Use each of the following in a sentence of five or more words:

kuhama	uhusiano
kuhamia	kulinda
kufaulu	kuonekana
wasiwasi	kuzunguka

Ndani ya Ngome Yesu

12. Mikoko ni Maarufu Lamu

Mji wa Lamu

Somo la kumi na mbili: *Mikoko, Samaki ni Maarufu Lamu*

Source: "Mikoko, Samaki ni Maarufu Lamu," *Sauti ya Pwani*, 24 June 1983, p. 3.

Ukitaka kununua mikoko kwa wingi ama samaki, nenda Lamu. Lamu, wilaya yenye visiwa na vitongoji kadha vinavyosambaa toka Kaskazini na Mashariki kwa karibu kilomita 130, inasifika sana kwa biashara hizi mbili. Kilimo pia ni muhimu sana kwa watu wa Lamu, na Mpango wa Makao wa Ziwa Kenyatta, ambako jamii 3,500 zimepatiwa makao na Serikali, ni mfano mwema wa maendeleo ya kilimo wilayani.

Karibu hekta 46,000 za mikoko kati ya hekta 50,000 zilizoandikishwa na serikali, hutumiwa kwa kukata miti hii kwa biashara. Kutokana na umuhimu wa mikoko serikali ilitoa amri[1] kuzuia ukataji ovyo wa miti hii na ye yote anayetaka kukata miti hii lazima apate kibali kwa Idara ya Misitu. Madhumuni yake ni kuzuia miti hii isipurwe ovyo.

Inakisiwa kuwa kwa sasa jamii karibu 300 hunufaika kutokana na biashara ya mikoko, na kwamba wengi zaidi pia hunufaishwa kutokana na biashara ya miti hii. Maafisa wa kilimo wanasema kuwa biashara ya mikoko

mkoko/mikoko - namna ya mti unaomea pwani majini, kwa Kiingereza "mangrove trees"
maarufu - maalum
kwa wingi - -ingi sana
kitongoji/vitongoji - kijiji
kusambaa - kupatikana kila mahali
kilomita - kwa Kiingereza "kilometer"
kusifika - kujulikana na kuwa na maana
kilimo/vilimo – ukulima
hekta - kipimo kitumiwacho badala ya yadi za eneo kupima eneo la mahali
kuandikishwa - kuwekwa katika orodha
kukata - kutumia kitu kama kisu kufanya mti uanguke
kutoa amri - kutoa maagizo
kuzuia - kufanya jambo lisiendelee
ukataji - kazi ya kukata
ovyo - bila utaratibu
kibali - kukubaliwa; ruhusa
Idara - Ofisi
kupurwa - kukatwa ovyo (**taz.** kukata na ovyo juu)
kukisiwa - kufikiriwa kuwa sawa
kunufaika - kupata faida
kunufaishwa - kupewa faida
afisa/maafisa - kutoka Kiingereza

ingekuwa ya manufaa zaidi kama wanaohusika wangeunda chama kimoja cha shirika ili kutafuta masoko zaidi ya kuuza miti hii katika nchi za Mashariki ya Kati. Kwa sasa mikoko mingi zaidi toka Lamu husafirishwa kwenda kuuzwa katika nchi za Waarabu.

Licha ya mikoko, Lamu pia inajulikana kwa misitu yake, ambayo miti kama vile *Muhuhu*[2] itokayo katika msitu wa Lungi hutumiwa kutengeneza mbao.

Kwa upande wa uvuvi, sehemu inayosifika sana ni ile kati ya Kipini na mpaka wa Kenya na Somalia, sehemu ambayo huitwa Pwani Kaskazini ama "North Coast" kwa Kiingereza.

Kuna vituo vitano vikubwa vya kuvulia samaki katika sehemu hii: Kiunga, Kizingatini, Faza, Lamu na Kipini. Samaki wanaovuliwa katika sehemu hizi ni kama vile papa, changu, nguru, chewa, kiboma, kamba na kaa. Kwa jumla Pwani Kaskazini ilivua jumla ya tani karibu milioni elfu moja, mia tisa na ishirini na nane katika majira yaliyopita na kuwaletea wavuvi

manufaa - faida
kuhusika - kuwa na ujamaa na jambo/kitu fulani
kuunda - kuanza; kujenga
-a shirika - -a kuungana na; -a kusaidiana pamoja
kusafirishwa - kupelekwa (neno la kiuchumi)
licha (ya) - zaidi ya
mpaka/mipaka - sehemu inayogawanya nchi na nchi nyingine
ama - au
kuvulia - kuvua
papa - kiumbe mkali mwenye meno makali anayeishi baharini na huweza kusikia harufu ya damu vizuri
changu - kwa Kiingereza "snapper"
nguru - samaki mkubwa wa bahari mwenye rangi nyeusi mgongoni na nyeupe tumboni. Kwa Kiingereza "kingfish"
chewa - kwa Kiingereza "cod"
kiboma - kwa Kiingereza "tuna"
kamba - mnyama mdogo wa baharini mwenye miguu mingi na ngozi isiyo ngumu; nyama yake ni tamu sana
kaa - mnyama wa baharini mwenye ngozi ngumu; nyama yake ni tamu sana hasa ile ya vidole vyake viwili vya kushikia
tani - kipimo cha uzito; kutoka Kiingereza "ton"

shilingi milioni sita na elfu mia tisa.

Zaidi ya wananchi 500 ni wanachama wa chama cha ushirika wa wavuvi cha Pwani Kaskazini, chama kiitwacho North Coast Fishermen Co-operative. Inakisiwa kwamba kila mwanachama hupata zaidi ya shilingi 4,700 kila mwaka kutoka kwa mapato ya chama hiki.

milioni - elfu moja X elfu moja (kutoka Kiingereza)

ushirika - hali ya kuungana na kusaidiana pamoja katika kazi fulani

pato/mapato - fedha (au faida nyingine) zinazopatikana kutoka kazi fulani

Notes

Grammatical

1. kutoa amri – (trans. "to order"/ "to direct"). This is another example of a useful phrase that involves the use of kutoa followed by a noun. Other examples are discussed in fn. 3 of "Misingi ya Uandishi wa Barua Zetu" (*Somo la Sita*). Examples of idioms involving kutoa are found in Mohamed, pp. 35-36, and Hollingsworth, p. 29.
2. Probably from Gikuyu: *mũhuuhu – cypress tree.* The Kiswahili name for the tree is "mvinje."

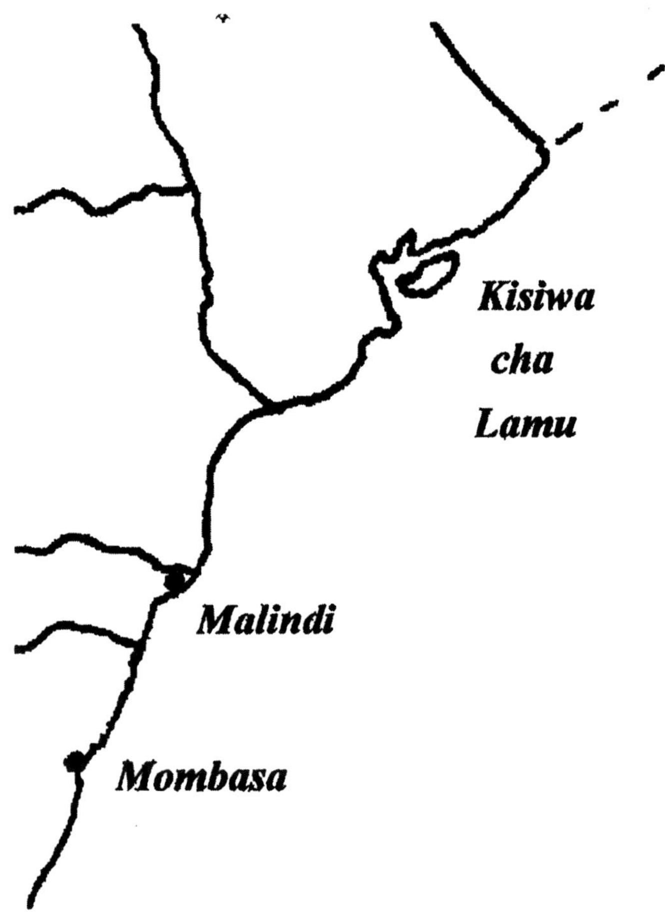

MASWALI

1. Hili ni somo juu ya siasa ya Lamu, uchumi wa Lamu, au miti ya Lamu?

2. Je, Wilaya ya Lamu ni kisiwa cha Lamu tu?

3. Uende sehemu ipi ya wilaya ya Lamu ili kupata samaki? Samaki gani hupatikana huko?

4. Eleza kwa ufupi aina tatu za biashara zilizo muhimu kwa watu wa Lamu

5. Je, watu wengi zaidi wa Wilaya ya Lamu ni wakataji wa mikoko, au ni wavuvi?

6. Ukitaka kukata mikoko katika Wilaya ya Lamu ni lazima ufanye nini?

7. Unafikiri kwamba mikoko yote ambayo hukatwa na samaki wote ambao huvuliwa, katika Wilaya ya Lamu husafirishwa? Eleza kwa ufupi.

8. Eleza kwa ufupi maana ya "chama cha ushirika." Taja mfano mmoja.

9. Maafisa wa kilimo wamesema wakataji wa mikoko waunde chama cha ushirika kwa sababu gani?

ACTIVITIES

1. **Objective - Description and Questions (Complex Activity)**
   Prepare a description of important economic activities in the place where you were born. Present this description in class and be prepared to answer questions concerning it.
2. **Objective - Explanations and Requests for Explanations**
   There is one important activity of Lamu District which is not mentioned in this article, <u>utalii</u>. Imagine that you are the author of this passage and that you will be questioned as to why you did not discuss this topic. Prepare an explanation as to why you have chosen not to discuss this topic. In class, exchange roles with your classmates of author providing explanations and questioner requesting an explanation.
3. **Objective - Discussion (Abstract Topic)**
   Using this text as a model, describe economic activity in another district in Kenya or Tanzania. In class, compare these descriptions and discuss whether as a group they present a reasonably complete and accurate picture of economic activity in East Africa.
4. **Objective - Cultural and Social Description**
   Using this text as a model, describe another aspect of life in Lamu District, for example, religion, politics, education, homes or food. In class, discuss how knowledge of the economy of the district informs these other topics.
5. **Objective - Grammatical Practice: Relative Clauses**
   Identify the relative clauses in this reading and, where possible, substitute another relative form.
6. **Objective - Grammatical Practice: Hypotheticals**
   Write ten sentences using (-<u>nge</u>-) hypotheticals.
7. **Objective - Vocabulary Development**
   Use each of the following in a sentence of five or more words:

<u>kutoa amri</u>	<u>kwa wingi</u>
<u>kuzuia</u>	<u>kukata</u>
<u>kuunda</u>	<u>licha ya</u>
<u>ovyo</u>	<u>manufaa</u>

13. Kwa Nini Nife?

“Weka juu mikono yako!”

Somo la kumi na tatu: *Kwa Nini Nife?*

Source: Ganzel, Eddie. "Sehemu ya Nne," from "Kwa Nini Nife?" *Taifa Weekly* (Nairobi, Kenya), n.d.

Alasiri kabla ya jua kutua Launi Rendo alisimamisha gari lake mbele ya jumba la Othman Omari. Alishuka akaelekea mlango wa mbele. Macho yake hayakuona mtu ye yote, ama gari lo lote hapo karibu. Hivyo mpelelezi alifahamu kuwa Othman Omari hakuwa amerejea katika safari yake ya kisiwani.

Hata hivyo aliamua kwenda bisha hodi[1] na kuzungumza na Bibi Omari, mkewe Othman Omari ambaye hapo awali alijitia ukali[2] na kutokutoa msaada.[3]

Alizipanda ngazi saba za mlango wa mbele akafika mlangoni na kubisha. Mlango haukuwa umefungwa kabisa, ulikuwapo mwanya ambao ulimwezesha mpelelezi kuchungulia ndani ya sebule pana, maridadi, yenye vitu vya shani sana tupu.

Dakika nzima ilipita kimya bila ya matokeo lakini masikio matulivu ya mpelelezi yalidaka sauti ya msichana

kutua - kushuka chini; kufika chini kutoka juu
jumba/majumba - nyumba kubwa
ama – au
mpelelezi/wapelelezi - mtu anayetafuta kujua siri fulani
kisiwa/visiwa - nchi iliyozungukwa na maji
kuamua - kusema nitafanya hivi na si vile
awali – mwanzo
ngazi - chombo cha kupandia kwenda juu na kutoka chini
mwanya/mianya - nafasi tupu
kuchungulia - kutazama ndani ya kitu (kama nyumba) kwa kutumia nafasi ndogo au mwanya (taz. juu)
sebule - mahali pa nyumba ambapo watu hukaa wanapozungumza na wageni wao
maridadi - -a kupendeza; - zuri
shani - uzuri mno
tokeo/matokeo - jambo au hali inayoletwa na jambo au hali fulani mwishowe
-tulivu - -a taratibu
kudaka - kushika kitu kinachoanguka kabla hakijafika chini; masikio kusikia sauti; macho kuona kitu

anayeugua.

Rendo aliusukuma mlango kwa teke, papo hapo bastola akaiweka mkononi. Alisimama mlangoni akitazama sebuleni. Kwanza alidhani hamkuwa na mtu lakini baada ya kuyazungusha macho yake mle ndani alimwona msichana amelala nyuma ya sofa refu.

Msichana alikuwa akijaribu kunyanyuka lakini maumivu yake yalimzuia. Rendo alimfuata akamsaidia na kumweka kitini. Msichana alikuwa amejeruhiwa kichwani, bila shaka kwa risasi ya bastola. Damu zilimvuja ovyo na kutiririka shingoni hadi begani.

"Ni nani wewe?" aliuliza Rendo.

"Janeth, ninafanya kazi hapa," alisema msichana.

"Yuko wapi Bibi Omari?"

"Yumo chumbani," alijibu Janeth, "naye pia amejeruhiwa."

Rendo alinyanyua macho. Mlikuwa mna milango kadha mle sebuleni na mmoja ulikuwa wazi kabisa. Mpelelezi alivuta hatua[4] za hima akapenya mlangoni na kujikuta katika chumba kikubwa chenye kitanda, makabati ya nguo, meza yenye vioo vitatu na sefu la ukutani ambalo

kuugua - kutoa sauti inayoonyesha kuwa na ugonjwa au kuumwa
kusukuma - kufungua zaidi mbele kwa kutumia nguvu
kwa teke - kwa kupiga teke
bastola - bunduki ndogo
kudhani - kufikiri
kuzungusha macho - kutazama huku na huku
sofa/masofa - kutoka Kiingereza
kunyanyuka - kuinuka
maumivu - hali ya kusikia vibaya kutokana na jeraha au ugonjwa
kujeruhiwa - kutiwa jeraha mtu au mnyama
kuvuja - kutoa (damu) kutoka sehemu ya mwili
ovyo - bila utaratibu au mpango
kutiririka - kitu cha majimaji, k.m. damu, kutoka kwa wingi

kunyanyua - kuinua
kuvuta hatua - kutembea kwa upesi
-a hima - -a upesi
kukuta - kuona kitu au mtu akiwa mahali fulani
kabati/makabati - mahali pa kuwekea vitu kama chakula au nguo (kutoka Kiingereza)
kioo/vioo - kitu anachotumia mtu kujiona
sefu - chombo kizito kama kabati cha kuwekea vitu kama fedha; kutoka Kiingereza

mlango wake wa chuma ulikuwa wazi.

Bibi Omari alikuwa kwenye zulia amelalia ubavu wa shoto kando ya kitanda kipana cha futi sita chenye matandiko ya kupendeza na mito kadha.

Wakati alipofika mlangoni tu, mpelelezi alitambua kuwa msichana hakujeruhiwa bali aliuawa. Aliathiriwa sehemu mbili, kichwani na kifuani.

Rendo aliirejesha bastola yake mfukoni akarudi sebuleni. Alifuata simu iliyokuwa kwenye meza ndogo kwenye pembe ya sebule. Alikinyanyua chombo cha kusemea akazungusha nambari ya makao makuu ya upelelezi.

"Upelelezi hapa, naweza kukusaidia?"

"Nataka kuzungumza na Inspekta Shahib," alisema Rendo. Wakati akimsubiri Inspekta alitoa mkebe wake wa sigara akatoa moja na kujiwashia.

"Ni nani wewe?" iliuliza sauti tulivu ya Shahib.

"Launi Rendo," alijibu mpelelezi. "Nimo ndani ya nyumba ya Othman Omari. Njoo haraka. Mkewe ameuawa na mtumishi wake amejeruhiwa vibaya kabisa."

"Nisubiri papo hapo," alisema Inspekta Shahib, "nitafika punde tu."

chuma/vyuma - kwa Kiingereza "iron"

zulia/mazulia - kitu kilichoshonwa kwa kuweka chini nyumbani ili kizuie uchafu na kifanye nyumba ipendeze

ubavu/mbavu - upande wa kitu

tandiko/matandiko - kitu kinachotumiwa kitandani kujifunika au kulalia

kuathiriwa - (hapa) kupigwa risasi

kurejesha - kurudisha

kuzungusha - kufanya kitu kizunguke

nambari - kutoka Kiingereza

makao makuu - mahali pakuu pa kazi fulani, afisi kuu ya kazi

upelelezi - kazi ya mpelelezi (taz. juu)

kusubiri - kungojea

mkebe/mikebe - chombo kidogo cha kutunzia vitu

kuwashia - kufanya kitu kitoe moto kwa mtu fulani au mahali fulani

mtumishi/watumishi - mtu anayefanya kazi kwa mtu mwingine

Rendo aliiweka simu chini akamfuata Janeth. "Waweza kuzungumza?" alimuuliza akichutama kando ya msichana.

Msichana aliitika kwa kichwa na kusema kwa sauti hafifu: "Ndio."

"Mimi ni rafiki wa Othman Omari," alisema Rendo. "Itakuwa vyema ukinieleza kwa ufupi yaliyotokea hapa."

Janeth alisema kama yumo usingizini: "Waliingia magaidi wawili. Wote walishika bastola. Mmoja aliingia chumbani na mwingine akabaki hapa. Mori ulinipanda nikaikimbilia simu lakini alifyatua risasi akanijeruhi kichwani. Nilianguka na kupoteza fahamu kwa muda."

"Unawafahamu watu hao?"

Msichana alisita, alimeza mate akasema kwa sauti nzito: "Siwafahamu."

Rendo alishusha pumzi.

"Ukiwaona tena utaweza kuwatambua?" aliuliza.

"Labda," alisema msichana.

"Mle ndani ya sefu la chuma mlikuwa mna nini?" aliuliza Rendo.

Janeth alisema: "Pesa kidogo na mikufu ya dhahabu ya Bibi Omari."

kuchutama - kuinama; kuwa katikati ya kukaa na kusimama

hafifu - isiyo na nguvu

kutokea - kufanyika; kuwa

gaidi/magaidi - mwuaji au mtu anayeiba kwa kutumia nguvu

kubaki - kutoondoka

mori kupanda - kupata hasira

kufyatua risasi - kufanya risasi itoke katika bunduki

fahamu - akili

kusita - kuacha kufanya jambo kwa sababu fulani baada ya kutia nia ya kulifanya

kumeza - kufanya kitu kiondoke kinywani (unakunywa kwa kutumia kinywa) mpaka tumboni

mate - majimaji ya kinywa

kushusha pumzi - kutoa hewa ya mwili kutoka ndani

mkufu/mikufu - kitu kidogo kama kamba kinachovaliwa shingoni

dhahabu - kitu kama jiwe kilicho ghali sana kinachotumiwa kutengeneza vitu mbalimbali kama mikufu (taz. juu), saa n.k.

Mpelelezi alishusha tena pumzi. "Jaribu kujituliza," alisema, "polisi iko njiani. Watafika hapa punde tu." Alinyanyuka akaingia chumbani.

Maiti ya mkewe Othman Omari ilimsisimua. Ilikuwa kama maiti ya mtu aliye hai aliyejilaza kusudi ili apigwe picha kuonyesha mfano wa maiti ya kweli ilivyo. Mkono wa shoto aliulalia, mkono wa kulia aliunyoosha. Mguu mmoja haukuwa na kiatu na mwingine aliukunja. Bwawa dogo la damu lilimzunguka. Uso wake ulikuwa mtulivu, haukuonyesha ukali wala hamaki ingawa macho yake makali yasiyoona kitu yalitazama juu.

Rendo aliranda mle chumbani mikono yake ameishindilia mifukoni. Chumba kilipambwa vyema sana. Picha kadha zilining'inia ukutani. Picha mbili zilimvutia mpelelezi. Moja ilikuwa ya Othman Omari, mtu mwenye umbo nzuri na wajihi wa kupendeza. Picha nyingine ilikuwa ya mkewe.

Kwenye uchago wa kitanda kilikuwapo kikabati kidogo. Juu ya kikabati hicho ilikuwapo miwani yenye vioo vinene na fremu kubwa nyeusi, aina ya miwani ya kiume.

kutuliza - kufanya kupumzika

maiti - mwili baada ya kifo

kusisimua - kuwa na ajabu moyoni; kutosikia vyema

kulaza - kufanya mtu au kitu kilale

kunyoosha - kufanya kitu kinyooke

kukunja - kufanya kitu kilichonyooka kisinyooke

bwawa/mabwawa - shimo lenye maji

hamaki – hasira

kuranda - kutembeatembea bila nia maalum

kushindilia - kuweka kitu kwa wingi ndani ya kitu kingine

kupambwa - kitu kutengenezwa kwa uzuri ili kipendeze

kuning'inia - kushika mahali padogo kisha sehemu nyingine iwe inategemea hapo paliposhikwa

wajihi – sura

uchago - upande wa kichwa kitandani

kikabati/vikabati - kabati dogo

miwani - vioo vyenye fremu (**taz.** chini)

fremu - sehemu ya miwani inayozunguka vioo na inayovaliwa masikioni (kutoka Kiingereza)

Rendo alifuata miwani hiyo akatoa kitambaa na kuizingirisha. Aliichukua miwani akatoka nayo sebuleni. Alimfuata msichana Janeth.

"Waifahamu miwani hii?" aliuliza.

Msichana alinyanyua uso. Alipoiona tu miwani midomo yake ilifumbuka alitaka kusema neno lakini badala yake alitoa guno akazirai.

Kabla ya Launi Rendo kufanya lo lote -- na madhumuni yake yalikuwa kumwamsha msichana -- mvumo wa king'ora cha gari la polisi ulisikika kwa mbali.

Mpelelezi alisita, alimtupia jicho Janeth,[5] msichana alikuwa ametepeta, shingo yake ikilalia mkono wa kiti. Mvumo wa gari la polisi ulizidi kusogea[6] karibu kila nukta. Rendo alitia miwani mfukoni akaenda mlango wa mbele.

Gari la polisi lilisimama barabarani. Ndani ya gari mlikuwa mna watu wawili tu; Inspekta Shahib na dereva ambaye pia alikuwa kachero asiye na mavazi rasmi.

Dereva alibaki garini nyuma ya usukani lakini Shahib alishuka akaenda kwenye ngazi za mlango wa mbele. Alisema: "Sikusema kuwa niionapo sura yako maisha ya mtu huwa hatarini? Ni nani muuaji?"

kuzingirisha - kufanya kuzunguka kitu, kitu kingine kama kitambaa

mdomo/midomo - sehemu ya nje ya kinywa (taz. juu)

kufumbuka - kupata kufunguliwa

guno/maguno - sauti ya chini inayoonyesha kuumwa

kuzirai - kupoteza fahamu (taz. juu)

kuamsha - kufanya kuamka

mvumo/mivumo - sauti nzito ya nguvu kama ya upepo

king'ora/ving'ora - chombo kinachotoa sauti kubwa kutoka magari ya polisi au askari

kutupia jicho - kuangalia

kutepeta - kukosa nguvu kabisa

kusogea karibu - kuja karibu; kukaribia

nukta - moja ya sitini (1/60) ya dakika

kachero - askari anayefanya kazi kama ile ya mpelelezi (taz. juu) bila kuvaa vazi la kazi

usukani (sukani) – chombo cha duara cha kufanya gari liende

muuaji/wauaji - mtu anayeua

"Sijui," alisema Rendo. "Sikukutana na mtu ye yote wakati nilipowasili. Njoo ndani ujionee mwenyewe."

Shahib alitangulia lakini katikati sebuleni alisimama na kumtazama msichana Janeth aliyezirai kitini.

"Huyu ndiye mtumishi wa Othman Omari," alisema Launi Rendo. "Amezirai tu. Maiti iko chumbani."

Inspekta Shahib aliendelea hadi chumbani akapiga magoti[7] kando ya maiti ya msichana. Macho yake matulivu yaliona kila kitu katika nukta moja tu. Kisha alinyanyuka akasema, "Twende sebuleni Launi, bora nizungumze nawe kabla ya kufika daktari na wataalamu wa alama za vidole."

Walitoka chumbani wakarejea sebuleni. Inspekta Shahib alijiweka kitini mbali na msichana aliyezirai. "Natumai hukugusa cho chote, Launi."

Rendo alitikisa kichwa. "Sikugusa cho chote zaidi ya simu," alisema.

"Vizuri," aliendelea Shahib. "Sasa nieleze yote yaliyotokea hapa, kama unayafahamu."

Launi Rendo alieleza kwa ufupi tu. Alisema aliwasili saa kumi na moja na nusu na kukuta jumba kimya.

Aliendelea kueleza jinsi alivyoukuta mlango wazi na

kuwasili - kufika

mtaalamu/wataalamu - fundi, mwenye elimu na uwezo

alama - kitu cha kuonyesha

kutumai - kutumaini; yaani, kufikiri kwa jambo zuri litatokea

kugusa - kushika kwa muda mfupi sana

kuingia ndani.

Alisema alimkuta msichana Janeth akijaribu kunyanyuka lakini hakuweza ndipo akamsaidia na kumweka kitini. "Kisha akanieleza kuwa majambazi wawili waliingia na bastola mkononi. Jambazi mmoja alimjeruhi Janeth na jambazi mwingine akaingia ndani ambako alimuua mkewe Othman Omari na kuiba dhahabu zilizokuwamo ndani ya sefu lile la chuma. Baada ya hapo msichana alizirai."

jambazi/majambazi - mtu anayeua au kufanya ukatili

kuiba - kuchukua kitu cha mtu mwingine kwa siri bila ruhusa au haki

Rendo alificha kabisa habari ya miwani na ukweli kwamba msichana Janeth alizirai baada ya kuiona miwani hiyo. Hakusema hata neno kuhusu miwani.

kuficha - kutoeleza kwa kutumia siri

"Na sasa Inspekta," aliendelea Rendo, "nakuomba uniruhusu niende zangu.[8] Nina kazi nyingi zinanisubiri. Ikiwa utanihitaji baadaye waweza kunipata muda wo wote."

kuruhusu - kutoa haki ya kufanya kitu

"Waweza kwenda, Launi," alisema Inspekta Shahib, "lakini jaribu kujiepusha na ghasia zako zisizo na mwisho."

kujiepusha - kujiondoa

ghasia - matatizo; mambo ya ovyo (**taz.** juu)

[Alipofika garini Rendo alitoa miwani kutoka katika mfukoni. Akiitazama fremu kwa makini aliona jina la duka la miwani ndani yake. Akaenda kwa duka hilo na mwenye duka alimpa jina la mtu aliyeinunua fremu hiyo].[9]

Haikuwa kazi kubwa kwa Launi Rendo kuitafuta nyumba

ya Jim Noveli. Alifika huko muda mfupi baada ya saa moja. Jua lilishazama na giza liliingia haraka.

Nyumba yenyewe ilikuwa ndogo, chumba kimoja cha kulala na sebule finyu inayotokeza mlango wa mbele. Mpelelezi aliliweka gari pembeni akaenda mlangoni kubisha. Alibisha hodi kwa muda lakini hakupata jibu.

Alipoona kimya kimemzunguka alitupa macho huko na huko. Macho yake sababu ya giza la magharibi, hayakuweza kuona mbali. Hata hivyo aliamua kuamini kuwa hapakuwa na mtu hapo karibu.

Aliingiza mkono mfukoni akatoa shada la funguo. Mlango wenyewe haukuwa madhubuti sana. Baada ya kujaribu funguo mbili tatu tu alipata funguo moja iliyofaa kabisa.

Aliufungua mlango akausukuma na kupenya ndani. Alivuta hatua mbili akatoa kibiriti chake cha chuma na kukiwasha. Sebule ilikuwa chafu. Mpelelezi aliamua Jim alikuwa mchafu kama yeye.

Hamkuwa na vitu vingi sebuleni. Ilikuwapo seti nyekundu ya sofa ambayo ilichakaa na kupayuka rangi. Kati ilikuwapo meza ndogo ya duara iliyojaa mchanganyiko wa chupa tupu, glasi chafu na visahani kadha. Ukutani liliegemezwa kabati la mbao.

kuzama - kuingia kabisa (bila kukusudia) ndani ya kitu (hasa majini); kutoonekana machoni au majini
finyu - -embamba
magharibi - (hapa) jioni; wakati wa giza
kuingiza - kufanya kuingia
shada la funguo/mashada ya funguo - funguo kadha zilizofungua pamoja
madhubuti - -enye nguvu sana
kibiriti/vibiriti - kitu kinachotumiwa kuwasha (taz. chini) moto
kibiriti cha chuma/vibiriti vya chuma - kitu cha chuma kinachotumiwa kama kibiriti
kuwasha - kufanya kitu kitoe moto
seti - kutoka Kiingereza
kuchakaa - kuharibika
kupayuka rangi - kutokuwa na rangi ya asili
glasi - chombo kama bilauri; bilauri ya kizungu (kutoka Kiingereza)
kuegemeza - kuwezesha kitu kisimame bora

Rendo alivuta hatua zaidi akaufikia mlango wa kuingilia chumbani. Mlango huo haukuwa umefungwa na ufunguo. Aliusukuma akaingia ndani.

Chumba cha kulala pia hakikuwa nadhifu. Upande mmoja kilikuwapo kitanda chenye matandiko yaliyotimka na shuka zilizohitaji kufuliwa. Ilikuwapo meza ndogo, viti viwili vya tenga, na kabati ndogo la nguo.

Rendo aliifuata meza ambayo ilijaa makaratasi, kalamu na kichupa cha wino. Aliipitisha mikono yake kwenye karatasi na kusoma kila maandishi kwa hima. Hakuona maandishi yo yote yenye manufaa. Zilikuwapo stakabadhi za malipo na bili za madeni. Ilikuwa wazi kuwa Jim alikuwa mbadhirifu, mpenda tamasha, mpenda maisha matamu, mpenda kuramisi, mpenda kupoteza pesa ovyo.

Mpelelezi alifuata kabati. Lilikuwa limefungwa. Alipenyeza funguo zake akalifungua. Nguo zilizokuwamo humo ndani zilimshangaza - zilimshangaza na kumfanya aone haya, wivu kwa kutozimiliki yeye binafsi.

nadhifu - -a kupendeza na safi
kutimka - kuachwa vibaya; kutokuwa sawa (taz. juu)
shuka/mashuka - tandiko
kiti cha tenga/viti vya tenga - aina ya kiti kinachosukwa kwa majani makavu
kichupa - chupa ndogo
wino - namna ya rangi majimaji inayotumiwa kwa kuandika au kuchora
kwa hima - kwa upesi
stakabadhi - kipande cha karatasi kinachoonyesha kupokewa au kutolewa kwa pesa
malipo - pesa, fedha, au kitu chochote kinachotumiwa kwa kulipa
bili - karatasi yenye dai la pesa au fedha (kutoka Kiingereza)
deni/madeni - dai la pesa
mbadhirifu/wabadhirifu - mtu anayetumia mali ovyo
mpenda/wapenda - mtu anayependa jambo/vitu/ kitendo fulani
tamasha/matamasha - sherehe
kuramisi - kutumia mali kwa bahati
kushangaza - kufanya mtu aone jambo au kitu kuwa si cha kawaida
kuona haya - kuwa na chuki juu ya kitu kisicho chako
wivu - hali ya kusikia vibaya kwa ajili ya usivyokuwa navyo
kumiliki - kuwa na madaraka juu ya kitu
binafsi - mwenyewe/wenyewe

Mikono yake ilianza upekuzi. Alitoa tena funguo zake akafungua kidawati kilichokuwamo humo kabatini. Macho yake mara moja yalidaka kitu kilichopendeza. Ilikuwa picha ya msichana ... lakini Rendo hakuwahi kuishika.

"Weka juu mikono yako," ilisema sauti nzito nyuma yake, "kisha geuka taratibu unikabili. Na nakuonya usijaribu upumbavu wo wote. Mama yako, kama una mama, huenda akakusahau."[10]

upekuzi - uchunguzi wa makosa

kidawati/vidawati - kikabati kidogo ndani ya kabati kubwa au meza

kuonya - kumpa mtu mawazo ya kuangalia usalama wake.

upumbavu - jambo lisilo la akili; jambo la ujinga

NOTES

Grammatical

1. kwenda bisha hodi - kwenda here is used as an auxiliary verb enabling the ku- of kubisha to be dropped. Ashton provides other examples (p. 274).
2. kujitia ukali - (trans. "to make oneself hostile/fierce"). Expressions with kutia include:

    kutia ufunguo - to wind up
    kutia moto - to ignite
    kutia gari moto - to start a car

    Additional expressions are found in fn. 1 of "Naushangilia Mlima wa Kenya" (**Somo la Tisa**).
3. kutokutoa msaada - this formation of the negative infinitive, ku + to + infinitive, is less common than the ku + to + verb stem form; however, both are acceptable. For additional examples of negative infinitives see Ashton, pp. 279-280. A number of other kutoa expressions are given in "Naushangilia Mlima wa Kenya" (Somo la Tisa), fn. 4, "Misingi ya Uandishi wa Barua Zetu" (Somo la Sita), fn. 3, and "Mikoko, Samaki ni Maarufu Lamu" (**Somo la Kumi na Mbili**), fn. 1.
4. kuvuta hatua - (trans. "to walk quickly"). Other expressions in which kuvuta is used include:

    kuvuta tasbihi to pray with a rosary (Hinnebusch, p. 257)
    kuvuta sigara to smoke a cigarette
5. kutupa jicho/macho - (trans. "to cast an eye, to glance"). This expression occurs in this passage in the phrases:

    Alimtupia jicho Janeth - "He glanced at Janeth"
    Alitupa macho huku na huko - "He looked around"
6. kuzidi kusogea - (lit. "to increase to approach," i.e., "get closer and closer"). This is another example of the use of kuzidi as an auxiliary verb. For others see fn. 5 of "Kujipatia Mchumba" (**Somo la Nne**).
7. kupiga magoti - (trans. "to kneel"). For additional expressions using kupiga see fn. 9 of "Mumbi Ahojiwa" (**Somo la Tano**).
8. kwenda zangu - (trans. "to go on my way"). This phrase is frequently used, as are:

kwenda zako
kwenda zake
kwenda zetu
kwenda zenu
kwenda zao
Nenda zako as a command means "Go away!"

9. The section in brackets is a summary of a longer section in the original.
10. huenda akakusahau - (trans. "she may forget you"/"forget you as a living person"). For discussion of the huenda -ka- construction see fn. 15 of "Kujipatia Mchumba" (**Somo la Nne**).

kiti

MASWALI

1. Somo hili ni la kueleza, kutoa habari, kusisimua, au kutoa maoni? Unajuaje?

2. Miwani ambayo Launi Rendo aliichukua ni ya nani? Unajuaje?

3. Ni nani anayemwambia Launi Rendo, "Weka juu mikono yako?" Unajuaje?

4. Taja mifano miwili ya uwongo katika somo hili.

5. Taja mifano miwili mitatu ya watu katika filmu au vitabu wanaofanya kazi kama ile ya Launi Rendo.

6. Karibu na mwisho wa somo Launi anaiona picha ya msichana - picha hiyo ni ya nani? Unajuaje?

7. Eleza kwa ufupi tofauti baina ya nyumba ya Othman Omari na nyumba ya Jim Noveli.

8. Eleza kwa ufupi desturi chache za Launi Rendo.

9. Ungeweza kukutana na mtu mmoja kutoka somo hili, ungetaka kukutana na nani?

ACTIVITIES

1. **Objective - Point of View in Narrative**
   Develop a presentation of the events in this story beginning with either Janeth's point of view as she hears Launi Rendo approaching or Inspekta Shahib's point of view as he approaches the house.
2. **Objective - First Person Summarization**
   Prepare a summary of the events of this part of the novel as if you were Launi Rendo writing a diary account of these events.
3. **Objective - Interaction in Crisis**
   With three of your classmates develop a dramatization of the events in this story. The parts to be taken are those of Rendo, Shahib, Janeth, and Jim.
4. **Objective - Third Person Impersonal or Objective Summarization**
   Take the role of a journalist covering this story and interview your classmates who are taking the roles of Rendo, Shahib, and Janeth. Then prepare a report on the events in this reading as a television or newspaper journalist might report them. (In writing your report you should use a journalistic style. It may be useful to locate reports of crimes in Swahili newspapers and consider their style as you write your report.)
5. **Objective - Description of Place**
   Describe a place your classmates know (perhaps your teacher's office or your classroom) as if it were a place searched by Launi Rendo. Be sure to mention all the items he would notice.
6. **Objective - Grammatical Practice: Complex Verbs**
   Identify five examples of sentences with complex verbs in this passage. Rewrite these sentences making affirmative sentences negative and negative sentences affirmative.
7. **Objective - Grammatical Practice: Auxiliary Verbs**
   Write eight sentences in which you use either <u>kwenda</u> or <u>kuzidi</u> as an auxiliary verb.
8. **Objective - Vocabulary Development**
   Use each of the following in a sentence of six or more words:

<u>kujitia ukali</u>	<u>kupiga magoti</u>	<u>kuiba</u>
<u>kutoa msaada</u>	<u>kwenda zetu</u>	<u>kugusa</u>
<u>kuvuta hatua</u>	<u>kuruhusu</u>	

Mji wa Mombasa

14. Mitihani ya Kiswahili

Somo la kumi na nne: *Mitihani ya Kiswahili*

Source: N. D. Tuntufye. "Mitihani ya Kiswahili," in *Jinsi ya Kufundisha Kiswahili.* Dar es Salaam: Tanzania Publishing House, 1972, pp. 99-105.

Mitihani hutolewa na walimu kila mwisho wa mwezi au kipindi au hutolewa na serikali mwishoni mwa mwaka wakati wanafunzi wanamaliza darasa au madarasa fulani. Shabaha za mitihani yote hiyo huwa ni:

a) kupima kiasi gani wanafunzi wamezingatia elimu waliyoipata madarasani,
b) kupima maendeleo ya kila mtoto,
c) kupima kiasi gani cha lugha kinachofahamika kwa watoto,
d) kupima jinsi gani mtoto ataweza kujifunza lugha,
e) kupima mambo yaliyo bado na yanayohitajika kufundishwa. Mtoto anaweza nini na anashindwa mambo gani.

1. Shabaha zote hizo, zitatuwezesha kufahamu watoto ambao wataweza kuendelea na masomo ya juu na pia zitatuwezesha kuwapa mazoezi na msaada ufaao watoto ambao wanazo shida fulani katika mambo fulani. Mitihani pia inatusaidia kurekebisha njia zetu za kufundisha, hasa kama pana mashindano kati ya

- kipindi/vipindi - sehemu ya muda
- shabaha - nia
- kuzingatia - kushika, kukumbuka
- maendeleo - hali ya kuendelea
- kuhitajika - kutakiwa
- kurekebisha - kufanya kitu kiwe sawa

shule na shule.

2. Mitihani mizuri haina budi kupima kila aina ya ujuzi na kuonyesha tofauti zao -- kusikiliza, kuzungumza, kusoma na kuandika. Mitihani ya zamani haikuwa inapima usikivu na kuzungumza. Siku hizi jambo hili linaingizwa pole pole kwa sababu mtoto anaweza kupata alama nyingi katika kuandika kumbe[1] ni dhaifu sana katika kuzungumza. Ingawa linaonekana kuwa gumu katika shule za msingi, lakini ni zuri sana katika madarasa ya juu na katika vyuo. Limejaribiwa na kuonekana linafaa.

usikivu - hali ya kusikiliza na kuelewa

dhaifu - isiyo nguvu, uwezo

Mitihani sharti ipime jambo moja kwa wakati mmoja. Mitihani ifaayo ni ile inayopima, mathalan ujenzi wa maneno na kuyaendeleza, msamiati, miundo, ufahamu, na kadhalika kwa wakati mbali mbali wa kwa njia tofauti.

sharti - lazima

mathalan - kwa mfano

mwundo (muundo)/miundo - namna kitu kilivyoundwa au kutengenezwa

Mitihani ya lugha lazima ipime mambo yenye manufaa na yenye kufahamika kwa watoto. Hakuna maana kupima ujuzi wa maneno ambayo hayatatumika kamwe katika maisha ya wanafunzi. Pia hakuna faida kupima ufahamu kutokana na kifungu ambacho hakihusiani na maisha ya wanafunzi. Vifungu hivi vichukuliwe kutoka katika vitabu

ufahamu - kufahamu, kuelewa kwa mtu

kifungu/vifungu - sehemu moja kamili (k.m. ya sentensi tatu nne) ya makala au hadithi na magazeti yanayofahamika kwa wanafunzi.

Mitihani ni lazima ipime mambo yale yanayokusudiwa. Kama kuna swali la kupima kuendeleza kwa maneno, makosa mengine yasiangaliwe. Kwa mfano mwanafunzi akijibu: "Idara ya Habari ya *t*anzania imetanga*s*a kwamba *b*wana Waziri alikwenda Mtwa*l*a kwa *s*iara maalum." Makosa katika kuendeleza maneno yatiwe maanani na wala siyo herufi kubwa kwenye *T*anzania na *B*wana.[2]

Maswali ya mitihani yawe thabiti na yatungwe kwa uangalifu ili yatimize lengo lake. Majibu yake yawe karibu sawa haidhuru[3] swali lile lile likiulizwa mara nyingi, jibu liwe karibu sawa na lile lilitolewa safari iliyopita. Kwa mfano:

i) Neno la sifa hapa ni nini? Toa mfano mmoja.

ii) Katika maneno yafuatayo, piga mstari[4] chini ya lile ambalo halilingani na mengine katika matumizi. Piga mstari chini ya neno moja ambalo ni sababu ya kuwa tofauti: SIMBA, MTU, NYOTA, MPWA.

herufi - alama katika alfabeti, k.m. "a," "b," "c," n.k.

thabiti - -enye maana moja pekee; bila mbili tatu

uangalifu - hali ya kuangalia; hali ya kufikiri sana

kutimiza - kufanya kitu kiwe kamili

safari - (hapa) mara

neno la sifa/maneno ya sifa - neno linaloeleza habari za kitu, kwa mfano: padogo, warefu, mifupi, rahisi, n.k.

matumizi- namna kitu kinavyotumiwa

nyota - kama jua; unaweza kuiona wakati wa usiku

Swali la (ii) ni thabiti kwa kuwa jibu sahihi ni lile lile tu kwa wakati wote.

Maswali ya mtihani yawe yale ambayo kila mtoto ataweza kuyajibu. Maswali mepesi na magumu yachanganywe.

3. Maswali na muda wa kujibu vipatane.[5] Kadhalika vifaa vitumikavyo visilete hitilafu. Kama maswali ni ya kuandika ubaoni, mbao zitoshe, karatasi za maswali zitoshe na zana nyingine ziwe tayari kabla ya kuanza kuandika mtihani wenyewe.

4. Jawabu kwa mambo yote hayo ni kutumia mitindo mipya ya kutunga maswali. Namna ya mitihani itategemea mambo yapimwayo, aina za maswali na majibu na namna ya kusahihisha kwake.

5. Mitihani ya mtindo wa zamani yaani mitihani ya kueleza kiinsha, inapendelewa sana na walimu kwa sababu utungaji wake ni rahisi na inachukua muda mfupi. Mitihani ya jinsi hiyo huwafanya wanafunzi wafikiri na inaonyesha wazi namna wanafunzi wanavyoweza kutumia lugha katika kujieleza kwa kuandika. Kwa upande mwingine, mitihani ya namna hii, ni vigumu sana kuisahihisha kwa kuwa majibu ni mbali mbali na yanatolewa na kila mwanafunzi kwa kadiri anavyoelewa. Licha ya sababu hiyo,

-epesi - rahisi

kifaa/vifaa - kitu

hitilafu - tatizo

zana - chombo kinachohitajiwa

jawabu/majawabu - jibu

mtindo/mitindo - jinsi ya kufanya kitu fulani

kusahihisha - kuyarekebisha (taz. juu) makosa

kiinsha - kwa kuandika makala au insha (taz. chini)

insha - makala

utungaji - kazi ya kutunga

kwa kadiri - kama; jinsi

licha ya - zaidi ya

hiyo, kuna mambo mengi mno ambayo yanapimwa kwa wakati mmoja. Mara nyingi mitihani ya aina hii haipimi utumiaji wa lugha kama ilivyo, bali hupima kuhusu lugha kwa jumla. Swali kama, "Toa maana za maneno haya na uyatumie katika sentensi," ni mtindo wa zamani. Mtindo mpya una faida kadha:

a) Jambo moja tu lajaribiwa kwa wakati mmoja.
b) Jawabu ni sahihi au si sahihi.
c) Maksi hutolewa bila kutegemea msahihishaji.
d) Maswali ni mafupi na ni wazi.
e) Mambo mengi yaweza kuulizwa katika karatasi moja tu ya mtihani.

maksi - kutoka Kiingereza
msahihishaji/wasahihishaji - mtu anayesahihisha taz. juu)

Licha ya faida hizo, kuna pia hasara zake ambazo kusema kweli hazishindi faida:

hasara - kinyume cha faida

i) Mitihani ya mtindo huo huchukua muda mrefu kutayarisha.
ii) Yahitaji maelezo mengi ya kuelekeza namna ya kufanya kwa kila swali.
iii) Watoto huhimizwa kukisia majibu.
iv) Watoto hawapewi nafasi ya kufikiri na kutumia lugha.

kuhimizwa - kutiwa moyo mtu afanye jambo kwa upesi
kukisia – kufikiria jambo bila ya kuwa na hakika

Ikiwa kanuni na shabaha zote za mitihani ya lugha zitazingatiwa, walimu watakuwa na lazima ya kutumia

kanuni – utaratibu
kuzingatiwa - taz. juu kuzingatia

mitindo mipya ya kutunga mitihani kwa ajili ya wanafunzi.

6. Aina za maswali zitategemea jambo unalotaka kupima. Kwa mfano:

a) Kupima usikivu (<u>kutofautisha</u> sauti mbali mbali). Kwa mfano: Katika kila swali kuna maneno matatu: *a, b, c*. Kama neno *a* ni sawa na neno *b*, andika *ab*. Kama *b* ni sawa na *c*, andika *bc*. Kama yote ni sawa, andika *abc*. Kama hayafanani kabisa, andika *p*. Kama *a* ni sawa na *c* andika *ac*.

<u>kutofautisha</u> - kuonyesha tofauti baina ya vitu au mambo

Mfano:

1) *paa*[6] *paa* *pwaa* *ab*
2) *tua* *fua* *fua* *bc*
3) *debe* *lebe* *debe* *ac*
4) *shati* *chati* *jati* *p*
5) *lea* *lea* *lea* *abc*

Jibu maswali yafuatayo:

swali la 1):
harusi harusi harusi
swali la 2)
kalamu kalamu kalamu
swali la 3)
ndisi ndizi ndisi,
na kadhalika

b) Kupima miundo.

c) Kupima msamiati. Kwa mfano:

Amekwenda kwenye nyumba ya <u>hukumu</u>:

<u>hukumu</u> - neno la mwisho la haki

a. *ofisini*
b. *barazani*
c. *jela*
d. *jikoni*

d) Kupima mpango wa maneno katika sentensi. Kwa mfano: *Kukuona Bwana Ali alifika (Bwana Ali alifika kukuona)*

e) Kupima matumizi ya lugha. Kwa mfano: *Vitabu vile*
   a. *vilichonunuliwa,*
   b. *kilivyonunuliwa,*
   c. *zilivyonunuliwa,*
   d. *vilivyonunuliwa.*

f) Kupima ufahamu: Maswali ya aina mbali mbali kama kuchagua toka majibu mengi yaliyotolewa, kujaza nafasi, kumalizia sentensi.

kumalizia - kufanya kitu kimalizwe

7. Mitihani ya utungaji imependelewa na walimu. Faida yake ni kwamba twaweza kupima uwezo wa kupanga mawazo kwa mfululizo, kupanga hoja na kutumia lugha waifahamuyo. Pia tunapima hati na mpango bora. Mambo hayo huwa ni magumu kuyasahihisha yote kwa wakati mmoja.

mfululizo/mifululizo - kitu kimoja kufuata kingine bila ya kusimama

hoja - maneno ya kuthibitisha kuwa jambo ni sawa au kweli

hati - namna ya kuandika

Zipo njia kadha ambazo mitihani au mazoezi ya utungaji, yaweza kuwa msaada kwa wanafunzi. Njia hizo ni kama hizi:

a) Matumizi ya picha kwa kufanyia hadithi.

b) Matumizi ya vitu halisi na mambo muhimu ya kuandikwa yakionyeshwa.

c) Kuunganisha sentensi ili zifanye aya.

kufanyia hadithi - kusimulia hadithi

kuunganisha - kufanya kuungana

aya - sehemu ya makala au hadithi yenye sentensi tatu nne au zaidi

d) Kupanga sentensi zilizochanganywa ili kupata mfululizo safi wa habari.

e) Kuandika vifungu kutumia kinyume cha maneno fulani fulani kwa mfano: *Ilikuwa asubuhi ya Jumapili* kuwa *Ilikuwa jioni ya Jumapili*

f) Kujibu barua au mfululizo wa barua fulani fulani zilizotolewa.

g) Kitolewe kiini cha hadithi: *maji - mtoni - kuoga - mamba - kelele - watu - wengi - tafuta - maiti - zika - mamba - bunduki - kufa.*

Mashauri haya ni msaada tu ili kukuwezesha uanze kutafuta njia mbali mbali za kutunga mitihani kwa ajili ya kuwafaidia wanafunzi. Maoni haya pamoja na mifano hii itawasaidia walimu wengi katika kubadili au kurekebisha njia zao za kutunga mitihani.

mamba - mnyama mkubwa mwenye mdomo mkubwa na mrefu na meno makali akaaye mtoni au ziwani

kelele - sauti kubwa

kuzika - kuweka maiti katika shimo

NOTES

Grammatical

1. kumbe is a frequently used interjection. Its primary use is to indicate surprise.
2. The mistakes here are:

tanzania	for	Tanzania
imetangasa	for	imetangaza
bwana	for	Bwana
Mtwala	for	Mtwara
siara	for	ziara

3. haidhuru (here) functions as a conjunction ("even if," "whether or not") rather than as a verb.
4. kupiga mstari - (trans. "to draw a line"). See fn. 9 of "Mumbi Ahojiwa" (**Somo la Tano**) for other examples of idioms in which kupiga is used.
5. Note that here the "vi-" (Class 8) subject prefix is used on the verb because the nouns maswali and muda are in different noun classes.
6. Since the terms used here are provided only as examples, they are not defined.

MASWALI

1. Makala haya yameandikwa kwa wanafunzi au kwa walimu?

2. Lengo la mitihani hii ni kupima uwezo gani wa wanafunzi?

3. Kwa jumla, mitihani hii ina shabaha gani?

4. Mwandishi aliandika kwamba "maswali ya mitihani yawe thabiti na yatungwe kwa uangalifu" Kwa nini ni lazima kufanya hivi?

5. Aina ya mitihani itategemea nini? Kwa sababu gani?

6. Eleza tofauti baina ya mitihani ya mtindo mpya na mitihani ya zamani. Unafikiri mtindo mpya ni mzuri zaidi kiliko mtindo wa zamani? Kwa nini?

7. Kama ni lazima uandike mitihani kama hii, utaandika mitihani ya mtindo gani? Eleza kwa nini umechagua mtindo huo.

8. Unafikiri mitihani inaweza kupima kwa kweli mambo yanayotajwa na mwandishi huyu? Eleza kwa kifupi.

9. Unafikiri walimu wanaweza kuwafundisha wanafunzi bila ya kutumia mitihani? Eleza maoni yako.

ACTIVITIES

1. **Objective - Cultural Awareness**
   Each student should identify ways in which s/he would modify this passage if assigned to re-write the essay for language teachers in another country. The modifications proposed may then be discussed in class.
2. **Objective - Comprehension and Evaluation**
   Each student should write an exam on this passage following the principles outlined in the passage. These exams may then be exchanged and written or evaluated and discussed. Alternatively they could be edited and compiled by the instructor into a quiz or examination.
3. **Objective - Expressing Viewpoints on Controversial Topics**
   Use the topic of essay exams raised in this essay as the basis for class debate. The debate might focus on essay exams generally or essay exams in the language class.
4. **Objective - Narration**
   Each student should compose a story to be narrated in class using the words provided on p. 175.
5. **Objective - Narration**
   Each student should prepare a list of words like those on p. 175. These lists can then be used in class as the basis for story-telling sessions.
6. **Objective - Grammatical Practice: Derivative Verbs**
   Identify five examples of benefactive (-ia, -ea) and five examples of causative (-sha, -za) verbs in this and previous lessons. Use each verb identified in a new sentence.
7. **Objective - Grammatical Practice: Relative Clauses**
   Identify five instances of the -vyo- of manner relative in this and previous readings. Use each example found in a new sentence.
8. **Objective - Vocabulary Development:**
   Use each of the following in a sentence of five or more words:

haidhuru	matumizi
kupiga mstari	sharti
kwa kadiri	maendeleo
mtindo	dhaifu

Mlango

15. Huduma za Matatu

"Huduma za Matatu ni Muhimu"

Somo la kumi na tano: *Huduma za Matatu ni Muhimu*

Source: Francis Muroki. "Huduma za Matatu ni Muhimu." *Kenya Leo* (Nairobi, Kenya), 26 July 1983, p.6.

Wajibu unaotekelezwa na magari ya matatu[a] usafirishaji wa abiria hauwezi kudunishwa. Huduma hii ni muhimu sana hivi kwamba imekuwa maarufu kwa wananchi wanaokaa sehemu za mijini hata za mashambani.

Ama kusema kweli, mabasi yaliyoko, yawe ya makampuni ama ya watu binafsi hayawezi hata kidogo kukabiliana na idadi kubwa ya wasafiri. Katika miji mikubwa, watu wengi huishi mbali na mahali wanapofanya kazi, kutokana na ukosefu wa nyumba za kuishi kati kati ya mji, na hivyo basi hawana budi kutumia magari kwenda na kutoka kazini.

huduma - kazi; msaada
matatu - namna ya gari
kutekelezwa - kufanywa
usafirishaji - shughuli ya kusafirisha
abiria - mtu anayesafiri kwa basi, matatu, motokaa, n.k.
kudunishwa - kupunguziwa umuhimu
maarufu - -enye maana, -a kujulikana sana
kampuni/makampuni - kutoka Kiingereza
kukabiliana na - kutosha
idadi - jumla
kutokana na - kwa sababu ya
ukosefu - hali ya kukosa

Lakini ni miji mingapi yenye mabasi ya kuhudumia maeneo ya miji hiyo? Isipokuwa miji mikubwa kama vile Nairobi, Nakuru na Mombasa, ambapo kuna mabasi ya kuwahudumia wakazi wa huko, kwingineko,[1] wananchi hutegemea kabisa magari ya matatu. Na hata katika miji hiyo, mabasi hayo hayawezi kukabiliana na idadi ya wasafiri na ndipo yanasaidiana na matatu. Wakazi wa Nairobi kwa mfano, wanafahamu barabara vile hali ilivyo wakati

kuhudumia - kutoa huduma (taz. juu) kwa mtu au kitu
eneo/maeneo - sehemu
mkazi/wakazi - mtu anayeishi sehemu fulani
kusaidiana na - kufanya kazi pamoja na

kwa sababu hii au ile, huduma za mabasi ama za matatu zimesimamishwa kwa muda.

kusimamishwa – kufanywa kusimama

Jioni ya Jumatatu wiki jana, wasafiri wa mji wa Nairobi walijawa na hofu kubwa, wakati wafanyakazi wa kampuni ya Kenya Bus Services waliposimamisha huduma zao kwa malalamiko ya kutaka wapewe usalama wanaposafirisha abiria katika sehemu mbali mbali za mji. Ilikuwa ni masaa machache tu wakati wa jioni, lakini idadi ya wasafiri waliokwama mjini siku hiyo, haina kifani.

kujawa na hofu - kupatwa na hofu (kutoka kuja)

malalamiko - haja; maombi

kukwama - kushindwa kuondoka

haina kifani - haina mfano

WAJIBU

Mabasi hushindwa kabisa kukabiliana na idadi ya wasafiri. Ni kwa sababu hii na nyingine nyingi, ambapo huduma za magari ya matatu ni muhimu sana huku nchini.

Ili kutekeleza wajibu wake vyema, ilikuwa ni lazima magari haya yazingatie utaratibu maalum wa usafirishaji wa abiria. Ilikuwa ni lazima kuwe na magari fulani yanayohudumia sehemu fulani na kuwachukua abiria wanaoelekea sehemu fulani kutoka kituo fulani.

kutekeleza - kufanya kuwa kamili

kuzingatia - kufuata

Hebu fikiria ingekuwa vipi ikiwa magari yote ya matatu yangekuwa yanasimama mahali pamoja na kila mwenye matatu amepaaza sauti kueleza ni wapi gari lake linaelekea. Ama wewe abiria kwenda kwa kila gari na

hebu – neno la kumvuta mtu atazame au asikilize

kupaaza sauti - kutoa sauti kwa nguvu

kuuliza laelekea wapi!

Ni kwa sababu hii ambapo chama cha wenye matatu, yaani Matatu Vehicles Owners Association, kiliundwa. Ili kushirikisha huduma za magari ya matatu kote nchini, chama hicho kina halmashauri kuu, yenye makao yake makuu mjini Nairobi.

Kulingana na habari zilizotolewa na mwenyekiti wa chama hicho humu nchini Bw. Joseph Mwaura Nderi, kuna matawi 79 kote katika jamhuri, ambapo 30 kati yake yako mjini Nairobi.

Katika kila tawi, kuna maafisa wasimamizi waliochaguliwa, kama vile mwenyekiti, mwandishi, katibu mtendaji[2] na kadhalika. Maafisa hao huwasilisha malalamiko na mapendekezo kwa makao makuu.

Akihojiwa na *Kenya Leo*, Bw. Nderi, ambaye aliandamana na katibu mkuu wa chama hicho Bw. Charles Kinyanjui, alisema kwamba shabaha ya kuanzishwa kwa chama hicho ni kupunguza msongamano wa abiria katika magari ya uchukuzi, kuona kwamba magari hayo hayaendi kasi kupitia kiasi, kuhakikisha kwamba magari yote yanafaa kuwa barabarani na yana bima ya abiria.

"Jambo hili pia limesaidia kupunguza ajali za matatu,"

kushirikisha - kuwezesha vitu au watu katika kufanya jambo fulani pamoja

halmashauri - kikundi cha watu maalumu wanaoongoza jambo fulani

tawi/matawi - sehemu ndogo ya kikundi (k.m. halmashauri)

katibu (mtendaji)/makatibu (watendaji) - mtu anayeongoza kazi zote za ofisi

kuwasilisha - kuwezesha jambo kufika mahali

pendekezo/mapendekezo - maoni

kuandamana na - kuja pamoja na

kuanzishwa - kuundwa

msongamano/misongamano - hali ya watu au vitu kuwa vingi katika mahali padogo

uchukuzi - kazi ya kusafirisha vitu au watu

kuhakikisha - kuonyesha au kusema kuwa kitu ni kweli kabisa

bima - mpango wa kulipa fedha katika kampuni (taz. juu) ili hasara ikitokea wale waliolipwa watamlipa yule aliyelipa

ajali - tokeo au jambo baya litokalo ghafula

akadai Bw. Nderi, akiongeza kuwa wanachama wanapasa kuzingatia kikamilifu masharti ya chama. Jambo jingine linalotekelezwa na chama hiki ni kuona kwamba wenye magari hawaongezi nauli wakati wo wote wapendavyo.

Nilipomwuliza basi ni kwa nini ilidaiwa hivi majuzi kwamba magari fulani ya matatu yaliongeza nauli wakati wa mapumziko ya Pasaka, ama siku kuu nyingine zilizopita, Bw. Nderi alijibu kwa haraka kwamba madai hayo hayakuthibitishwa kwani chama chake kilitoa mwito kwa abiria waliotendewa hivyo, wafike afisini mwake na stakabadhi zao, na wangerudishiwa pesa zaidi walizotozwa.

Kila tawi la chama hicho, limepewa mahali pa kusimamisha magari yake na baraza la mji wa Nairobi. Kila motokaa ina kibandiko cha tawi lake ambacho hununuliwa sh. 40 na kubandikwa kwenye kioo cha mbele cha gari hilo. Pia hulipa sh.10 kila siku, ambazo wenyewe huziita za "kiwanja."

Kutokana na kibandiko hiki, gari lisilo la tawi fulani haliwezi kwenda kuanza kuchukua abiria mahali popote. Linapasa kufuata laini na kubeba abiria wakati wake unapowadia.

kikamilifu - vizuri kabisa
sharti/masharti - sheria, kanuni
nauli - ada unayolipa kwa ajili ya safari
majuzi - siku chache zilizopita
mapumziko - muda wa kupumzika
Pasaka - sikukuu ya Kikristo ya kurudi kwa Jesu kutoka katika kifo
kutoa mwito/miito - kuwaomba watu wafanye jambo
kutendewa - kufanyiwa jambo
stakabadhi - kipande cha karatasi kinachoonyesha kupokewa au kutokwa kwa pesa
kutozwa - kufanywa kutoa
baraza - halmashauri (taz. juu)
kibandiko/vibandiko – kikaratasi kidogo chenye maandishi kinachowekwa kwenye kioo cha gari au mahali pengine
kubandika - kuwezesha kitu kishike
laini - kutoka Kiingereza
kuwadia – kufika

Kuna watu walioajiriwa kusimamia shughuli hiyo na mjini Nairobi wengi wao huvalia makoti yenye rangi ya kijani kibichi. Kutokana na utaratibu huu wa kupanga laini, hata magari yasiokuwa mazuri sana, ambayo yangeweza kupuuzwa na abiria, hupata haki yake.

"Msafiri hana budi kuingia ndani ya gari aliyoipata kwenye laini hata kama haipendi, la, sivyo atasubiri hadi uwadie wakati wa ile aipendayo," akaniambia Bw. Vincent Mbilli wa tawi la Buruburu.

kuajiriwa - kupewa kazi ya mshahara

koti/makoti - kutoka Kiingereza

rangi ya kijani kibichi - rangi ya majani

kupuuzwa - kuchukiwa

NOTES

Grammatical

1. kwingineko - (trans. "elsewhere"). The -ingine -o combination usually indicates "something else similar." See Ashton, p. 185, for additional examples.
2. katibu mtendaji - (trans. "acting secretary"). Mtendaji, or "one who acts," provides an example of one way nouns are made from verbs. The verb is -tenda, m- is the Class 1 prefix, -ji is added as a suffix.

Examples:	kucheza	mchezaji
	kushona	mshonaji
	kupigana	mpiganaji
	kusema	msemaji

See also Bennett, pp. 267-268.

Cultural

a. Matatu - These vehicles may be vans of various types or small pick-ups with cabs on the back. There are various folk etymologies concerning the origin of the word itself. Some say the original fare was "three coins"; others say a matatu always has room for "three more passengers."

MASWALI

1. Nani husafiri kwa matatu?

2. Mwandishi anafikiri matatu ni muhimu au siyo?

3. Abiria wanaosafiri kwa matatu wanakaa katika sehemu gani za Kenya?

4. Wafanyakazi wa mabasi walisimamisha kazi kwa malalamiko gani?

5. Wakati huo, wasafiri walifanya nini?

6. Kwa nini ni lazima matatu haya yazingatie utaratibu maalum wa usafirishaji wa abiria?

7. Kama wewe ni msafiri huko Kenya, utasafiri kwa njia gani? Kwa nini?

8. Eleza kuhusu Matatu Vehicles Owners Association. Eleza utaratibu wake na maafisa wake. Chama hiki kina shabaha gani?

9. Kuna matatu ama magari kama matatu kwenye nchi nyingine? Nchi gani?

ACTIVITIES

1. **Objective – Interviewing**
   Invite a group of people who have lived in Kenya to your class and ask them about experiences they have had in matatu.
2. **Objective - Presenting a Point of View**
   Identify a time of day or locale in your city which might benefit from matatu service. Explain in a class presentation why you think this service might be useful in the context you have identified.
3. **Objective - Making a Claim**
   Develop a skit in which passengers are overcharged by a matatu driver and then present their receipts to the Matatu Vehicle Owners Association for reimbursement.
4. **Objective - Explaining One's Own Culture**
   Choose a city where you have lived and explain the public transportation system in that city.
5. **Objective - Writing in Different Styles**
   Using this article as an example, divide into small groups to discuss and write articles for a class newsletter.
6. **Objective - Grammatical Practice: Nouns Derived from Verbs**
   Identify ten Class 1 nouns derived from verbs in the previous lessons and use each in a sentence.
7. **Objective - Grammatical Practice: Nouns Derived from Verbs**
   Identify ten non-Class 1 nouns derived from verbs in the previous lessons and use each in a sentence.
8. **Objective - Grammatical Practice: Adverbial Use of Class 7 Prefix**
   Use each of the following in a sentence of five or more words:

kikamilifu	kibeberu
kibinadamu	kiinsha
kindugu	

16. Asili ya Kiswahili

Magofu ya Gedi

Somo la kumi na sita: *Asili ya Waswahili na Kiswahili Chenyewe*

Source: "Asili ya Waswahili na Kiswahili Chenyewe," Ahmed Sheikh Nabhany, 19 July 1983, Malindi, Kenya. Transcribed by Ann Biersteker and May Balisidya.

Waswahili ni kundi moja kutokana na makundi ya Kiafrika. Na kundi hili ni katika Wabantu;[1] Wabantu ambao waliwatoa Waswahili kutoka shina au asili ni Kongo-Kordifanian.[a] Hawa ndio kundi la mwanzo lalo-anza[2] kutoka wale ambao waitwa ni Waswahili sasa. Hawa wakawatoa Niger-Kongo. Na Niger-Kongo wakawazaa Benue-Kongo. Benue-Kongo wakawazaa Bantoid. Na Bantoid wakawazaa Wabantu.

Sasa hapa ndilo kundi ambalo lalotoa[3] Waswahili. Haya tuwatazame hawa Wabantu ambao tumewakusanya na tumejua ni makundi mangapi; na katika sehemu gani na gani. Katika mwambao wa Kenya na Tanzania Wabantu walioko:

Waswahili	Wataveta
Wataita	Wadigo
Wapokomo	Wagiriama
Wapare	Wadoe
Wakwere	Wakamai
Wasagala	Wavidunda
(Wali)lunguru	Wakutu
Washambaa	Wabondei
Wangulu	Wazaramu
Warufiji	Wazigua

Hawa ni ambao wako upande

kukusanya - kuweka vitu au watu pamoja

mwambao/miambao - pwani; sehemu ya nchi iliyoko karibu na bahari

wa Tanzania na Kenya katika mwambao.

Katika bara ya Kenya na Tanzania wale Wabantu ni:

Wakikuyu	Waembu
Wameru	Watharaka
Wakamba	Wasegeju
Gusii	Kuria
Shashi	Zanaki
Nguruimi	Ikoma
Chaga	Gweno

Hawa ni kundi moja ambalo linaishi baina ya Kenya na Tanzania, lakini katika bara yake. Na kundi lingine liko katika Tanzania ya kati. Hawa ni Wabantu:

Gogo	Kaguru
Iramba	Isanzu
Lambi	Nyaturu
Rangi	Mbongwe

Hili ni kundi la tatu ambalo ni Wabantu. Sasa katika shanga ya Tanzania ("Shanga" ni pande moja katika sehemu za ulimwengu. Kuna "kibula," ni tamko la Kiarabu lakini kwa Kiswahili Kibantu ni "manga" na "shanga" ni nyuma. Na kuna "muwao" na kuna "mtweyo." Maanake kuna "magharibi" na "mashariki.") Sasa hapa ni shanga, nyuma. Wabantu, kundi hili kuna:

tamko/matamko - neno linalosemwa (hapa)

Pogoro	Ndamba
Ndengereko	Matumbi
Ngindo	Mbunga
Yao	Mwera
Machinga	Makonde
Gonga	Nguni
Matengo	Nyasa

Makua	Ndendeuli
Ndonde	

Hili ni katika kundi la nne la Wabantu. Katika kundi la tano *ambalo linaishi kando* ya mito katika Wabantu:

Gigi (Jiji)	Gita
Kwere	Vinza
Kara	Subi
Zinza	Hangaza
Haya	Luhya
Rwanda	Sian
Rundi	Gisu
Kiga	Kenyi
Toro	Nyoro
Sese	Nkule
Soga	Ganda

Katika kundi la sita ambalo linaishi shanga ya bara ya Afrika kuna:

Lungu	Ruwanga
Temwe	Fipa
Mambwe	Ndali
Wanda	Namwanga
Nyiha	Safwa
Malila	Lambya
Sangu	Nyakusa
Hehe	Kinga
Bena	Pangwa
Kisi	Wanji

Kundi la saba linaishi katika mtweo wa Tanzania - jua la kutwa - upande wa Tanzania:

Tongwe	Sukuma
Bende	Sumbwa
Holoholo	Nyamwezi
Mbungu	Kongo
Kibo	

mtweo (Kiamu) - machweo, magharibi

jua la kutwa (Kiamu) - jua la kuchwa; jua linapoishia, magharibi

Hili ni la saba, katika kundi la Wabantu. Kundi la nane ni *katika milima* ambayo *iko* Ruwenzori. Hawa ni makabila mawili: Konjo na Amba.

Hawa ndio wale Wabantu ambao wanakutana na Waswahili kuwa wao Waswahili ni kundi moja au sehemu moja katika ya haya naliyoyataja.[4] Na vipi wasiomaliza - vipi wanahusiana katika maneno yao na kuungana yale maneno - ikawa mpaka hawa watakuwa wao ni kundi moja (maanake Wabantu wote ni kundi moja)? Kitu gani ambacho chaliwafanza[5] hawa Wabantu kuwa wote (tumewataja ni kabila mbali mbali na sehemu mbali mbali) kisha wakawa wote wanaoitwa Wabantu wako pahali pamoja na ni watu wamoja; lugha yao yaoana, wasikilizana, waweza kufahamiana, isipokuwa yako maneno machache tu yako hitilafu? Haya, uhusiano wao sasa; tutataja baadhi au sehemu ya hizi lugha tulio nazo sisi hapa katika Kenya.

Sasa, tuna Kiswahili ambacho ni wastani. Kinatumika kwa sababu ya kueleana watu wote wa ndimi zote au lafudhi zote, au lahaja zote. Sasa, hiki ndicho cha kuweza kukianzia iwe kama ufunguo wa kuweza kuelezea ile tofauti ya lugha za Kibantu. Sasa tukitoka hapo tuna Kingozi — Kingozi ndio

kuhusiana - kuwa na uhusiano

maanake - maana yake

kusikilizana - mtu kumwelewa mtu mwingine

kufahamiana - mtu kumfahamu mtu mwingine

hitilafu - tofauti

Kiswahili ambacho ni wastani - namna ya Kiswahili ambacho kinatumiwa katika shule, serikali n.k.

kutumika - kuweza kutumiwa

ulimi/ndimi - lugha

lafudhi - jinsi ya kusema lugha

lahaja - aina tofauti za lugha katika lugha yenye asili moja

shina la lugha ya Kiswahili au mama wa lugha ya Kiswahili ambayo kisa yalipambajika au yalisambaa ikazaa ndimi zote zile ambazo twazijua sisi ni kumi na tano.

shina - (taz. juu katika somo) asili
kisa - kisha, baadaye
kusambaa - kuenea kila mahali

Sahani

NOTES

Grammatical

1. Note that this passage is based on a transcription. Our punctuation here is based on pausing and phrasing as well as on structure.
2. Laloanza - this is the Kiamu form of lililoanza; see also fnn. 3-5.
3. lalotoa - this is the Kiamu form of lililotoa.
4. Naliyoyataja - this is the Kiamu form of niliyoyataja.
5. Chaliwafanza - this is the Kiamu form of kiliwafanya.

Cultural

a. For more information on this topic, see:

Chiraghdin, Shihabuddin, na Mnyampala, Mathias E. *Historia ya Kiswahili*. Nairobi: Oxford University 1977.

Nurse, Derek, and Spear, Thomas. *The Swahili: Reconstructing the History and Language of an African Society*. Philadelphia: University of Pennsylvania Press, 1985.

Nurse, Derek and Thomas J. Hinnebusch. *Swahili and Sabaki: A Linguistic History*. Berkeley: University of California Press, 1993.

Whiteley, W. H. ed. *Language in Kenya*. Nairobi: Oxford University Press, 1974.

Whiteley, W. H. *Swahili: The Rise of a National Language*. London: Methuen, 1969.

MASWALI

1. Somo hili linaeleza habari ya watu au habari ya lugha?

2. Lengo la hotuba ni kueleza mambo gani?

3. Sheikh Nabhany anazungumza kuhusu sehemu gani ya Afrika?

4. Waswahili walitoka katika makundi gani ya Waafrika?

5. Wabantu ni kabila moja au zaidi? Wabantu wanaokaa mwambao wa Afrika ya Mashariki ni nani?

6. Kuna hitilafu nyingi baina ya lugha za Wabantu?

7. Nabhany alitaja makundi mangapi ya Wabantu? Taja kila kundi, linakaa wapi, kisha toa mfano wa kabila moja la kila kundi.

8. Kabla ya kusoma hotuba hii, ulifikiri nini kuhusu asili za Waswahili? Umepata habari mpya kutoka katika somo hili? Toa mfano au mifano.

9. Eleza kuhusu makabila ya mahali pengine. Eleza yalitoka wapi, na taja lugha zao.

ACTIVITIES

1. **Objective - Interviewing**
   Interview in Swahili an East African speaker of a Bantu language other than Swahili concerning words that language shares with Swahili. Then discuss with your classmates and teachers which of these terms are likely of common Bantu origin and which are likely to have been borrowed.
2. **Objective - Explanatory Techniques**
   In this speech Sheikh Nabhany uses a number of techniques to make his explanation more comprehensible. Identify these and discuss them with your classmates.
3. **Objective - Explanatory Techniques**
   Develop for class presentation an explanation of some aspect of a topic in your area of expertise. Use some of the techniques you identified in Activity 2 in your presentation.
4. **Objective - Understanding of Languages and People of East Africa**
   Identify a group of people mentioned in this speech about which you know little or nothing. Find out exactly where they live, what the primary economic activities of the group are, something about their history, etc. Then develop a brief class presentation based on your research.
5. **Objective - Expanding Information**
   Identify what more you would like to know about this topic. Develop a series of questions you would like to ask and then discuss these with your teacher and classmates.
6. **Objective - Grammatical Practice: Reciprocal Verbs**
   Identify ten reciprocal (-ana) verbs used in this and previous lessons and use each in a sentence of six or more words.
7. **Objective - Grammatical Practice: Stative Verbs**
   Identify ten stative (-ika, -eka) verbs used in this and previous lessons and use each in a sentence of six or more words.
8. **Objective - Vocabulary Development**
   Write an essay in which you use all of the following:

kukusanya	kutoa mwito	maarufu
kusambaa	abiria	nauli
kuajiriwa		

17. Kunguni Ageuka Mzuka

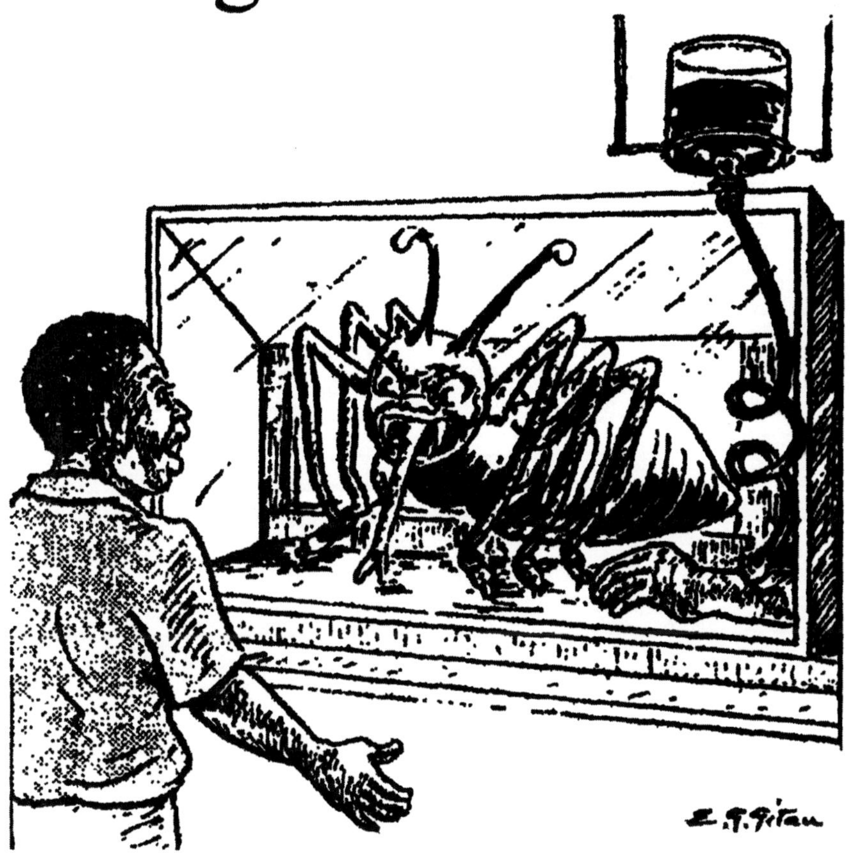

"Marko, Nasikia Njaa"

Somo la kumi na saba: ***Kunguni* Ageuka *Mzuka*!**

Source: Chambati, O. A. "Kunguni Ageuka Mzuka!" from "Kisiwa cha Sikri " *Taifa Weekly* (Nairobi, Kenya), 30 November 1974, p. 14.

Baada ya kufanya mipango na kuwanyonya damu na kuwaua vijana wawili na kuchukua vichwa vyao kwa uchunguzi wake maalum, Dkt. Agard alihamishia uchunguzi wake katika Kisiwa cha Sikri ambako amemweka mfanya-kazi wake mmoja alinde maficho hayo. Kwa kuwapa kunguni tezi toka kwenye ubongo wa watu aliowaua pamoja na damu yao ali-yoihifadhi katika machupa makubwa, daktari huyo ali-fanikiwa kumgeuza kunguni wa kawaida kuwa mkubwa wa kutisha — kama mende (kombamwiko)!!

Marko, baada ya kuachwa na daktari amefungiwa katika lile pango huko Sikri, bila kushuku lo lote, alirudi pale palipokuwa na sanduku la uchunguzi na kuanza ku-mwangalia yule kunguni ambaye daktari alimpanga jina la "Sikri," jina la kisiwa kile.

kunguni - mdudu anaye-kunywa damu ya watu
mzuka/mizuka - mtu ambaye amerudi kutoka kaburini
uchunguzi - kazi ya kutafuta jambo lisilojulikana au kweli ya jambo fulani
kuhamishia - kufanya kuhamia
ficho/maficho - mahali pa kuishi pa siri
tezi - kwa Kiingereza "gland"; hapa, the pituitary gland
ubongo (pia bongo/mabongo) mahali inapotoka akili
kuhifadhi - kuweka katika mahali pa salama
chupa/chupa (pia machupa) - chombo cha kutilia vitu ha-sa vya majimaji; k.m. chupa ya maziwa, chupa ya soda.
kufanikiwa - kushinda
kutisha - kufanya mtu/ mnyama kuwa na woga
mende au kombamwiko - mdudu asiyeweza kuruka anayekaa mahali pachafu penye joto
pango/mapango - sehemu tupu ndani ya jiwe kubwa au mti
kushuku – kuwa na mashaka na mtu au kitu fulani
sanduku/masanduku – cho-mbo chenye mahali pa kuwekea vitu
kupanga jina – kupa mtu au kitu jina

Alimkuta kunguni yule akiendelea kufyonza damu katika ule mkono wa bandia uliotengenezwa na daktari kwa mpira. Alifanya hivi kwa muda wa dakika kumi, halafu alikwenda haja[1] na kulala kwa muda wa saa moja. Ni wakati huo wa kulala kwake Marko ndipo miujiza mikubwa ilikuwa ikifanyika.

Marko alistaajabu kuona kuwa wakati huo wa kulala kwake kunguni yule alikuwa akikua kiwiliwili chake. Ilipofika saa kumi alasiri, kunguni huyo alikuwa mkubwa kama kuku!

Wakati huo alikuwa amekwisha kunywa chupa mbili za damu. Ni wakati huo ambapo Marko alipata kitisho kikubwa, kwani kila alipokaribia lile sanduku, kunguni huyo alimjia kasi kama anataka kumfukuza au kuvunja kile kioo cha lile sanduku. Macho ya kunguni yule sasa yaliweza kuonekana wazi. Yalikuwa mekundu na yenye vimetameta vingi. Kunguni huyo alimwangalia Marko na kuinua mkono wake kuonyesha pale penye chupa, halafu penye mkono.

Katika bongo lake, Marko alisikia sauti ambayo alikuwa na hakika ilitoka kwa yule kunguni ikimwambia: "Marko nasikia njaa sana na damu imekwisha. Fanya haraka ukaniletee *damu* iliyo kwenye

kukuta – mtu kufika mahali penye kitu anachokitaka

kufyonza – kuvuta kwa mdomo

bandia – kitu cha kufanana tu *si* cha kweli

kwenda haja – kutoa uchafu mtu akienda chooni

mwujiza/miujiza – jambo la ajabu

kustaajabu – kuona ajabu

kiwiliwili/viwiliwili – sehemu ya mwili ambayo siyo miguu wala kichwa

kitisho/vitisho – kitu au jambo la kutia woga

kasi – upesi

kufukuza – kujaribu kukamata

kioo/vioo – dirisha linatengenezwa na kioo

kimetameta/vimetameta - kitu kinachotoatoa mwangaza

bongo/mabongo mahali inapotoka akili (taz. juu ubongo)

mtambo wa barafu. Nataka kukua haraka, Marko. Nina kazi nyingi na wajibu mkubwa wa kufanya kwa niaba ya kunguni wenzangu. Hivyo fanya haraka uniletee damu. Marko, kabla hujaipandisha hasira yangu, kuwa wewe ndiwe aliyeachwa na daktari unilee na kunitunza."

UVUTANO

Marko, akiwa kama mtu aliye katika njozi, alijiona akitii amri ya sauti ile. Na bila kukawia, alikwenda moja kwa moja hadi kwenye mashine ya barafu, na mikono yake ikifanya kazi kama mashine, na kama si yake, iliinua chupa na kuipeleka pale penye ile mashine.

Mikono yake iliondoa ile chupa ya awali badala yake akaweka ile yenye damu. Alipomaliza hayo, aliona akivutwa na uvutano ambao ulimsukuma mbele na kuzunguka hadi pale alipokuwa yule kunguni.

Alisikia sauti yake ikisema bongoni kama inayozungumza na yule kunguni na kumwambia: "Nimetimiza amri yako Sikri, je una jingine unalotaka, mfalme wangu?"

mtambo wa barafu - chombo kinachofanya vyakula viwe baridi

kwa niaba ya - badala ya wao kufanya hivi

kupandisha hasira - kuwa mkali; kupata hasira (taz. chini)

hasira - ukali

kulea - kufanya kazi ya mzazi yaani kumlisha mtoto, kumfundisha, n.k.

kutunza - kuweka katika hali ya usalama

njozi - mambo unayoyaona usingizini

kujiona - kuona kuwa unafanya kitu bila ya kujua

kutii - kukubali kufuata au kufanya jambo unaloambiwa

amri – maagizo

kukawia - kuchelewa

mashine ya barafu - mtambo wa barafu (taz. juu)

mashine - kutoka Kiingereza "machine"

awali – mwanzo

uvutano - nguvu ya asili inayovuta

kusukuma - kutumia nguvu kupeleka kitu mbele

kutimiza - kufanya kama maagizo unayopewa yanavyotaka

mfalme/wafalme - mtawala mwanamume anayechaguliwa kutoka familia yake tu

Alisikia ile sauti ya kunguni ikimsemesha tena bongoni.

kusemesha - kufanya kusema

"Vema Marko, ahsante, lakini ufahamu kuwa nina njaa sana na nataka kukua haraka, hivyo usiondoke penye chupa. Nataka uwe ukiangalia chupa hiyo na ikiisha uende haraka kuniletea ingine.[3] Nataka kukua, Marko. Umesikia?"

BONGONI

Marko alisikia sauti yake tena kwenye bongo ikimjibu Sikri: "Nimesikia mtukufu."

Kunguni huyo alianza kunywa damu, lakini Marko alijisikia bado akiwa chini ya ule uvutano, ambao hakuweza kuuelewa ulifanyika vipi,[4] hata ukamtawala akili na kiwiliwili chake chote. Isipokuwa kitu kimoja alifahamu, na kusikia sauti yake ya juu ikikariri bongoni mwake: "Ni lazima afuate amri ya sauti ile iliyokuwa ikimsemesha bongoni mwake."

kufanyika - kutengenezeka
vipi - -je; kwa jinsi gani
kukariri - kusema tena

Kwa muda wa saa nne kutoka saa kumi, mpaka saa mbili jioni, Marko aliendelea kutunza chupa ile ya damu bila ya fahamu yake, kila ilipokwisha akachukua ingine mpaka mwishowe damu yote iliyokuwa kwenye barafu ilikwisha.

fahamu - akili
barafu - hapa: mtambo wa barafu (taz. juu)

Wakati huo kunguni alipofyonza damu ya mwisho, alikwenda haja, kisha akamwangalia Marko na mara Marko, bila kujua, aliacha kuangalia ile chupa akainua kichwa na kumwangalia yule kunguni.

Alisikia ile sauti ikisema tena: "Marko najua damu imekwisha. Lakini si kitu, nitapumzika kidogo na wewe sasa waweza kwenda kula."

Kunguni huyo alipomaliza hayo alikwenda moja kwa moja hadi kwenye pembe moja ya lile sanduku na akalala.

Marko, kama alivyoamriwa, alitoka kwenye chumba hicho na kwenda stoo, akachukua vyakula akaingia jikoni kupika. Kilipoiva alipakua na kula.

Alipomaliza alisafisha sahani na masufuria akayarudisha kabatini na kutoka kwenda tena kumwangalia yule kunguni. Ingawa fahamu zake sasa zilikuwa zimemrudia, na alitambua kuwa yule kunguni Sikri alikuwa hatari kwa maisha ya wanadamu, hakuwa na pengine pa kwenda. Alikumbuka kuwa daktari alimwambia kuwa kulikuwako motaboti nje ya pango lile.

MLANGO

Na ingawa daktari pia alisahau kumfundisha kuiendesha, aliamua kuitafuta motaboti hiyo, ili atoroke mahali pale. Moyoni alikuwa akimcha yule kunguni na hakuamini kulala pamoja naye

kuamriwa - kupewa amri (taz. juu)
stoo - sehemu ya nyumba ya kuwekea vyombo au vyakula (kutoka Kiingereza)
kuiva - kuwa tayari kuliwa
kupakuwa (kupakua) - kutoa chakula kutoka chombo cha kupikia na kutia katika chombo cha kulia

motaboti - mashua; kutoka Kiingereza, "motorboat"
kuendesha - kufanya kitu kama gari, motaboti, motokaa n.k. kiende
kuamua - kukata shauri

kucha - kuogopa
kuamini - kufikiri kuwa kitu/jambo ni sawa

katika lile pango, wakiwa peke yao mpaka asubuhi. Hasa akikumbuka ule ulafi wa Sikri na kwamba damu ilikuwa imekwisha.

Alifungua mlango wa kile chumba kikubwa alimokuwa Sikri na kujaribu kupita kwa kandoni kabisa, akielekea kwenye kiwambo cha kufungua ule mlango mkubwa, ili atoke nje na kuangalia kama motaboti ilikuwako kweli nje. Wakati wote huo alikuwa akiepusha macho yake yasiangalie upande ule alikokuwako Sikri.

Lakini alipokuwa hatua chache karibu na mlango, na bila ya kujua kuwa wakati alipokuwa akiwaza mawazo yale, yote yalimfikia Sikri, aliisikia tena ile sauti ya Sikri ikimwambia kwenye bongo lake: "Wajisumbua bure Marko, daktari alikudanganya, hakuacha motaboti yo yote hapa kisiwani. Dhamiri yake ilikuwa uishi hapa na mimi, ukinitunza na kunilisha. Na jambo jingine, alilonuia daktari, ilikuwa ikiwa damu itakwisha na awe hajapata ingine, basi atumie damu yako kunilisha mimi."

"Lakini mimi sisahau, fadhila. Tangu daktari aondoke umefuata maagizo yake

ulafi - tabia ya kupenda kula sana; uroho

kiwambo/viwambo - kitu cha kufungia mlango

kuepusha - kuondoa (hasa kutoka katika hatari)

hatua - kipimo cha mwendo wa miguu

kuwaza - kufikiri

kusumbua - kupa taabu

kudanganya - kutosema kweli

dhamiri - nia au wazo

kunuia - kuwa na nia ya kufanya kitu

fadhila (pia fadhili) - wema

bila kinyume. Nami sitasahau hayo. Rudi hapa Marko. Mimi sitakudhuru. Lakini nitadhuru watu wengine."

kudhuru kuleta hasara

Marko alijiona amegeuka kama aliyegeuzwa na mtu, na *taratibu* alitembea akielekea pale alipokuwa Sikri. Halafu sauti ile ilicheka!

Kwa mara ya kwanza tangu Marko awekwe chini ya ule uvutano na Sikri, ule uvutano ulitoweka na akamwangalia Sikri. Sasa Sikri alikuwa amekua mkubwa kama mbuzi!

kutoweka - kukosa kuonekana

Sahani

NOTES

Grammatical

1. kwenda haja - a euphemistic phrase which translates as "to relieve oneself" / "to go to the bathroom." This is one of the many idiomatic expressions in which kwenda is used. Other examples found in this text are:
   kwenda kifua mbele: "to strut" (Somo la 18)
   kwenda kombo: "to go wrong" (Somo la 24)
   Additional examples are provided by Mohamed, p. 6, and Farsi, pp. 46-47.
2. nikasahau - this is a normal use of the -ka- sequential following a subjunctive (the preceding subjunctive here is uniletee). The structure of the entire sentence might seem a bit complex, but there is nothing here you have not encountered earlier. For a review of uses of the subjunctive see Ashton, pp. 31-32, 118-120; Bennett, pp. 302-306; and Wilson, pp. 196-205.
3. ingine - used as the Class 9/10 form instead of nyingine by some speakers.
4. vipi - this is another example of adverbial use of a Class 8 form. Others are discussed in fn. 8 of "Kujipatia Mchumba" (Somo la Nne).

MASWALI

1. Somo hili ni la sura ya kunguni, kazi ya daktari, maisha ya kunguni, au ni la kusimulia tu?

2. Hadithi hii ni ya zamani? Unajuaje?

3. Taja mambo matatu ya kawaida katika somo hili na mambo matatu ya ajabu.

4. Eleza kwa ufupi kwa nini Marko alimwita Sikri, "mtukufu" na "mfalme wangu."

5. Eleza kwa ufupi kwa nini mpango wa Marko wa kutoroka haukufaulu.

6. Eleza kwa ufupi tofauti baina ya kunguni huyo na kunguni wengine.

7. Kunguni huyo alipata chakula kwa njia gani? Eleza kwa ufupi kutoka mwanzo.

8. Eleza kwa ufupi tofauti baina ya hadithi hii na hadithi nyingine zinazohusu wanyama ambazo umezisoma kwa Kiswahili.

9. Kama rafiki yako akikuambia kwamba anasikia sauti ya kunguni bongoni mwake, utafanyaje? Eleza kwa ufupi.

ACTIVITIES

1. **Objective - Narration**
   Prepare what you think would be an appropriate next installment for this story. In class compare your versions with those of your classmates.
2. **Objective - Dramatization**
   Divide into small groups to prepare dramatized versions of this episode. Then present the various dramatized versions developed.
3. **Objective - First Person Narration**
   Prepare a first person version of this story from Marko's perspective.
4. **Objective - Elicitation of Information**
   Imagine you are a reporter, police officer or psychiatrist questioning Marko. What questions would you ask him?
5. **Objective - Interviewing**
   Using the preparations done for Activities 4 and 5, role-play interviews of Marko.
6. **Objective - Grammatical Practice: Adverbial Use of Class 8 Forms**
   Use each of the following adverbially in a sentence of six or more words:

vipi	vile	hivi
vizuri	hivyo	vibaya

7. **Objective - Grammatical Practice: Subjunctive**
   Identify the uses of the subjunctive in this passage and then construct sentences with other verbs in which you use subjunctive forms in the same ways.
8. **Objective - Vocabulary Development**
   Use each of the following in a sentence of six or more words:

kwenda kifua mbele	kudanganya
kwenda haja	kuendesha
kwenda kombo	kuamini
kusumbua	kulea
kutoweka	sanduku

18. Mapambano Yanaendelea

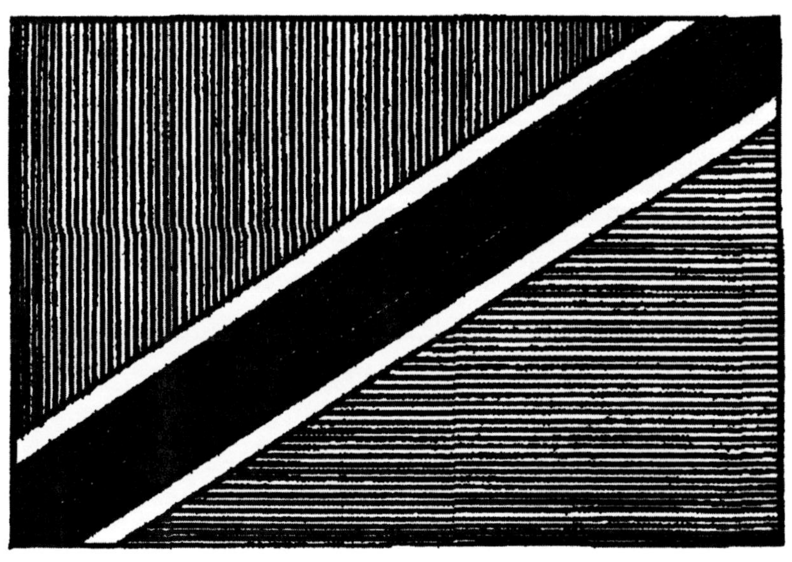

Bendera ya Tanzania

Somo la kumi na nane: *Mapambano Yanaendelea*

Source: Nyerere, Julius K. *Mapambano Yanaendelea: Hotuba ya Rais Mwalimu Julius K. Nyerere Aliyoitoa Siku ya Mashujaa, Septemba 1, 1979*. Dar es Salaam: Idara ya Habari, 1979, pp. 1-6.

Ndugu Wananchi, Leo ni siku ya Mashujaa. Siku hii kila mwaka tunawakumbuka mashujaa wetu waliojitoa kupigana na wavamizi kutoka katika nchi za nje au wageni waliotaka kuitawala nchi yetu. Tunawakumbuka, kwa heshima, wale waliopigana kuwazuia Wakoloni wasiitawale Tanzania, na kwa nguvu wale waliopigana katika vita vya Maji Maji katika jitihada za kupinga utawala wa Kijerumani. Wachache wao tunawafahamu, na majina yao tunayaheshimu: mashujaa kama Mkwawa,[a] Mirambo,[b]na Mputa.[c] Lakini wengi wao hatuwafahamu kwa majina; ila tunafahamu tu ya kwamba walipigana, na kufa, katika jitihada za kutetea uhuru wa nchi yetu. Tunawakumbuka na kuwaheshimu.

Leo tena tunawakumbuka mashujaa hao kwa fahari. Juhudi zao na vitendo vyao vilitutia moyo[1] siku za nyuma na vinatutia moyo mpaka sasa. Hatutawasahau.

Lakini siku ya mashujaa ya leo ni siku maalum. Miezi kumi iliyopita nchi yetu ilivamiwa na majeshi ya Idi

mapambano - vita
kujitoa - kukubali kufanya jambo gumu kwa ajili ya watu wengine
kupigana - kwenda vitani
mvamizi/wavamizi - mtu anayechukua nchi isiyo yake
kuzuia - kufanya jambo lisiendelee
kupinga - kukataa jambo lisifanywe
kuheshimu - kuwa na au kuonyesha adabu mbele ya mtu
kutetea - kupigana kwa ajili ya kitu/nchi/watu wako
fahari - sifa
juhudi - nguvu
kitendo/vitendo - jambo linalofanywa
kutia moyo - kumtia mtu haja/nia ya kufanya kitu
maalum - -enye maana na nafasi ya pekee
kuvamiwa - kuchukuliwa na kuwa chini ya madaraka ya mtu au nchi nyingine

Amin. Majeshi hayo yakachukua sehemu ya ardhi yetu, na Amin akatangaza kwa jeuri kabisa kuwa amebadili mipaka. Akadai kwamba kuanzia siku hiyo sehemu yote ya Missenyi[d] itakuwa ni sehemu ya Uganda. Na akatishia kuchukua sehemu kubwa zaidi ya Tanzania. Wananchi wote wa Tanzania walichukizwa sana na kitendo hicho. Tukajua kwamba kila mmoja wetu anataka adui huyo afukuzwe nje ya mipaka yetu na aadhibiwe. Wananchi kwa nia moja wakawa radhi[2] kabisa kujitoa[3] mhanga na kukubali shida zo zote zitakazotokea kwa sababu ya kumwadhibu mvamizi huyu. Hakuna aliyesita au kurudi nyuma. Wananchi vijijini na mijini walitoa walichokuwa nacho[4] kusaidia vita. Walichanga ng'ombe, mahindi, maharagwe, fedha na wakaongeza sana juhudi ya kazi. Maelfu walichanga damu. Na wote wakakubali bila ya manung'uniko upungufu wo wote

kutangaza - kueleza kwa kila mtu
kwa jeuri - kwa kujisifu na kwa makusudi
mpaka/mipaka - sehemu inayogawanya nchi na nchi
kudai - kutaka jambo fulani lifanywe; kusema kuwa utafanya jambo fulani
kuanzia - tangu
kutishia - kusema kwamba utafanya jambo baya lenye kuleta hasara
kuchukizwa - kutiwa chuki
adui/maadui - kinyume cha "rafiki"
kufukuzwa - kukataliwa kukaa mahali; kutolewa kwa nguvu
kuadhibu - kumpa mtu taabu; kumfanyia ukatili kwa ajili ya makosa fulani hasa yake mwenyewe
kuwa radhi - kukubali kufanya kitu bila ya wasiwasi wo wote
kujitoa mhanga - kukubali kufanyiwa jambo baya; kukubali kufanya jambo gumu kwa ajili ya watu wengine
kusita - kuwa na wasiwasi; kuwa na woga wa kuendelea
kuchanga - kuweka vitu/mali pamoja ili itumiwe pamoja
nung'uniko/manung'uniko - maneno yanayoonyesha kutopendezwa juu ya jambo fulani
upungufu - uchache

wa huduma za kawaida, ilipokuwa lazima kutumia huduma hizo kusafirisha askari, silaha, chakula na vifaa vingine kupeleka vitani.

Bila ya moyo na mwitikio huo, tusingeweza kupigana na au kushinda vita. Maana vita vya siku hizi havipiganwi na askari peke yao; vita vya kisasa vinawashirikisha watu wote. Kwa kila askari aliye katika mstari wa mbele, lazima waweko askari wengine wengi huku nyuma wakisimamia usafirishaji, wakipeleka na kupokea habari, na wakipanga mbinu za mashambulizi. Na kwa kila askari, po pote alipo, lazima waweko raia kwa mamia[5] wanaojishughulisha na kutengeneza viatu na nguo za askari, na chakula cha wapiganaji, na vile vile kupakua silaha kutoka katika meli au ndege, na kuhakikisha kwamba usafiri wa reli, wa barabara na wa ndege unaendelea kwa ufanisi kadiri[6] inavyowezekana. Wala si askari peke yao wanaoumia au kufa. Raia wengine, ingawa kwa bahati nzuri si wengi, waliuawa au kujeruhiwa wakati ndege za Amin

huduma - msaada, kusaidiwa; hapa usafirishaji (taz. chini)
kusafirisha - kufanya kusafiri
silaha - chombo anachotumia askari kupigania kuwekea usalama k.m. bunduki
kifaa/vifaa - chombo
mwitikio/miitikio - kuelewa
kushirikisha - kuweka vitu/watu pamoja katika kufanya jambo
kusimamia - kuangalia kitu/kitendo kiende sawa
usafirishaji - vitendo vya kusafirisha
mbinu - njia ya kufanya kitu
shambulizi/mashambulizi - pigano; nchi/mtu anapopiga ghafula
raia - mtu wa nchi kwa sheria, si lazima awe mwenyeji wa hapo
kwa mamia - wengi sana; mia nyingi
kushughulisha - kufanya mtu au kitu kuwa na kazi
mpiganaji/wapiganaji - askari au mtu mwingine anayepigana kwa ajili ya nchi
kupakua - kuondoa vitu/mizigo kutoka katika chombo cha usafiri: meli, gari, ndege, n.k.
kuhakikisha - kuonyesha/kusema kuwa kitu ni kweli kabisa
ufanisi - kushinda, kufaulu
kadiri - jinsi; -a kulingana na; kama

zilipoangusha mabomu Bukoba na Mwanza. Na maelfu ya wananchi waliokuwa wakiishi katika eneo Amin aliloliteka wameuawa ama wamejeruhiwa vibaya sana. Hata wale walionusurika walipoteza vyote walivyokuwa navyo: nyumba zao, na vitu vichache walivyokuwa navyo; shule zao, zahanati zao, na mashamba yao!

Katika siku hii ya leo tunakumbuka juhudi zetu na shida tulizozipata. Na hasa tungependa kukumbuka ujasiri wa raia waliokuwa wanaishi karibu na mpaka, ambao waliteseka kwa uvamizi wa Amin, lakini ambao walisimama imara wakaendelea na kazi zao za kilimo na za kuendeleza huduma za lazima.

Lakini katika vita, hata kama sisi sote tunahusika, bado kazi ya askari ni kazi maalum. Wao ndio huenda mbele kumkabili adui. Wao ndio wenye makusudi kabisa kuyaweka maisha yao katika hatari kubwa. Wanakwenda wakati wo wote, na mahali po pote wanapoamriwa kwenda, bila ya kujali shida zitakazowakabili katika kwenda hivyo; au muda waliokwisha kuutumia katika kupigana au kutembea. Giza likiingia wanalala hapo

kuangusha - kufanya kuanguka

eneo/maeneno - sehemu

kuteka - kukamata na kutawala

kunusurika - kutoroka kutoka hali ya hatari kwa bahati tu

zahanati - hospitali ndogo, dispensari

ujasiri - uhodari; ushujaa

kuteseka - kupata taabu; kufanyiwa ukatili

uvamizi - kuingia katika nchi isiyo yako kuishambulia bila ya kuwa na haki

imara - -a nguvu sana

kilimo/vilimo - ukulima

kuendeleza - kufanya kuendelea

kusudi/makusudi - bila ya kulazimishwa; kwa kupenda mwenyewe

kuamriwa - kupewa lazima ya kufanya kitu

bila ya kujali shida - bila ya kuogopa

giza - kweusi; bila taa, jua n.k. kama vile usiku

hapo walipo (na katika vita hivi wamewahi kulala sehemu za maji na mbu na majoka), lakini walinzi wa doria wakati wote lazima wawe tayari kupambana na adui mara tu zitokeapo dalili za kwanza za hatari.

Na katika vita hivi vya kupambana na Amin, baadaye askari wetu walilazimika kuvuka mpaka wa Tanzania na kuingia katika nchi ambayo si yao. Walilazimika kufanya hivyo ili kumwadhibu mvamizi, na kuhakikisha kwamba hana uwezo tena wa kurudia mashambulizi yake katika nchi yetu. Haikuwa kazi rahisi. Hawakuwa na hakika kuwa watapokewa kwa shangwe na wananchi wa Uganda ambao walikuwa wamechoshwa na ukatili wa Amin. Lakini walivuka mpaka; na wakamwadhibu Amin.

Na wamemwadhibu kweli! Urais wa maisha ukomile,[7] kujigamba kukomile! Amin sasa ni mkimbizi katika nchi alikozoea[8] kwenda kifua mbele[9] akijitapa juu ya ujasiri wake.

Tanzania haina jeshi kubwa; ila ina jeshi zuri. Lakini Tanzania ina wananchi wengi ambao ni wanamgambo. Jeshi la Wananchi pamoja na wanagambo waliungana kuunda nguvu moja ya mapigano. Nguvu hiyo ya pamoja ndiyo iliyompiga Idi Amin. Siasa yetu ya kuwafunza ulinzi wananchi wa vijijini, viwandani,

kuwahi - kuweza
mbu - mdudu mdogo kuliko nzi anayeruka na anauma na kunyonya damu
joka/majoka - nyoka mkubwa
mlinzi/walinzi wa doria - askari ambaye yuko mbele ya wengine
kupambana - kukutana na kuigana
dalili - alama
kuvuka - kupita hadi upande wa pili wa kitu
shangwe - furaha
kuchoshwa - kuwa umechoka kwa ajill ya kitu fulani
-komile - kuwa jambo limefika mwisho (kutoka kukoma)
kujigamba - kujiona kuwa wewe una uwezo zaidi au unajua zaidi kuliko wengine
mkimbizi/wakimbizi - mtu anayekimbia nchi/mahali pengine kwa sababu ya serikali yake
kwenda kifua mbele - kuamini kuwa unaweza kufanya kitu
kujitapa - kujigamba (taz. juu)

mwanamgambo/wanamgambo - mpiganaji asiye katika jeshi halisi au jeshi la kawaida
kuunda - kujenga

maofisini, na kulifanya Jeshi la Wananchi kusimamia mafunzo hayo, imethibitika kuwa siasa safi. Tunawapa heko.[10] Tunampongeza kila askari ambaye alitimiza jukumu lake kwa uaminifu na kwa nidhamu: aliyekuwa vitani Uganda na aliyekuwa huku nyuma.

Baadhi yao wapo pamoja nasi hapa leo. Tunawakaribisha na kuwapokea. Tunawapokea kwa niaba yao wenyewe, na pia wakiwa wawakilishi wa wenzao waliokwisha kwenda nyumbani katika sehemu mbali mbali za Tanzania, na pia wale ambao wako Uganda bado.

Kama mlivyokwisha kutangaziwa, majeshi yetu yameanza kurudi nyumbani. Kiasi cha elfu ishirini, karibu nusu ya wapiganaji wote waliokuwa Uganda, wamekwisha kurudi makwao.[11] Wale ambao bado wako Uganda watarudi mara matayarisho yatakapokamilika ya kuondoka kwao Uganda bila kuacha fedheha. Hawa ni vijana wetu. Tunataka warudi nyumbani wawe pamoja nasi. Tunahitaji juhudi zao na moyo wao katika kujenga nchi yetu.

Lakini wako baadhi ya askari wetu ambao hawatarudi tena. Vijana wetu 404 wamekufa vitani. Tunawapa heshima zetu, kwa huzuni lakini pia kwa fahari. Tunatoa pole[12] nyingi

funzo/mafunzo - jambo ambalo limefunzwa
kuthibitika - kuweza kuonyeshwa kuwa jambo ni kweli/sawa
kupa heko - kumwambia mtu umefurahi kwa ajili ya jambo fulani ambalo amelifanya
kupongeza - kupa heko (taz. juu)
kutimiza - kufanya kitu kiwe kamili
jukumu/majukumu (jukumu) - jambo ambalo ni lazima lifanywe
uaminifu - hali ya kutokuwa na uwongo
nidhamu - adabu nzuri; hali ya kufanya kila jambo linalotakiwa
kwa niaba ya - kama mjumbe wa mwingine au wengine; badala ya
mwakilishi/wawakilishi - mtu anayesimamia nafasi ya mtu mwingine
kutangaziwa - kila mtu kulezwa
tayarisho/matayarisho - jambo linalofanywa ili kitu kiwe tayari
kukamilika - kuwa kamili
fedheha - jambo/taabu/kosa linalomfanya mtu ajione hafai

kupa heshima - kuheshimu (taz. juu)
huzuni - kukosa furaha

kwa jamaa zao, na tunaungana nao katika msiba huo. Shida yao ni shida yetu, na maisha yao ya siku za mbele ni jukumu letu.

Na baadhi ya askari wetu walijeruhiwa. Wengi wao wamepona, au watapona kutokana na matibabu tunayowajibika kuwapa. Lakini baadhi yao wamepata vilema vya maisha. Kwao hao tunao wajibu maalum. Ni wajibu wa Chama, wa Serikali na wa kila mwananchi, kuwasaidia waweze kuwa raia wenye manufaa kwa kiasi cha uwezo wa hali yao. Maana mtu haachi kuwa na manufaa kwa sababu tu amekatika mguu, au mkono, au amepoteza macho yake, au amevurugika akili. Inawezekana kazi fulani hataweza kuzifanya, lakini ziko nyingine anazoweza kuzifanya. Hatuna budi kuhakikisha kuwa hawa walioumizwa kutokana na uvamizi wa Amin, hawa ambao walipigana kwa ajili yetu sisi, wote wanapata mafunzo mapya pale ambapo inawezekana, halafu wanapata nafasi ya kujipatia riziki zao katika kazi ambazo wanaziweza. Kila mtu mwenye jukumu la kuwaajiri wafanya kazi lazima akumbuke wajibu huo. Na kila mfanya kazi lazima awasaidie askari hawa walemavu kufanya kazi zao na kutimiza wajibu wao kwa ukamilifu katika maisha yetu.

kutoa pole - kumwambia mtu kuwa unasikitika kwa ajili ya mambo yaliyompata; kumwambia mtu pole

msiba/misiba - kufiwa na ndugu, jamaa, jirani, au rafiki

tibabu (pia tiba)/matibabu – dawa na msaada wa daktari

kuwajibika - kuwa na wajibu

kilema/vilema - upungufu; tatizo katika mwili; tatizo ambalo watu wanalipata baada ya kujeruhiwa (taz. juu) au kwa kuzaliwa

manufaa - *vitu vinavyofaa*

kwa kiasi - kulingana na

kukatika mguu - mguu kuondoshwa kutoka mwilini

kuvurugika akili - kuharibika akili

riziki - mahitaji (hasa chakula)

kuajiri - kumpa mtu kazi ya mshahara

mlemavu/walemavu - mtu ambaye amepata kilema taz. juu)

ukamilifu - hali ya kuwa kamili

NOTES

Grammatical

1. kutia moyo - (trans. "to encourage"). This is another example of a useful phrase in which kutia is used. See fn. 1 of "Naushangulia Mlima wa Kenya" (Somo la Tisa) for additional examples.
2. kuwa radhi - (trans. "to approve"). While kuwa usually appears in phrases with na and a noun (see kuwa na wivu, fn. 6 of "Kujipatia Mchumba"), there are also phrases like this one where kuwa stands on its own. These expressions are largely idiomatic.
3. kujitoa mhanga - (trans. "to sacrifice oneself"). For other examples of phrases in which kutoa is used, see fn. 1 of "Mikoko, Samaki ni Maarufu Lamu," and fn. 3 of "Misingi ya Uandishi wa Barua Zetu."
4. walichokuwa nacho - (trans. "(everything) that they had"). The phrase walichokuwa nacho is understood to refer to kila kitu.
5. kwa mamia - (trans. "by the hundreds"). Here the augmentative Class 6 prefix has been added to mia.
6. kadiri – kadiri used with the –vyo- of manner often indicates the extent to which something occurs.
7. ukomile - (trans. "has ended"). The ile completive suffix seldom occurs in contemporary Standard Swahili, but is found frequently in older poetry.
8. kuzoea - (alikozoea kwenda: trans. "where he used to go"). Kuzoea is used here as an auxiliary: this is perhaps the most frequent use of the verb. Another example occurs in "Mumbi Ahojiwa": walizoea kurarua chapati.
9. kwenda kifua mbele - (trans. "to strut"). The figurative meaning of this expression is probably self-explanatory.
10. kupa heko - (trans. "to congratulate"). There are a variety of useful phrases in which kupa is used. The following are a few examples from Farsi, pp. 27-29:

kupa uso	to treat one favorably
kupa mgongo	to go against
kupa radhi	to give one's blessing
kupa pole	to express sympathy

kupa heshima ("to show respect"), is used below.

11. makwao - Used here as a plural of kwao. When kwao is used, nyumbani is generally understood, i.e., amekwisha kurudi (nyumbani) kwao. But nyumbani may refer either to home or homes, as may kwao. Makwao, on the other hand, is definitely plural. While such plurals are unusual in Swahili, they do occur in other Bantu languages which have singular nouns in the same class as ku- locatives; the plurals of these nouns are in Class 6. For example, in Gikuyu *kũgũ-rũ* ("leg") is in the same Class (15) as *kũndũ* ("place"); the plural of *kũgũrũ*, *magũrũ* is in Class 6.
12. kutoa pole - (trans. "to express sympathies"). See fn. 3 above for references to other text examples of phrases in which kutoa is used.

Cultural

a. Mkwawa - (?-1898) - a leader of the Hehe who fought the Germans.
b. Mirambo - (c. 1840-1884) - a military leader of the Ryamwezi who evenually controlled Unyamwezi and the trade routes though it.
c. Mputa - a leader of the Ngoni during the Maji Maji rebellion. For additional information concerning the above figures see:

   Bennett, Robert Norman. *Mirambo of Tanzania 1840?-1884*. New York: Oxford University Press, 1971.

   Kurtz, Laura S. *Historical Dictionary of Tanzania*. *African Historical Dictionaries*, no. 15. Metuchen, N.J.: Scarecrow, 1978.
d. Missanyi - the northwestern corner of Tanzania, bordered by Uganda and the western shore of Lake Nyanza.

MASWALI

1. Somo hili ni juu ya mashujaa wa zamani au mashujaa wa wakati gani?

2. Majeshi ya nchi gani yalivuka mipaka gani?

3. Mwandishi anasema, "... vita vya siku hizi havipiganwi na askari peke yao; vita vya kisasa vinawashirikisha watu wote" (p. 217). Eleza kwa ufupi watu wasio askari washirikije.

4. Mwandishi anamsifu Rais Idi Amin? Unajuaje?

5. Mwandishi anatoa sababu gani kueleza kwa nini majeshi ya Tanzania yalifaulu?

6. Askari waliojeruhiwa watasaidiwaje? Eleza kwa ufupi.

7. Kulikuwa na mabadaliko ya namna gani kule Tanzania wakati wa vita hivi?

8. Eleza kwa ufupi shida zilizowakabili majeshi ya Tanzania.

9. Eleza kwa ufupi umuhimu, unavyouona, wa mambo yanayotajwa katika somo hili.

ACTIVITIES

1. **Objective - Explanation**
   If you were asked whether there are holidays in other countries comparable to Siku ya Mashujaa, how would you answer? Develop a detailed answer for class discussion.
2. **Objective - Debate**
   Prepare a class debate on one of the following topics:
   Kuna vita vyenye haki?
   Vita hivi baina ya Uganda na Tanzania vilikuwa vyenye haki?
3. **Objective - Research and Reporting**
   Read about the war between Tanzania and Uganda. What was the cause of the war? Who was involved, or not involved, and for what reasons? How long did the war last, and what were some of its repercussions? Prepare a class report based on the information you find.
4. **Objective - Speeches Appropriate to Ceremonies**
   Prepare a speech of praise of thanks that would be appropriate to one of the following:
   National Holiday - Siku ya Mashujaa, Siku ya Uhuru
   Cultural Event - Wedding Celebration, Formal Welcome of Visitors
   Religious Celebration - Idi el Haji, Idi el Fitri
5. **Objective - Understanding Varied Perspectives**
   Read differing accounts of the Tanzania/Uganda war, and prepare an account from a chosen perspective using the third paragraph of "Mapambano Yanaendelea" as a model.
6. **Objective - Grammatical Practice: Auxiliary Verbs**
   Write ten sentences with auxiliary verbs. Use kuzoea as an auxiliary verb in five of these sentences.
7. **Objective - Vocabulary Development**
   Use each of the following in a sentence of six or more words:

kutia moyo	kupa heshima	kupa mgongo
kuwa radhi kupa	kutoa pole	kuheshimu
heko	giza	kusita
kupa pole		

Mnazi

19. Watu na Punda

Mji wa Lamu

Somo la kumi na tisa: *Watu na Punda*

Source: Sheikh Ahmed Nabhany, 'Watu na Punda," July 1983, Malindi, Kenya. Transcribed by Ann Biersteker and May Balisidya.

Hadithi ingine[1] au ngano ingine ambayo itafuatia ni "Watu Na Punda." Hapa tuna mfano mmoja wa Waswahili au kipande cha wimbo unaosema:

Ukicha kutaywa
Hutofanya[2] yambo
Waja kuumbua
Ndio lao umbo[3]
Wendapo sawa
Wambiwa u[4] kombo

kutaywa - kutolewa maneno makali; "kutajwa" kwa Kiamu
yambo – "jambo" kwa Kiamu
kuumbua - kufanya kuharibika
kombo/makombo - -enye kosa

Hii ni mfano wa ambayo hadithi hii nitawatolea na niliwatolea kipande hiki cha nyimbo ili kuthubitisha, waja siku zote ni watu wa kusema. Unavyofanza wewe utasemwa, kwa hivyo angalia mwendo wako wa sawa. Ufuate lile lililofanya bora, wewe usiende kimakosa kumkosea Mwenyezimngu na kuendea kinyume binaadam. Mafundisho yako juu ya hadithi au ngano kama hii, ndiyo Waswahili wamechagua ngano mbalimbali, ndani yake muna mafunzo. Si kuwa zinatolewa, wanatolewa watoto ni kucheka tu; lakini ndani utacheka na utapata mafunzo.

kuthubitisha/kuthibitisha – kuonyesha kuwa jambo ni kweli/sawa
kufanza – kufanya (hapa)
Mwenyezimngu - Mwenyezi Mungu, Mungu
binaadam – binaadamu, binadamu
fundisho/mafundisho - jambo ambalo limefundishwa

Ngano hii yatueleza ni mtu au watu. Ni mtu na watoto wake wawili, wa kike na wa kiume; na yeye na mkewe.

Walikuwa enda[5] safari, kwa mfano kutoka hapa kwenda Matondoni au kutoka hapa kwenda Shela na kurudi.[a] Sasa kwa nini huyu mzee kuwa atawachukua watoto wake na mkewe ili wende safari? Kwa sababu ataka kuwafunza -- kuwaonyesha -- namna gani binadamu walivyo.

Sasa aliwachukua akawaambia, "Haya sasa twendeni musikize namna gani (au musikilize namna gani) binadam walivyo." Pale pale walichukua punda wao, wakaanza safari yao. Sasa baba yule amemshika punda na yule mkewe wako mbele na watoto wako pamoja na punda wamemshika anawafuata nyuma.

kusikiza - kufanya kusikia

Wakipita katika baraza hiyo hapo -- mbele hapo -- watu wale waliokaa barazani wakasema, "Tizame hawa wana punda wanambeba yule na yule punda angeweza kuwabeba wao! Wanakwenda na punda yule yuwafuata."[6]

baraza - sehemu ya nyumba ya kiasili ya Waswahili iliyoko mbele; mahali ambapo wanaume hukaa ili kuzungumza

kutizama - kutazama

Basi wakafika mbele baba akawaambia, "Je, mmesikia maneno gani? Hawa wasema kuwa sisi tuna punda na vile vile bila ya kupandwa na mtu, tunamchukua. "Basi, hawa ni watu wajinga. Punda wanaye, kisha waonwa kwenda kwa miguu.""

mjinga/wajinga - asiyejua desturi; mpumbavu

Asema, "Uzuri."

Wakaenda mbele tena kidogo, wakampanda wote.

Wote watu wale wakapanda - baba, mke na watoto wawili wakapanda. Wakapita barazani wasema, "Loo, tazama watu hawana imani wale. Hawana imani hata kidogo. Punda mmoja wamekwenda kumpanda wote. Watu wale wataka kumvunja uti wa maungo. Wataka kumvunja ule ujiti wa maungo. Kwa hivyo hawa watu hawana imani hata kidogo."

imani – huruma
uti wa maungo - mfupa mkubwa wa sehemu ya nyuma ya mwili
ujiti wa maungo - uti wa maungo (taz. juu)

Akawaambia watoto wake, "Mmesikia?"

Wakamwambia, "Tumesikia."

"Haya, tushukeni."

Wakashuka. Akapanda baba.

Akipanda baba, wakienda mbele, wakikuta watu ambao walisema, "Loo, tazama mzee yule! Yeye dunia yake imekwisha? Akwenda apanda punda, na amwata mkewe na watoto wake wenda kwa miguu! Yeye hana imani kabisa huyu? Hilolo[7] liko katika starehe. Limepanda punda. Watoto wake ndio wanamfuata nyuma!"

kuata - kuacha (kwa Kiamu)
starehe - hali ya kupumzika

Wakisha mbele akawaambia, "Mmesikia?"

Wasema, "Tumesikia."

Akashuka. Wakaenda mbele akamwaambia, "Haya sasa, panda wewe mke!"

Akapanda mkewe. Baba na watoto wakamfuata nyuma.

Akapita katika baraza, wasema, "Loo, tazama mwanamke yule hatamheshimu mume wake! Wala hana imani ya watoto wake! Awata kuwapandisha watoto. Ingawa awapandishe watoto, hampandishi mumewe, hana imani hata kidogo mke yule!"

kupandisha - kufanya kupanda

Akawaambia, "Mmesikia?" Haya wakienda mbele akampandisha mtoto wa kiume. Mtoto wa kiume akipanda, akipanda, hata akipita barazani wasema, "Loo! Mtoto hana adabu yule! Babake na mamake na nduguye wa kike, maskini, mwanamke mdhaifu, uh? Hawezi kuwaheshimu. Akampangia mamake. Akapandwa na babake au yule mtoto wa kike? Anakwenda kupanda yeye, bwana. Watu wazee na ndugu na mamake wafuata nyuma!"

-dhaifu - hafifu

Asema, "Mmesikia?"

"Ehh, tumesikia."

Akenda[8] mbele akashuka. Walipokwenda mbele akishuka, akapanda mtoto wa kike sasa. Akipanda mtoto wa kike akipita barazani, wasema, "Loo! Hadi hana adabu yule! Mtoto wa kike akwenda asimwate mtoto wa kiume. Mwanamume ndiye mwenye hadhi na nini? Anakwenda panda yeye punda. Kisha mamake na babake wamfuata

hadhi - heshima

nyuma kama namna hii. Hana adabu kabisa mtoto yule."

Basi baba akawaambia, "Mumesikia?"

Wakamwambia, "Tumesikia, baba."

Akawaambia, "Haya sasa."

Pale pale wakaingia mwituni au msituni wakakata mti mrefu. Wakikoma wakamfunga punda miguu miwili na miwili. Wakamtia katika ujiti ule. Akawaambia, "Haya, watu wawili mbele, baba na mamake na hao huko nyuma." Wakambeba sasa. Wakapita.

ujiti/njiti - kipande cha mti

Wakapita barazani, "Loo, wajinga! Angalia wajinga! Punda yule anaweza kuwabeba wao wote. Ah? Wao wanakwenda kumbeba. Yeye mwenyewe atakwenda tu. Akwenda kwa nini? Wasimwate akenda mwenyewe? Sasa tena wanambeba wao. Basi hawa watu -- hawa wajinga -- hawa wa mwisho -- wana maana gani kuweka punda?"

Akawaambia watoto, "Mmesikia?"

Basi pale pale akawaweka watoto wao akawaambia, "Humu ni wasia: Kwamba binadamu siku zote lazima aseme, hata kama wewe unakwenda sawa. Sasa yote

wasia - maelezo juu ya maisha anayoyatoa mtu kwa watu wake

kutoka mwanzo kule mpaka hapa tulipofika, mmeona, hata kitu kimoja maanake hatukuacha kufanza? Na ndiyo, binadamu. Sasa wewe, tizama lile jambo la sawa. Ufuate njia ambayo imezonyooka.[9] Usimwonee mtu. Usimnyang'anye mtu. Usimdhulumu mtu. Usiseme urongo. Uende mwendo wa kiutu. Hapo ndipo utapata salama kwa Mwenyezingu. Lakini kwa binadamu, hupati salama."

Kwa hivyo Nabahany akarudi na hadithi yake akawaachie ninyi hapo muishike mwende nayo Amerika huko, waambia watu wengine kuwa Waswahili wana hadithi kama hizi. Sawa.

kufanza - (Kiamu) kufanya

kuonea - kufanyia yasiyo haki

kunyang'anya - kuiba kwa kutumia nguvu

kudhulumu - kufanya isiyo haki

urongo/marongo - uwongo

-a kiutu - -enye wema wa watu

NOTES

Grammatical

1. ingine – (trans. "another"). This is another form of nyingine. In Kiamu, the Class 9 and 10 forms of this adjective are ingine/zingine.
2. hutofanya - (trans. "not doing"). This is the negative habitual form of the verb.
3. Ndio lao umbo - (trans. "It is indeed they, their character"). Ndio is a third person plural agreeing with waja. Lao, as a possessive preceding the noun, serves to emphasize it. Another reason for the word order here is the rhyme scheme, where -mbo is the rhyming syllable.
4. u - (trans. "you are") is an example of a free verb prefix that substitutes for ni in certain contexts.
5. Walikuwa enda safari - (trans. "They went on a trip"). This is a complex verb form in which the second verb does not have an explicit aspect marker.
6. punda yuwafuata - (trans. "the donkey follows them"). Yu is an alternate third person singular form of the short present.
7. Hilolo - (trans. "the one by that name"). This is a shortened form of the emphatic demonstrative, hilo hilo, "that very one." The agreement is with jina, implying that the person has been named.
8. akenda mbele - (trans. "and he went ahead"). The vowels "a" and "e" of akaenda coalesce here.
9. Ufuate njia ambayo imezonyooka - (trans. "Follow the path which is straight/honest"). In the Kiamu dialect, the -zo- relative infix corresponds to the -vyo- of manner in Standard Swahili. Note that there are two different relative markers here.

Cultural

a. This story was told at the Lamu museum in Lamu town. Matondoni and Shela are other towns on Lamu Island.

MASWALI

1. Wahusika wa ngano hii ni nani?

2. Baba alitaka kwenda safari kwa sababu gani?

3. Watu gani walizungumzia kuhusu familia hii?

4. Nani alipanda punda? Nani alishuka punda? Kwa sababu gani?

5. Watu waliingia mwituni kwa nini? Walitumia ujiti kufanya nini?

6. Baba aliwaambia watoto kutofanya vitendo vinne. Vitendo hivi ni nini?

7. Eleza kwa ufupi wasia wa hadithi hii. Unakubali nao au hukubali? Eleza jibu lako.

8. Toa mfano mmoja wa ngano ya aina hii kutoka pahali pengine. Wasia wake ni nini?

9. Ukienda safari pamoja na mama na baba na dada na punda zako, mtasafiri kwa namna gani? Kwa nini mtaenda kwa namna hii?

ACTIVITIES

1. **Objective - Imaginative Narration**
   Prepare an imaginative narrative presentation to be given in a class storytelling session.
2. **Objective - Cultural Description**
   This story includes a variety of references to Swahili culture. List these and be prepared to discuss your list in class.
3. **Objective - Cultural Description and Comparison**
   Identify other Swahili tales, proverbs, songs, etc., in which there is reference to the donkey and/or other animals and be prepared to discuss the symbolism of the donkey and other animals in Swahili oral literature.
4. **Objective - Imaginative Narration**
   Re-tell this story in Swahili and tape your version of it. Then compare your version to that of Mr. Nabhany.
5. **Objective - Cultural Description and Comparison**
   Prepare to discuss in class the use of fables to provide moral instruction and whether this tale could be viewed as presenting only the message Mr. Nabhany discussed at the end.
6. **Objective - Grammatical Practice: Recognizing Dialect Forms**
   Identify five sentences in this passage in which Northern Dialect forms are used. Rewrite these sentences using only Standard Swahili forms.
7. **Objective - Vocabulary Development**
   Use each of the following in a sentence of six or more words:

   kuthibitisha
   mafundisho
   baraza
   mjinga
   starehe
   kuonea

Nyumba ya Mombasa

20. Pongezi Mwalimu Nyerere

Somo la ishirini: *Pongezi Mwalimu Nyerere*

Source: "Pongezi Mwalimu Nyerere", *Taifa Leo* (Nairobi, Kenya), 14 November 1984, p, 2.

Mwanasiasa mashuhuri wa miaka mingi, Rais Julius Nyerere wa Tanzania, amechaguliwa kama mwenyekiti mypa wa Shirika la Umoja wa Nchi Huru za Afrika (OAU). Hatuna budi kumpongeza na kumtakia kila la heri na fanaka. Rais Nyerere ni miongoni mwa miamba ya uhuru na viongozi walioanzisha OAU mnamo 1963.

Kama mwanasiasa hodari na mwenye busara, anatambuliwa na kuheshimiwa sana ulimwenguni. Jambo jingine la kupendeza katika mkutano wa sasa wa OAU ni kwamba utaendelea licha ya kwamba[1] Morocco imejiondoa baada ya wajumbe wa Polisario kutoka Sahara Magharibi kuruhusiwa kushiriki. Mfalme Hassan wa Morocco alifikiria kwamba nchi nyingine marafiki zake zitaunga mkono[2] Morocco na kujiondoa pia katika OAU, lakini ni Zaire tu ambayo inaiunga mkono, na hata haikujiondoa isipokuwa tu kususia mkutano wa sasa.

Makamu wa Rais na Waziri wa Mashauri ya Nchini, anayeongoza ujumbe wa Kenya katika mkutano huo, amesema wazi kwamba Kenya

mwenyekiti/wenyekiti - mtu aliyechaguliwa na watu kuongoza chama au mkutano

fanaka - baraka

mwamba/miamba - mtu hodari

kuanzisha - kufanya kuanza

mkutano/mikutano - kikundi cha watu ambao wamekutana kufanya shughuli fulani

mjumbe/wajumbe - mtu aliyetumwa kufanya shughuli fulani mkutanoni (taz. juu)

kususia - kukataa kufanya jambo; kukataa kuhudhuria

makamu wa rais - mtu atakayekuwa rais kama rais akifa

waziri/mawaziri - mtu mkuu anayepewa madaraka ya kiongozi katika serikali

waziri wa mashauri - mtu anayempa rais mashauri (shauri/ mashauri – maoni) yatakayomsaidia mtu aamue kufanya au kutofanya jambo fulani

ujumbe - wajumbe wote pamoja wa nchi moja au chama kimoja ni ujumbe wa nchi hiyo

haiungi mkono hatua ya kujiondoa ama kususia mkutano wa OAU kwa sababu haitasaidia kusuluhisha lo lote.

Lakini pia kufikia sasa mkutano huo wa 20 wa OAU haujakatizwa. Wajumbe waliendelea mbele na kumchagua Mwalimu Nyerere kama mwenyekiti mpya baada ya kumaliza swala hilo la Sahara Magharibi.

Hata hivyo, hii haina maana kwamba mzozo huo wa Polisario na Morocco umemalizika. Huenda ikawa vita vitaimarika kati yao na kubidi OAU kutafuta njia mathubuti za kumaliza mzozo huo.

Kwa sasa, Mwalimu Nyerere ana wajibu mkubwa sana. Kama alivyosema mwenyekiti anayeondoka, Rais Mengistu Haile Mariam wa Ethiopia, wakati wa kufungua mkutano huo, Afrika ingali inakabiliwa na matatizo ambayo yalikuwapo wakati alichukua uenyekiti miaka miwili iliyopita. Pia kuna matatizo mengine mapya yaliyotokea na ambayo yanahitaji kusuluhishwa.

Katibu Mkuu wa Umoja wa Mataifa, Javier Perez de Cuellar, ambaye pia alihutubu, alitaja matatizo hayo kama ukame, njaa, wakimbizi na hali mbaya sana ya uchumi.

Rais Nyerere alikubali jambo hilo na ingawa aliapa

hatua - kitendo

kusuluhisha - kufanya hali ya kupatana itokee

kufikia - mpaka

kukatizwa - kufanywa mazungumzo yasiendelee

swala/maswala – swali

mzozo/mizozo - ugomvi; hali ya kutopatana

kuimarika - kuwa -enye nguvu sana

kubidi - kulazimika

mathubuti - -enye nguvu sana

uenyekiti - kazi ya mwenyekiti (taz. juu)

katibu mkuu - kwa Kiingereza 'Secretary General'

kuhutubu - kutoa hotuba

ukame - hali ya nchi kukosa maji

mkimbizi/wakimbizi - mtu anayekimbilia nchi isiyo yake kwa sababu ya ukame, njaa, vita n.k.

kuapa - kuthibitisha jambo kwa kuapa

kuimarisha ushirikiano na kuingiza nguvu zaidi OAU, Rais Nyerere hawezi mwenyewe kufanya kazi hiyo ngumu. Hii ndiyo sababu viongozi wengine hawana budi kuitikia wito wake na kuimarisha umoja zaidi.

Maendeleo ya kiuchumi ni muhimu kwa uthabiti na nchi za OAU hazina budi kujitahidi kutimiza lengo hilo badala ya kupiga domo[3] tu. Rais Nyerere anajulikana kwa hekima yake na kwa hakika ni wakati kama huu ndipo anahitajika kuongoza shirika hilo, ili kulisaidia kukubaliana na matatizo yake.

Ni muhimu nchi za Afrika zimpe ushirikiano kamili anaohitaji, kutia moyo kutimiza wajibu wake ipasavyo, wala zisifuate mfano mbaya wa Morocco.

ushirikiano - umoja
kuingiza - kufanya kuingia
wito - mwito
maendeleo - hali ya kuendelea vizuri hasa kwa uchumi au mawazo
uthabiti - hali ya kuwa imara
kutimiza - kufanya kitu kiwe kamili
kuhitajika – kuweza kuhitajiwa
shirika – chama au jumla ya watu au wajumbe kilicho na shughuli fulani muhimu

NOTES

Grammatical

1. Licha ya kwamba - a phrase which functions as a conjunction, and is often best translated as "even though."
2. kuunga mkono - (trans. "to support"). Kuunga is also used in other expressions, such as:

    kuunga hesabu - "to total"
    kuunga chakula - "to stir food"

    Note that if an object infix were used here, the phrase would be, zitaiunga mkono Morocco. The -i- would agree with Morocco, not with mkono as on the next page: Zaire tu ambayo inaiunga mkono.
3. kupiga mdomo - (trans. "to talk uselessly" - often, although not here, "to gossip"). This is yet another example of an idiomatic phrase in which kupiga is used. **See also** fn. 9 of "Mumbi Ahojiwa."

Cultural

a. For additional information on the Organization of African Unity, **see** the following:

Cervenka, Zdenek. *The Organization of African Unity and its Charter*. New York: F. A. Praeger, 1969.

El-Ayouty, Yassin, ed. *The Organization of African Unity after Ten Years: Comparative Perspectives*. New York: F. A. Praeger, 1975.

Wolfers, Michael. *Politics in the Organization of African Unity*. London: Methuen, 1976.

MASWALI

1. "Mwalimu," katika makala haya, ni nani?

2. Kwa nini ni lazima kumpongeza Mwalimu?

3. Habari iliyomo katika makala haya inahusu nini; siasa au uchumi?

4. Kwa nini Morocco na Zaire ziliususia mkutano wa OAU?

5. Viongozi wa Kenya wamekata shauri kufanyaje kuhusu mkutano wa OAU? Kwa nini wamekata shauri hili?

6. Katibu Mkuu wa Umoja wa Mataifa ametaja matatizo gani ya Afrika? Eleza kwa ufupi kila tatizo.

7. Toa maoni yako mwenyewe kuhusu tatizo la Morocco na Polisario. Kama hujui jambo hili tunga maswali machache juu ya jambo hili, ambayo ungependa yajibiwe.

8. OAU (sasa AU) ina matatizo mengi. Unafikiri ni kwa sababu gani?

9. Eleza umuhimu wa kuwa na kiongozi mwenye hekima na busara kama Mwalimu Nyerere.

ACTIVITIES

1. **Objective - Congratulating a Public Figure**
   Develop a speech for class presentation in which you congratulate a well-known public figure.
2. **Objective - Congratulating a Friend or Colleague**
   Develop a speech for class presentation in which you congratulate a classmate on some recent accomplishment.
3. **Objective - Accepting Congratulations**
   Develop a speech for class presentation in which you thank someone for congratulations given to you.
4. **Objective - Evaluating Information**
   Identify the positions and individuals supported and opposed in this editorial. Then prepare for a class discussion in which you indicate how the author has expressed approval and disapproval of these positions.
5. **Objective - Updating Information**
   Follow up one topic mentioned in this article and prepare an up-date for class presentation.
6. **Objective - Paraphrasing**
   This editorial contains a number of lengthy sentences that have complicated structures. Identify five such sentences and rewrite each in two or more simpler sentences.
7. **Objective - Grammatical Practice: Abstract Nouns**
   Identify ten abstract nouns in this and previous lessons and write expanded definitions of each.

21. Kwa Heri Ramadhani

Kofia

Somo la ishirini na moja: *Kwa Heri Ramadhani*

Source: "Kwa Heri Ramadhani," *Sauti ya Pwani*, 22 July 1983, p. 3.

Mwezi mtukufu wa Ramadhani[a] ulimalizika kwa furaha baada ya mwezi kuandama tarehe 11 Julai.

Maelfu ya Waislamu walikusanyika katika misikiti kote mjini Mombasa kwa swala za Idd ul Fitri[b] ambako sala maalumu kwa Serikali na viongozi zilifanywa.

Baada ya sala kulikuweko na karamu ambapo jamaa na marafiki walifurahia tena kula chakula wakati wa mchana baada ya kufunga[c] kwa mwezi mzima.

Sherehe za Idd kwa watoto kama kawaida hufikia kilele chake wakati wanapotembezwa kwenye Makadara, na mwaka huu Makadara yalijaa vilivyo.

Watu wengi walimiminika kujionea michezo na tamasha mbalimbali zilizokuwa zikionyeshwa humo. Kati ya waonyeshaji yalikuwako makundi kutoka sehemu za mbali kama vile Nairobi na Nakuru waliokuja mahsusi kufanya maonyesho ya kukusanya pesa za msaada.

Maonyesho yao yalitayarishwa na chama cha vijana Waislamu cha Mombasa na pesa zilizopatikana zanuiwa

-tukufu - -enye kuheshimiwa
kuandama - kuonekana kwa mwezi
kukusanyika - kuwa mahali pamoja
swala - mambo na matendo maalumu ya dini ya Kiislamu yanayofanywa misikitini
sala - kitendo cha kusali
maalumu - maalum
kufunga - kutokula saa za mchana kutwa kwa ajili ya dini
kilele/vilele - sehemu ya juu kabisa ya mlima, mti n.k.
kutembezwa - kupelekwa
kumiminika - kuja kwa wingi
mwonyeshaji/waonyeshaji - mtu anayeonyesha kitu au jambo fulani
mahsusi - hasa
maonyesho - vitendo au vitu vinavyoonyeshwa
kukusanya - kupata (hapa)
msaada/misaada - kitu au kitendo cha kusaidia
kunuiwa - kutakiwa

kutumiwa kwa ujenzi wa madarasa huko Mkomani. Kiasi kingine cha pesa kitatumiwa kwa kulipia mishahara ya walimu wa madarasa na karo kwa wanafunzi wa madarasa ambao ni maskini.

karo - ada

Msikiti – Unguja

NOTES

Cultural

a. During Ramadhani, the last month of the lunar year, Moslems fast from sunrise to sunset. This practice commemorates the revelation of the Koran to the Prophet Mohammed.
b. The Idd ul Fitri (also Idi el Fitri) celebration begins at sunset on the last day of Ramadhani, marking the end of the month of fasting. Most of the night is spent visiting friends and relatives, as everyone exchanges gifts and celebrates the holiday.
c. Fasting, during Ramadhani, lasts from sunrise to sunset. The only Moslems who are excused from this requirement are children, those who are ill, those who are traveling, and women who are menstruating or nursing babies. It is expected, however, that anyone who is unable to fast during Ramadhani will compensate for the days missed by fasting at a later date.

For more information on Islam, see:

Hitti, Phillip K. *Islam: A Way of Life.* Minneapolis: University of Minnesota Press, 1970.

Masomo ya Kiislamu. Nairobi: Zakuna Printers Ltd., 1983.

Tayob, Abdulkader. *Islam: A Short Introduction.* Oxford: Oneworld, 1999.

MASWALI

1. Ramadhani ni mwezi mkuu wa dini gani?

2. Nani walikusanyika misikitini?

3. Idd ul Fitri ni siku ya furaha au siku ya huzuni?

4. Watoto hufanya nini siku ya Idd?

5. Siku ya Idd ul Fitri watu walimiminika kufanya nini?

6. Watu wanaotoka Nairobi na Nakuru walishuka pwani kwa sababu gani?

7. Je, kuna sikukuu za dini nyingine ambapo watu hufanya mambo kama haya? Eleza tofauti baina ya Idd ul Fitri na sikukuu hizo.

8. Pesa zilizopatikana zilinuiwa kwa lengo gani?

9. Kama unajua zaidi kuhusu Ramadhani na Idd ul Fitri eleza kidogo. Kama hujui andika mambo unayoyapenda kujifunza kuhusu Ramadhani na Idd ul Fitri.

ACTIVITIES

1. **Objective - Description of Cultural Activity**
   Prepare a description of the activities in another city or town on a particular holiday. Present this description in class.
2. **Objective - Imaginative Narration**
   Develop a short narrative set in Mombasa at the end of Ramadhani. Present this narrative in class.
3. **Objective - Interviewing**
   Invite one or more Swahili speakers to your class and interview them concerning activities in their home or city or town on particular holidays.
4. **Objective - Description of Cultural Activity**
   Based on your interviews, write a fictive newspaper article about activities in another East African city on another holiday.
5. **Objective - Presentation of Information**
   Do some background research on some aspect of Islam. You might consider a cultural, religious, or political topic, and develop a presentation for class. Topics may include any of the different branches of Islam; the life of the prophet Mohammed; women and Islam, etc.
6. **Objective - Paraphrasing**
   Rewrite the first three paragraphs of this reading in your own words using vocabulary and structures with which you are familiar.
7. **Objective - Vocabulary Development**
   Use each of the following in a sentence of eight or more words:

   -tukufu
   maonyesho
   msaada
   kunuiwa
   kukusanyika

Mji wa Mombasa

22. Shida

"Siku Hiyo Matika Alifanya Uamuzi Wake"

Somo la ishirini na mbili: *Shida*

Source: Ndyanao Balisidya, *Shida*. Nairobi: Foundation Books, 1975, pp. 1-6.

Chonya alikuwa kijana mrefu, mwembamba, wa rangi ya maji ya kunde. Wakati alipovaa suruali yake, ambayo ilikuwa imekatwa kuchukua mtindo wa "bichi koma", alionyesha urefu zaidi katika maumbile yake. Aliubeba uso mrefu, uliomfanya afanane na vijana wa Kimasai. Watu wengi katika siku zake za shule ya msingi, walizoea kumuita "Mmasai."

Kila siku asubuhi kijana huyu alisikika kijijini kwao akisema kwa sauti ya juu kabisa, "katara katara limefika." Kila sauti hiyo iliposikika watu walianza kumiminika kutoka katika vitembe vilivyofuka moshi, kuelekea kule sauti ilikotoka.

Katara, gari litokalo Dodoma kwenda Chilonwa lilikuwa likiwasili kila siku asubuhi. Chonya ilikuwa kawaida yake kulingojea katara hili lifike, ili aone ni wageni gani waliwasili pale kijijini na pia atoe taarifa kwa watu waliotaka kusafiri ambao walikuwa bado hawajafika hapo kituoni ili waliwahi katara kabla halijaondoka. Kazi hii aliifanya kwa hiari, hakuombwa na mtu na wala hakulipwa lakini aliifurahia.

ukunde/kunde - namna ya haragwe dogo

kukatwa - kitu kufanywa kiwe kifupi

kuchukua - kulingana na

mtindo/mitindo - namna au jinsi ya kufanya kitu kwa kufuata kinavyofanywa na wengine

"bichi koma" - kutoka Kiingereza

umbile/maumbile - umbo au tabia

katara - gari bovu; gari la kusafirishia watu

kumiminika - kutoka kwa wingi

kitembe/vitembe - nyumba ndogo iliyo sawa juu, iliyofunikwa kwa udongo

kufuka - kutoka (kwa kitu, k.m. moshi)

Kila siku baada ya katara kutoweka, Chonya alirejea nyumbani kwake kufanya kazi za siku ile: shamba, kutema kuni, kuwinda n.k., kazi zote ambazo zingemwezesha mtu kuishi katika kijiji hicho.

Chonya alikuwa amemaliza masomo yake ya shule ya msingi na kutunukiwa cheti cha kumaliza masomo ya miaka saba.[a] Yeye, miongoni mwa vijana wengine wengi, alikuwa amekosa bahati ya kuingia kidato cha kwanza cha shule za sekondari:[b] kwa hiyo ilimlazimu kukaa pale kijijini na kujaribu kuitumia elimu yake ili aishi.

Kila siku asubuhi Chonya aliwaona watu wakiteremka kutoka katika katara lile, kuja kijijini na kila siku aliwaona wakiingia kwenda mjini. Chonya hakufikiria hata siku moja kuwa angetunukiwa bahati ya kwenda mjini. Siku nyingine waliteremka wanafunzi kutoka shuleni: wakirudi majumbani kwao kwa likizo zao. Mavazi yao rasmi ya shule yalimvutia sana, hata akaijutia bahati yake ya kukosa nafasi ya kuendelea. Unadhifu wao mara nyingi ulimfanya aone aibu[1] kuwapa mkono wake — wale waliokuwa "wenziwe" siku za nyuma. Kuna baadhi ya siku, ambapo waliteremka wageni ambao kwa yakini ni wenyeji

kutoweka - kwenda zake; kupotea

kurejea - kufika tena; kurudi

kutema - kukata (hasa kuni)

kutunukiwa - kupewa kitu kwa sababu ya jambo zuri ulilolifanya

cheti/(cheti)vyeti - kipande cha karatasi (kutoka Kiingereza)

miongoni mwa - moja kati ya -ingi

kidato/vidato - darasa katika shule

kulazimu - kuwa lazima

kuteremka - kushuka

likizo/(malikizo) likizo - siku za kupumzika baada ya kufanya kazi kwa muda

vazi la rasmi/mavazi ya rasmi - vazi la kawaida kulingana na sheria za shule, hospital, jeshi n.k.

kujutia - kuona huzuni kwa sababu ya kitu fulani

unadhifu - hali ya kuwa safi na inayopendeza

aibu - hali ya kutopenda kuonekana

baadhi - sehemu au wakati fulani

kwa yakini - kwa hakika

wa pale, lakini ambao walikuwa wamehamia mahali pengine, ama kwa kazi au kwa kuolewa. Waliporejea nyumbani kwao dada walioolewa mbali, walikuja pamoja na waume na watoto wao. Kila mara Chonya alikuwa wa kwanza kuwaona wageni wa namna hii. Mara nyingi aliwasindikiza kule walikokuwa wakienda; mara nyingine aliwapeleka nusu ya njia tu; lakini ukweli ni kuwa Chonya alikwisha zoea mno kazi hii. Aidha kila mtu alimfahamu Chonya pale kijijini.

kusindikiza - kwenda hatua chache pamoja na anayesafiri (ili kumwonyesha heshima)

aidha - tena

Matika ni msichana mmojawapo wa wale wengi waliowahi kupokewa na kusindikizwa na Chonya aliporejea nyumbani baada ya muda mrefu wa kukaa mjini. Matika alisoma katika shule moja na Chonya. Katika siku hizo Matika alikua kwa kasi sana kuliko vijana wengi wa rika lake: wake kwa waume. Chonya na Matika walikuwa rika moja: lakini Matika alimpita sana Chonya kwa maungo.

rika/marika - hali ya kuwa na umri mmoja

maungo - ukubwa wa mwili; maumbo

Walipofika darasa la sita, Matika alivunja ungo. Kwa lazima ya serikali,[c] Matika aliweza kumaliza shule. Baba yake Matika kila mara hakupenda kuishi na binti aliyekwisha kuwa mwali kwa kuchelea matokeo. Alipomaliza darasa la saba, Matika kama vijana wengine wengi,

kuvunja ungo - msichana kutoa damu, inayoonyesha kwa mara ya kwanza anaweza kuzaa

binti/mabinti - mtoto wa kike

mwali/wali - mwari/wari

alikosa nafasi ya kuendelea na shule. Hakupata bahati ya kwenda po pote kuchukua mafunzo ya namna fulani. Uamuzi uliobaki ulikuwa wa wazazi wake. Babaye, alikwisha panga na familia moja kuwa angemuoza bintiye kwa kijana ye yote wa familia hiyo. Alikubaliana na familia hiyo kwamba angeridhi ndoa baada ya wao kulipa mahari ya ng'ombe arobaini na mbuzi ishirini: pia kondoo saba. Kwa hivi baada ya majadiliano marefu ya wakuu wa familia hizo ilionekana kuwa Matika angefaa kuolewa na Njasulu kwa mahari iliyoafikiwa.

Habari hizi zilimfikia Matika siku moja jioni alipoitwa na babaye, "Wanaleta mahari ukoo wa Mbukwasemwali, nasi tumeamua kupokea mahari hiyo. Sipendi ubishi -- utaolewa na Njasulu. Tunafanya hivi kukuokoa na janga, maadamu sasa huna kazi wala cho chote: usije ukaingia uhuni."

Matika hakuwa tayari kuolewa. Alikuwa tayari kushiriki katika kazi za nyumbani na kuishi nao kwa muda. Yeye na Chonya walikuwa marafiki wa siri tangu darasa la tatu. Wakati wao wa kuoana ulikuwa bado. Lakini hakukusudia uhuni wo wote na Chonya maana alijua si jambo linaloipendeza jamii.

uamuzi - kitendo cha kuamua

bintiye - binti yake

kuridhi - kukubali jambo

majadiliano - mazungumzo juu ya jambo muhimu

kufaa - kuwa sawa

ukoo - kikundi cha watu wenye undugu; familia; jamaa

ubishi - kitendo cha kusema maneno yenye mawazo tofauti na mtu mwingine

janga - shida kubwa, tatizo kubwa

maadamu - kwa sababu, bora

uhuni - kufanya vitendo vibaya, tabia mbaya

kushiriki - kuwa pamoja na watu wengine katika kufanya jambo fulani

Matika alipotaka kujibu, alizimishwa na babaye ambaye alitingisha kichwa chake kwa nguvu na kuupunga mkono wake, kama kibatali cha mwako hafifu.

Matika alirejea jikoni kwa mama yake huku akilia kwa kwikwi. Mamaye alimsikitikia sana lakini akiwa mwanamke hakuwa na la kufanya. Wadogo zake[2] Matika -- Ndewo, Nyundwa na Dyaluka walikaa na kusononeka pamoja na dada yao, hali hawaelewi ni nini kilichompata.[3]

"Mama, sina la kusema;[4] lakini usilie litakapofika la kufika."

"Eh, mtoto wewe unaongeaje? Una maana kuwa utajiua?"

"Sivyo, sitaraji kukutia huzuni katika makamo hayo -- lakini usilie..."

Alimaliza usemi wake. Mama aliguna. Maneno haya hakuyaelewa, wala hayakumpendeza. Hakuwa na njia nyingine ya kufanya. Alikaa kimya; akawa anaimba wimbo wa ngoma za jando -- pole pole.

"Mama tunakatazwa kuimba nyimbo hizo,"[d] alikumbusha Dyaluka.

"Wewe nawe huna maana kama jina lako. Wakubwa wanaruhusiwa kufanya mengine ambayo wadogo hukatazwa. Lakini asante umenikumbusha. Sasa mkamuwekee baba

kuzimishwa - kitu au mtu kuzuiwa asiendelee
kutingisha - kutikisha
kupunga mkono - kusema kwa vitendo vya mkono
kibatali (kibatari) /vibatali (vibatari) - namna ya taa ndogo
mwako/miako - kuwaka kwa moto
kulia - kutokwa na machozi na sauti; hasa wakati wa huzuni au maumivu
kwikwi - sauti ya kulia inayokatikakatika
kusikitikia - kuwa na huruma kwa ajili ya huzuni ya mwingine
kusononeka - kuwa na maumivu moyoni; kusikitika
kuongea - kuzungumza
kutaraji - kutumaini, kutaka kufanya jambo
makamo - umri
usemi - yanayosemwa
kuguna - kutoa sauti ya kuonyesha kuchukia jambo bila ya kutumia maneno
jando/majando - namna ya desturi ya makabila mengi ya vijana kukaa nje na kufunzwa mambo ya asili

yenu chakula ili tusichelewe kulala."

Baba yao alikula chakula chake; nao wakala chao jikoni. Baada ya kumaliza, baba aliwaita watoto kuondoa vyombo, nao walitii mara. Baada ya muda kila mtu alikwenda mahali pake pa kulala na jengo zima likawa kimya.

Siku hiyo Matika alifanya uamuzi wake, tena wa haraka. Baada ya jogoo la kwanza kuwika, aliamka akakusanya vichache vilivyo vyake; gauni (lililokuwa la shule), kanga moja, gagulo kuu kuu lililokuwa gauni zamani, na shilingi tano, alizopata kwa kuuza mayai. Alivaa gauni lake moja, alilozoea kutokea, juu ya gagulo lake chafu. Kisha akajifunika kanga yake juu. Gauni ambalo lilikuwa vazi rasmi la shule alilifunga katika kitambaa chake cha kichwa na kulifutika kwapani. Alijua kuwa kila mtu alikuwa angali amelala.[5] Aliingia jikoni (sehemu moja ndani ya tembe lao) akachukua kibuyu. Jambo hili lilimfanya mamaye aliyestuka kutoka usingizini asigutuke; maana ilikuwa kawaida ya watu wa kijiji hiki kujidamka alfajiri kwenda mtoni au sivyo ingekuwa taabu kupata maji wakati wa jua kali maana mtoni ni kama kilometa sita hivi kutoka kwao. Alifungua mlango akatoka nje.

kutii - kufanya ilivyoamriwa

jengo/majengo - nyumba

jogoo/majogoo - kuku wa kiume

kuwika - kulia kwa jogoo

kukusanya - kuweka vitu au watu wengi mahali pamoja

gagulo - vazi refu la kike livaliwalo ndani ya gauni

-kuu -kuu - -a zamani; iliyochakaa kwa umri au kutumika sana

kufutika kwapani - kuweka kwapani (taz. chini)

kwapa/makwapa - sehemu ya chini ya bega

tembe/matembe - nyumba iliyo sawasawa juu

kibuyu/vibuyu - chombo kinachotokana na tunda kavu

kustuka (kushtuka) - kushangazwa ghafula

kugutuka - kushangazwa ghafula; kustuka (taz. juu)

kujidamka - kuamka mapema sana

kilometa - kutoka Kiingereza

Ubaridi wa kiangazi ulimzizimisha mwili; lakini alipiga moyo konde[6] kuendelea. Alifuata njia ya mtoni; akakutana na wenziwe wengi. Walipofika mtoni yapata saa kumi na mbili asubuhi walijaza vibuyu vyao maji. Walipokuwa tayari kuondoka, Matika aliwaambia wenziwe watangulie maana yeye ilimbidi aende mbele zaidi kwa Mzee Nhonya kuomba dawa alizotumwa na babaye. Wenziwe walimuacha huko. Baada ya mwendo wa nusu kilometa alitua kibuyu chake na kukificha. Kisha akakaa barabarani kungojea katara litokalo kijijini kwao kwenda Dodoma.

ubaridi - hali ya kuwa baridi
kuzizimisha mwili - kufanya mwili kushika baridi

kuficha - kuweka kitu fulani mahali pa siri

Lilipofika aliingia bila wasi wasi. Watu wa kwao walipomhoji alisema alikuwa amepata kazi huko mjini na pia kuwa wenyeji wake wangempokea kituoni. Walipomhoji kwa nini alikuwa huko porini badala ya kupanda basi kule kule nyumbani, pia alikuwa na jibu. Alikuwa amekuja kumuaga babuye mzee Nhonya; kwa hiyo akaondokea huko huko.

kuhoji - kuuliza maswali

kuaga - kusema 'kwa heri'

Katara lilipotua mjini, Matika alishuka -- hakuna aliyekuwa amekuja kumpokea.[7] Lakini hakujitia wasi wasi. Alifuata njia ile ile waliyotumia zamani na mamaye walipokuwa wamemleta Ndewo kwenye hospitali. Watu hawakuwa na haja ya kumfuatia; akatokomea mjini.

Huku nyumbani baba yake alipata habari. Alilaani na kugombana na mkewe hata akampiga sana. Matika hakurudi. Wajumbe walipotumwa kumtafuta huko mjini, pia hawakumpata. Matika alikuwa amepotea. Kwa kadiri ilivyokuwa iliwabidi wazazi wa Matika kukata tamaa ingawa wazo la kuwa binti yao alikuwa amekwisha kufa hawakulikaribisha kabisa. Matika hakurudi. Mwezi; miezi, mwaka; miwili, habari zake zilipotea – miaka mitatu, watu walikata tamaa – miaka minne, bado kimya. Baba yake alianza kujiapiza, "Kama akirudi binti yangu, haki tena sitamlazimisha kuolewa, wala sitampangia mume. Hili lilikuwa kosa langu." Pia aliwaagiza watu waendao mjini kumrudisha iwapo wangempata. Aliwaomba wamwambie kuwa wazazi wake hawakuwa na kisasi naye na kwamba jamii nzima ilimtaka kwa shauku arejee. Akawaomba zaidi wamueleze Matika kwamba, wao wamemuomba radhi kwa yale waliyomtendea nao wamemsamehe kwa upande wao: kwa hasira na pupa aliyoonyesha. Matika hakurudi.

Matika aliporudi hakuwa yule yule wa zamani. Alikuwa amebadilika vikubwa. Kwanza

haja - jambo analohitaji mtu
kutokomea - kuondoka machoni pa watu na kwenda mahali pasipojulikana, kupotea
kulaani - kusema maneno ya kutaka mtu apate taabu
kukata tamaa - kupotewa na tumaini
kuapiza - kulaani; kumfanya mtu kuahidi kuwa hatafanya jambo
kulazimisha - kufanya iwe lazima
kupangia - kupatia, kutaka mtu afanye jambo ambalo hajataka kulifanya
iwapo – kama, ikiwa
kisasi/visasi - tendo la kurudisha ubaya kwa ajili ya ubaya uliofanyiwa
kwa shauku - kwa hamu
kuomba radhi - kutaka mtu akusamehe
kutendea - kufanyia
pupa - haraka
kubadilika - kuwa tofauti

hakuna aliyemtambua. Miaka mitano ilishafanya kazi yake! Siku moja, aliteremka kutoka katika katara lile lile; ila lililozeeka zaidi.

kuzeeka – kuchakaa (hasa kwa binadamu)

Chumba cha Kulalia

NOTES

Grammatical

1. Other useful expressions using kuona include:

   kuona lo — to be surprised

   Many of these are easy to understand if you remember that kuona (and kusikia as well) may refer to other perceptual acts in addition to seeing (or hearing). For example:

kuona njaa	to feel hungry
kuona kiu	to feel thirsty
kuona baridi	to feel cold
kuona joto	to feel hot
kuona usingizi	to feel sleepy
kuona haya	to feel shame

   See fn. 2 of "Mumbi Ahojiwa"for similar examples with kusikia.
2. Wadogo is used here as a noun meaning "younger siblings." This may be why the possessive zake is used.
3. The Class 7 subject Prefix here agrees with kitu gani, which is understood.
4. Sina (neno) la kusema. In this phrase, neno is understood.
5. kila mtu alikuwa angali amelala - (trans. "every person was still sleeping"). This use of the -ngali- form is called the "'still' tense" by Ashton (p. 270). If you remember it as the bado use of this form you are less likely to be confused, since bado can often be substituted with little change in meaning, for example, kila mtu alikuwa amelala bado.
6. Kupiga moyo konde - (trans. "to summon up courage"). For additional examples of useful phrases in which kupiga is used see "Mumbi Ahojiwa," fn. 9.
7. Hakuna (mtu) aliyekuwa amekuja kumpokea - (trans. "There was no one who had come to meet her"). Mtu is understood here. Note also that the present tense is used here. Use of the present tense in narrative frequently marks events of particular significance.

Cultural

a. After seven or eight years of primary (in American English "elementary") education, East African students take an examination. Those who score highest are eligible for entrance into secondary school. The majority receive certificates of completion of primary school.
b. In East Africa, education of children at the primary level is nearly universal. At the secondary level there is a significant drop in numbers of children enrolled in schools.
c. Primary school is compulsory in Tanzania.
d. Presumably the songs were not considered appropriate for Christians.

MASWALI

1. Chonya aliishi wapi?

2. Chonya na Matika walikuwa wamefikia kiwango gani cha elimu?

3. Hadithi inapoanza Chonya na Matika wako wapi?

4. Kama mzazi wako angekuchagulia mke/mume ungefanyaje?

5. Kwa nini Matika alichaguliwa mume na baba yake?

6. Unakubali kuwa mama yake Matika hakuweza kufanya lo lote kumsaidia Matika?

7. Matika alifanya uamuzi gani kutokana na kitendo cha baba yake?

8. Unafikiri rafiki na jamaa za Matika walifurahiwa na kitendo chake?

9. Simulia kwa ufupi mambo yaliyotokea ulipokuwa na ubishi na wazazi wako.

ACTIVITIES

1. **Objective - Dramatization**
   Divide into two groups, and have one group prepare the outline for a script which dramatizes the return of Matika to her hometown. Include as characters Matika, Chonya, Matika's parents and siblings, and any other people you think necessary. The second group will play the part of onlookers and neighbors and should meet to discuss their role in the dramatization. Perform the drama in class, improvising as much as possible.
2. **Objective - Cultural Description.**
   Discuss in class the culturally appropriate behavior for a young woman who has been told she has been engaged to be married by her parents. Then, individually, prepare a statement from Matika which explains her reasons for leaving, her experiences during the last five years, and/or her reasons for returning. Present these statements in class, with a question and answer session for each student after the speech.
3. **Objective - Narration**
   Prepare a short story that describes one major event in the life of a young woman in another country. Practice using the -ngali- form (in the "bado" sense; **see** fn. 4). Read the stories in class.
4. **Objective - Cultural Description**
   Research some aspect of Gogo culture, and prepare a presentation or paper for class. Topics may include initiation ceremonies, weddings, traditional healing practices, traditional religion, etc.
5. **Objective - Description and Explanation of Cultural Behavior**
   Prepare a presentation or paper for class that describes some aspect of culture at your university or college. Topics may include different styles of dress, the organization of clubs or groups, habits of students or faculty, etc. After describing the behavior, be sure to explain the reasons behind it.
6. **Objective Vocabulary Development**
   Use each of the following in a sentence of eight or more words:

mtindo	kuongea	kuaga
miongoni mwa	kutaraji	kukata tamaa
kutoweka	kulia	kuomba radhi

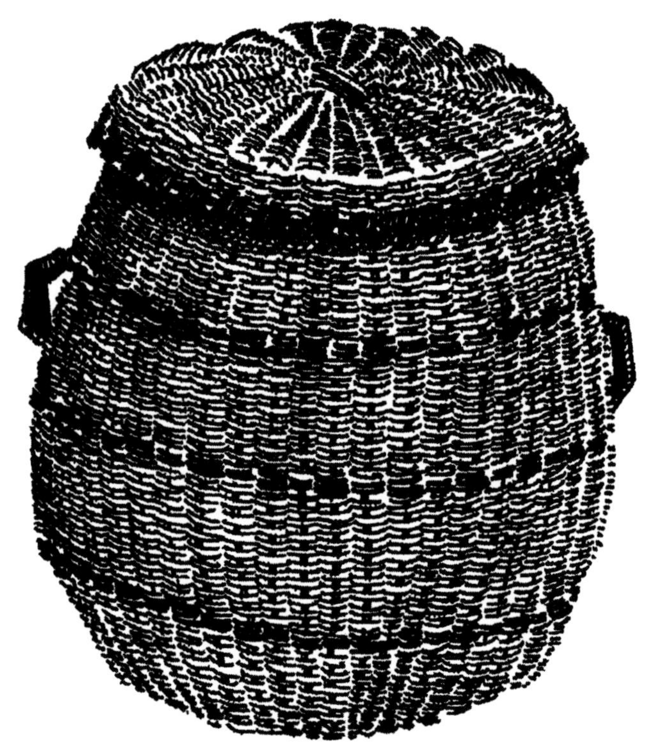

Pakacha

23. Mke Mwenza

Mji wa Mombasa

Somo la ishirini na tatu: *Mke Mwenza*

Source: Chacha Nyaigotti Chacha. "Onyesho la Kwanza," la *Mke Mwenza*. Nairobi: Heinemann Educational Books, 1982, pp. 1-8.

ONYESHO LA KWANZA

Ni alfajiri, sauti za ndege zaweza kusikika kwa mbali. Pazia linafunguka kutuonyesha baraza ya nyumba ya mtu wa maisha ya kati wa Nairobi. Chahe mwenye nyumba anaketi juu ya kochi, huku akiwa amevaliwa na mawazo mazito. Sauti za ndege wote zinakoma, isipokuwa ya chiriku, ambayo kwa mahadhi ni kama yasema:

"Jikakamue kijana
Tetea maisha yako
Uwezalo kulitenda
Tenda 'singojee[1] kesho."

Chahe anamsikiziza ndege huyu kwa makini sana, huku sauti ikiwa inafifia, Hapo anaruka na kusimama. Anamwita mkewe aliye chumbani wanamolala.

CHAHE: Boke! Boke! Njoo upesi! *(Anaonekana ana mawazo mazito, huku akiwa apiga hatua hapa na pale)* Nimeupata ukweli sasa. Huyo ndege amenisaidia kuupata ukweli. (*Anaranda kwa hatua za haraka haraka*). Wakati ni huu, wakati ni huu. Huyo ndege amesema. . . . (*Anaita tena*). Boke . . . Ebho . . . .

kufunguka - kuwa kufungua

kochi - kutoka Kiingereza

kukoma - kuacha kuendelea

chiriku - namna ya ndege mdogo anayeimba vizuri; kwa Kiingereza "finch"

kwa mahadhi - kwa heshima

kukakamua - kufanya jitihadi ili kupata kitu

kutenda - kufanya jambo fulani

kwa makini - kwa uangalifu

kufifia - kupotewa na nguvu; kutoweka

kupiga hatua - kutembea-tembea

kuranda - kutembeatembea

ebho (ebo) - neno la kumwita mtu atazame au asikilize

Unadhani wewe ni nani hata ulale zaidi ya muda wa hawa ndege? . . . . Amka!

BOKE (*Anakuja kwa kasi, huku amejifunga khanga kiunoni*): Haya tena, nini kilichokusibu Chahe? Siku hizi tabia yako imegeuka ... (*anakwenda miayo)*[2] Inashangaza sana. Umekuwa kama mwendawazimu mume wangu. Nimejaribu kukusaidia bali naona nimeshindwa.

CHAHE *(Anamwashiria Boke aketi);* Achilia mbali mambo yako hayo. Wazimu, wazimu; hebu keti tuongee.

BOKE: Niketi tuongee nini? Nimeongea yote yamekwisha. Humu nyumbani kumezuka balaa na wewe hutaki kuitaja. Basi pengine tupelekane huko Mathari[a] kwa daktari wa ubongo. (*Huku akibetua mabega kuonyesha kushindwa*) Enh, sasa tusemeje basi? Aa babu-we![3]

CHAHE (*Anamrukia Boke na kumshika kwa nguvu);* Nakwambia sitaki kusikia habari zako hizo za msaada wa daktari (*Akielekeza mkono wake nje, huku sauti ya chiriku inasikika kwa uzuri tena*). Msikie ndege huyo akiniambia nijikakamue sasa, nitende ninaloweza wala lisingoje kesho. *(Anamwacha Boke; anatembea polepole kwa huzuni, anaketi kwenye 'kochi' huku ameinamisha kichwa*).

kusibu - kupa taabu

kugeuka - kubadilika

kwenda miayo - kufungua mdomo kuvuta hewa safi; dalili ya usingizi

mwendawazimu/waendawazimu - mtu mwenye ugonjwa wa akili

kuashiria - kufanya ishara ya kuonyesha mtu unataka afanye kitu fulani

kuketi - kukaa

kuachilia mbali - kuacha kabisa

wazimu - ugonjwa wa akili

hebu - neno linalotumiwa kumwita mtu atazame au asikilize

kuzuka - kuonekana au kutokea ghafula

balaa - taabu, shida

kubetua - kufanya chini

msaada/misaada - tendo au tokeo la kusaidia

kuinamisha - kufanya kuinama

kichwa). Huu ndio wakati, mke wangu, ambao licha ya hayo mapenzi mengi niliyo nayo kwako, sharti[4] tumalize maongezi yetu haya.

BOKE Siku zote hizi unazozungumza na mimi huwa unagusiagusia tu maongezi haya, nami nijuavyo ni kwamba msimamo wangu unaufahamu; au sivyo, bwana?

CHAHE Hata kama naufahamu msimamo wako huo naona leo hatuna budi ila tuyamalize mazungumzo yetu.

BOKE *(Huku akionyesha mshangao)*: Haya mambo yako, Chahe, yamenishinda; siyaelewi mimi. Ni mapema mno kuamka. Zamani saa hizi ungalikuwa[5] bado unauvuta[6] usingizi . . . Leo alfajiri yote hii . . . na mapema . . . .

CHAHE *(Kwa hamaki)*: Ningekuwa bado kitandani nimelala, enh? *(Kimya kidogo)*. Kweli kitandani ni mahali muafaka kwa mtu mwenye matatizo; bali nina hakika kuwa watu walalapo hujiongezea shida tu. Wakati mwingi unaotumiwa na watu vitandani, ungefaa kutumiwa kwa mambo yenye faida zaidi katika maisha ya mwanadamu. (*Kimya. Anainua macho na kumtizama Boke*). Hebu nipatie hiyo bilauri yenye dawa yangu.

BOKE (*Anaichukwa bilauri. Anainusa na kusikia harufu ya*

sharti - lazima
maongezi - mazungumzo
kugusiagusia maongezi - kuendelea mazungumzo
msimamo/misimamo - maoni ya mtu juu ya jambo fulani
mshangao/mishangao – ajabu
hamaki - hasira
muafaka (mwafaka)- -a sawasawa
kutizama - kutazama
kunusa - kupata harufu (taz. chini) kwa kutumia pua
harufu - hali ya kusikia kwa pua

pombe kali ya chang'aa.[b] *Hasira zinampanda*): Umeamka asubuhi hii na mapema kuja kunywa maji yako haya, Chahe? Inashangaza mno! U[7] mtu wa namna gani wewe usiyetii amri ya daktari wako? Ni wewe na chang'aa, chang'aa na wewe. He, mwanamume we – hebu ona haya kidogo . . . .

CHAHE (*Anampokonya bilauri mara moja*): Daktari, daktari . . . mpaka siku gani? Kwa sababu ya mawazo niliyo nayo, hii ndiyo dawa pekee. Ugonjwa huu umeuleta wewe huyo. Wewe ndiye aibu yangu. Bas ona wewe haya kwanza!

BOKE (*Akiashiri kwa kidole cha kati, huku kaweka mkono kiunoni*): Mimi . . . mimi ndiyo aibu yako? Enhe, yalijirije hayo tena, jamani (*Anakwenda kuketi akionyesha huzuni*). Chahe mume wangu, mimi nakustahi sana na ninathamini nyumba yetu na maisha yetu; lakini kelele zako hizi za asubuhi kila siku hazitusaidii cho chote. Isitoshe watoto wakitusikia haitakuwa vizuri. (*Anamwegemea Chahe*). Hebu niambie hasa bwanangu, hawa ni watu gani wanaokuvuruga akili?

CHAHE (*Anamsukumia mbali Boke na kusimama kwa haraka*): Sitaki huo upuzi wako

pombe - kinywaji kikali
chang'aa - namna ya pombe kali (**taz.** juu)
hasira kupanda - kuwa na hasira
kutii - kufuata amri (**taz.** chini)
amri - tendo la kusema ni lazima kufanya kitu
kuona haya - kutoweza kuinua uso kuangalia machoni au kuwa na moyo mzito kwa ajili ya kitendo chako
kupokonya - kunyang'anya
aibu - jambo livunjalo heshima
bas - basi
kuashiri - kufanya ishara (**taz.** juu kuashiria)
kujiri - kutokea
jamani - ndugu
kustahi - kuheshimu
kuthamini - kuheshimu
kuegemea - kukaribia
kuvuruga akili - kuharibu (**taz.** chini) akili ya mtu
upuzi (upuuzi) - jambo lisilo wa maana; la kijinga

wa maneno ya kuchochewa. . . . . ati kuna watu wanaoniharibu. Nimekwambia kuwa wewe ndiyo sababu ya mateso yangu yote. Kila ninapokuita ili tujadili kwa urefu mambo haya yanayohusu maisha yetu unaonyesha dharau tu. Sasa u tayari kusikiliza nianze au bado ungali[8] na hayo yako?

BOKE (*Anabetua mabega, huku akionyesha dalili za kushindwa. Anainamisha kichwa chini kwa unyonge)*: Haya bwana, sema uliyo nayo leo. Sidhani kama yatakuwa tofauti na hayo mengine ya kila siku.

CHAHE (*Anakohoa. Anapiga hatua na kumgeukia Boke*): Mara nyingi nimekuwa nikijiuliza maswali ya hapa na pale kuhusu maisha yangu. Kila yanaponijia maswali hayo hukushauri; na maoni yako, ijapokuwa si kila mara, yamekuwa na mwongozo mwema katika maisha yetu. (*Kimya -- anapiga hatua na kuzunguka chumbani*). Hata hivyo, wiki iliyopita, yule sahibu yangu Semo, alinifedhehesha hadharani hata uso si wangu tena. Ili nipate kurudisha heshima yangu itanibidi nifikie uamuzi wa kutenda liwezekanalo leo. (*Kituo*). Mambo yangu yale niliyokuelezea zamani, naona ni muhimu tuyajadili sasa.

kuchochewa - kutiwa ugomvi
kuharibu - kufanya mtu au kitu kiwe katika hali mbaya
teso/mateso - mambo ya ukatili
kujadili - kuzungumza hasa bila ya kupatana
dharau - kutoheshimu
unyonge - hali ya kuwa dhaifu
kukohoa - kutoa sauti kutoka kifuani pengine kwa sababu ya ugonjwa
kushauri - kumwomba mtu atoe maoni yake
mwongozo/miongozo - kitu kinachoongoza jambo fulani
sahibu/masahibu - rafiki
kufedhehesha - kumtia mtu aibu; kumvunjia heshima
hadharani - mbele ya watu
uamuzi - tokeo la kuamua

BOKE *(Kwa sauti ya chini)*: Ni mambo gani tena hayo? Kumbuka, Chahe, kuna mambo mengi ambayo umewahi kunambia.[9]

CHAHE (*Anasogelea kijimeza kuliko na chupa za vinywaji. Anaijaza bilauri yake tena. Anatembea kwa matao kuelekea mlango utokao nje. Sauti ya chiriku inasikika tena. Chahe anasita na kumgeukia mkewe)*: Msikie ndege huyo. Toka zama za kale, huyo ndege hushika minong'ono ya watu na kuanza kukebehi washenzi kama mimi. (Anapiga kelele[10] kama mwehu). Lazima Boke: lazima!

Boke haelewi na anachukizwa sana. Anasimama kwa hasira kutaka kuondoka. Anapoushika mlango tu, Chahe anamzuia.

CHAHE (*Huku akimshika Boke bega*): Nimesema, lazima leo tuzungumze, sasa unakimbia kwenda wapi?

BOKE (*Anamgeukia Chahe na kuongea kwa hasira*): A–a hebu niwache. Si tayari kuzungumza na mtu anayeongozwa na ndege mie. Muda wote huu nikidhani kuwa una ubongo ndani ya hilo bufuu lako, kumbe ni maji matupu ...

CHAHE (*Kwa sauti tulivu, bado amemshika Boke bega*): Siku hizi ni vigumu kutambua mtu aliye na ubongo na asiye nao. Maanake sote siku hizi

kusogelea - kukaribia
kijimeza/vijimeza - meza ndogo
kwa matao - kwa kujiona bora kuliko wengine
zama - zamani
mnong'ono/minong'ono - habari ya siri na ya sauti ndogo sana
kukebehi - kutukana
mshenzi/washenzi - mtu ambaye hakustaarabika
kupiga kelele - kutoa sauti kubwa isiyo na maana yo yote
mwehu/wehu - mwendawazimu
mie - mimi
bufu (la kichwa) /mabufuu - fupa kubwa la kichwa; ubongo uko ndani yake.
-tupu - isiyo na kitu kingine cha maana

tunategemea nguvu zilizo nje ya akili zetu katika kutaka kuishi na furaha. Inabidi tufuate pendekezo la jamii, na liwe jema au baya ili tupate kuishi bila ya migongano na misukosuko. Na sasa kwa mara ya mwisho nakuomba uketi chini ili upate nisikiza[11] kwa makini.

BOKE (*Anarudi na kuketi - Anaonekana amehuzunika sana*): Kukusikiliza sina budi. Hata hivyo, haya mambo yako yamenichosha. Sasa waonekana unabobokwa na maneno yasiyokuwa na mbele wala nyuma. Sitambui ni maneno gani unambiayo.[12] *(Kimya kidogo)*. Haya basi, zungumza nisikie. Huenda ikawa huyo ndege amekutia busara.

CHAHE: Mambo aliyosema Semo -- mambo ambayo siwezi kuyastahimilia, ni mambo yahusuyo nyumba yetu. Nyumba yetu hii -- siyo jengo bali sisi wenyewe. Ni mambo ambayo mara nyingi labda nimeyaongelea -- ni mambo makubwa . . . .

BOKE: Haya; kuna kipi tena kibaya hapa nyumbani, jamani? Mimi naona maisha yetu yanakwenda vyema, isipokuwa mawazo yako haya ya ajabu ya hivi karibuni. . . mawazo ya huyo ndege wako -- naye sijui ni ndege gani mwenye . . . .

pendekezo/mapendekezo - kitu au jambo linalotakiwa

mgongano/migongano - kitendo cha kupigana

msukosoko/misukosuko - hali ya kutokuwa na amani

kuhuzunika - kuwa na huzuni

kuchosha - kufanya mtu achoke

kubobokwa - kutiwa maneno mengi ovyo

kustahimilia - kuendelea na kazi hata wakati wa shida

kuongelea - kuongea juu ya jambo

CHAHE: Usinikate kauli.[13] Ngoja nikufafanulie. *(Kimya kidogo).* Ninakuuliza tena mara sijui ya ngapi. Tutawezaje kuishi hivi, bila mtoto wa kiume?

BOKE (*Anashtuka, kisha anageuka upande mwingine na kuanza kulia kwa kwikwi):* Kumbe fujo lote hilo maneno ni hayo. Ha. . . wawezaje kusema hivyo Chahe? Mara nyingi nimekwambia watoto wote ni riziki ya Mungu. Upatapo, hushukuru ... na ukosapo, pia hushukuru, mwanadamu.

CHAHE (*Anakwenda pole pole na bilauri yake mkononi na kuketi karibu na Boke*): Maoni yako nilikuwa nimeyashikilia kabisa, hadi Semo aliponikabili na maswali yaliyonishinda kujibu (*Kimya*). Semo, rafiki yangu yule ndiye aliyenipasulia ukweli, kwamba sikuwa na chochote cha kujivunia huku nyumbani nikiwa nimejaza genge la majike tu. Warithi wangu, kufuatana na ada na desturi za Kimara,[c] ni akina nani? Wajua, nina mali nyingi mie . . . haya leo nikija kufa,[14] itakuwaje?

BOKE (*Anasimama kwa hasira)*: Usiniteketeze moyo wangu, Chahe. Mungu ametujalia watoto tulio nao na tumshukuru. Haya mazungumzo yako ya kishetani sasa --

kukata kauli - kusimama usemi wa mwingine
kufafanulia - kueleza wazi wazi
kushtuka - kushangazwa
kwa kwikwi - kwa kutoa sauti na machozi mengi
fujo/mafujo – ghasia
kushikilia - kushika kwa nguvu
kupasulia - kuwezesha kuona (hapa)
kujivunia - kujigamba
genge/magenge - kutoka Kiingereza
jike/majike - mtu au mnyama wa kike
mrithi/warithi - mtu anayechukua mali ya mtu aliyekufa
-a kishetani - siyo ya Mungu, ni ya kinyume chake

CHAHE (*Anamjongelea mkewe*): Tulia mke wangu . . . hayo yote nayafahamu, bali ni miaka mingi iliyopita na mpaka sasa hatujapata mtoto wa kiume; vile vile sioni kama kuna tamaa ya kufanikiwa huko mbeleni. Niruhusu Boke nijaribu karata nyingine.

kujongelea - kusogelea (taz. juu)
kutulia - kunyamaza
kufanikiwa - kufaulu

BOKE (*Kicheko cha uchungu*): Unasemaje? Ati karata nyingine! Maanake mie nimekuwa karata mbovu sana, sio? Tangu hapo umeishadhamiria kuoa mke mwengine kumbe . . . wala huoni haya kuja nilaghai mie wazi wazi? . . . Karata mpya!

kicheko/vicheko - tendo la kucheka
kudhamiria - kufikiria
kulaghai - kudanganya

CHAHE: A--aa . . . mambo bado, Boke, mke wangu. Hapana haja ya wewe kuja juu hivyo. Asili ya mimi kutaka maoni yako, leo na katika siku nyingine ni ile kuheshimu ada na mila zetu tu.

BOKE (*Kwa sauti ya juu*): Maoni gani? Maoni juu ya mawazo yako hayo ya kipumbavu. . . mawazo ya ndege . . . sitaki!

CHAHE (*Akimkabili Boke kwa hasira na macho makavu):* Utamaduni wetu, hauwezi kamwe kuwa wa kipumbavu. Nimejaribu kukupa haki yako na kama hutaki kuafikiana nami nitatumia madaraka yangu nikiwa mkuu wa nyumba hii. Nimeishawaambia wazazi wangu mambo haya, nao wamenishauri nioe mke wa pili. Si kwa sababu

kuafikiana - kupatana

hiyo tu, ati umeshindwa kunizalia mvulana, bali pia kama ujuavyo kura ni mwaka ujao.

BOKE: Nimekwisha kwambia mara nyingi, hata nilipokuwa nikidhani kuwa ni mzaha tu, kwamba katika hali yoyote ile siwezi kumkubali mke mwingine katika nyumba hii; siwezi kumwona mke mwingine akikumiliki. Msimamo wangu ni huo mmoja – na asije kabisa! Akija nitaondoka. *Anatoweka haraka kwenda chumbani wanamolala. Chahe anawaangalia watazamaji, anaijaza bilauri yake ya chang'aa na kuketi chini, Anaonekana amekwisha nguvu, anasinzia huku mwanga wa taa ukififia polepole.*

kumiliki - kuwa na madaraka juu ya kitu

mtazamaji/watazamaji - mtu anayetazama

kusinzia - kushikwa na usingizi mwepesi

mwanga – mwangaza

NOTES

Grammatical

1. 'singojee - "usingojee" (trans. "don't wait). Often in poetry and songs, subject prefixes are deleted.
2. kwenda miayo - (trans. "to yawn"). Kupiga miayo has the same meaning.
3. babu-we - while babu may be used as a form of address for any old man, use of the term here is obviously sarcastic.
4. sharti - (trans. "it is imperative"). Like lazima and afadhali, sharti is followed by the subjunctive.
5. ungalikuwa - (trans. "you would have been"). The -ngali- form is used here as an auxiliary hypothetical.
6. kuvuta usingizi - (trans. "to be deep in sleep"). There are numerous useful expressions in which kuvuta is used. For example:
   kuvuta fikira - to be deep in thought
   kuvuta subira - to be patient
   Other examples are found in Farsi, pp. 45-46, and Mohamed, p. 39. See also fn. 4 of "Kwa Nini Nife?"
7. u - (trans. "you are"). This is the same u as in U hali gani? The forms for other personal subjects are given below:
   ni tayari - I am ready
   yu tayari - s/he is ready
   tu tayari - we are ready
   m tayari - you (pl.) are ready
   wa tayari - they are ready
   For other classes, subject prefixes are used as this type of predicator:
   chakula ki tayari - the food is ready
   For more information on this topic see Ashton, pp. 92-95.
8. Ungali na - (trans. " (do) you still have) The –ngali- form here implies "still." It may be used with or without bado. For more information of this topic see Ashton, pp. 270-271. See also fn. 4 of "Shida."
9. kunambia - kuniambia. This coalescence of the "i" of the first person subject prefix with "a" initial verbs is typical of Northern dialects of Kiswahili.
10. kupiga kelele - (trans. "to make noise"). This is another example of an idiomatic phrase in which kupiga is used. For additional examples, see fn. 9 of "Mumbi Ahojiwa."

11. Upate nisikiza - upate kunisikiza - (trans. "so that you have a chance to listen to me"). Kupata is used here as an auxiliary verb, which is why the ku- on the following infinitive is optional. Ashton provides additional examples of the use of kupata as an auxiliary verb (pp. 276-277).
12. unambiayo - uniambiayo (trans. "which you told me"). See fn. 9 above.
13. kukata kauli - (trans. "to interrupt; to cut off someone's speech"). This is one of a number of useful expressions in which kukata is used. Another is:
    kukata shauri - to decide
    Additional examples are found in Farsi, pp. 25-27 and in fn. 13 of "Mumbi Ahojiwa."
14. Nikija kufa - (trans. "If I happen to die"). Kuja functions as an auxiliary verb here. Additional examples of the use of kuja as an auxiliary are provided by Ashton, pp. 273-274.

Cultural

a. Mathari/Mathare - the area in Nairobi where a large government mental hospital is located.
b. Chang'aa is an intoxicating beverage.
c. Kimara is the area on the eastern side of Lake Victoria near the Mara River.

MASWALI

1. Boke na Chahe wana matatizo gani?

2. Chahe anataka nini na Boke anataka nini?

3. Boke na Chahe wanao watoto au la? Wana watoto wa aina gani?

4. Je, Tatizo la Boke na Chahe, unavyoliona, ni la maana?

5. Boke na Chahe wanakaa mjini au mashambani? Wao ni maskini au matajiri? Unajuaje?

6. Boke anasema Chahe hana ubongo katika bufuu lake. Je, Kusema hii ni kusema nini?

7. Je, Yapo matatizo yanayofanana na hili katika jamii yako? Toa mfano na eleza kwa ufupi.

8. Jifanye wewe ni Chahe au Boke; ueleze ungefanyaje kama ungekuwa na tatizo kama hili.

9. Rafiki yako ana tatizo kama la Boke na Chahe naye anataka ushauri. Toa ushauri mfupi kwa maneno yako mwenyewe.

ACTIVITIES

1. **Objective - Dramatization**
   With a classmate rehearse this scene and present your versions to the class.
2. **Objective - First Person Narration**
   Imagine you are Boke or Chahe. How would you describe the morning's events to a friend you met later in the day? Develop a narrative account for class presentation.
3. **Objective - Cultural Comparison**
   If you were hired as an adviser for a television production of this scene, what introduction would you provide and/or what modifications would you suggest? Discuss these with your classmates.
4. **Objective - Expansion of Material and Role-Playing**
   With your classmates role-play a scene in which Boke and Chahe seek family counseling.
5. **Objective - Emotive and Pragmatic Skill Development**
   Select ten phrases from this scene that have emotive power and/or non-literal meaning(s). Use these phrases to develop a dramatic scene between two characters. Rehearse this scene with a friend and then present it to your class.
6. **Objective - Grammatical Practice: Auxiliary Verbs**
   Write ten sentences using <u>kuja</u> and <u>kupata</u> as auxiliary verbs.
7. **Objective - Vocabulary Development**
   Use each of the following in a sentence of six or more words:

   <u>kwenda miayo</u>
   <u>sharti</u>
   <u>kuvuta usingizi</u>
   <u>kupiga kelele</u>
   <u>kukata kauli</u>
   <u>kukata shauri</u>

24. Mshairi wa Kiswahili

Mji wa Lamu

Somo la ishirini na nne: *Mshairi wa Kiswahili*

Source: Kamal Khan, ed. "Mshairi wa Kiswahili," in *Tujifunze Mashairi*. Nairobi: Macmillan, 1977, pp. 2-3.

Mshairi wa Kiswahili ana sababu nyingi zinazomfanya atunge mashairi. Ni mtu aliye macho[1] daima. Ni nadra kumwona amenyamaa panapotukia jambo fulani. Pakitukia kifo, mathalan, atawatungia shairi wafiwa kuwaliwaza. Sherehe fulani ikifanyika ataifurahikia kwa njia ya ushairi. Akimpenda mtu na kutaka urafiki naye atamwandikia shairi la mapenzi. Akiona jamii au taifa lake linaelekea kwenda kombo atalihadharisha na kulizindusha. Watu wakiwa waanza kupoteza imani yao ya dini hatasita kuwaonya ili warudi kwa Mwenyezi Mungu na kujihadhari na adhabu inayowangoja kesho ahera. Kwa hivi mshairi ni shekhe au padri anayewahubiria waja ingawa si mwanachuoni mwenye ujuzi mkubwa wa dini yake.

Mshairi pia ni mzalendo. Hupenda kuisifu nchi yake na kuwatukuza viongozi wake. Akiwa ni Mtanzania, bila ya kuambiwa na mtu, ataona ni wajibu wake kulisifu taifa lake na siasa inayofuatwa. Atasifu

ni nadra - si jambo la kawaida
kunyamaa - kuwa kimya
kutukia - kutokea
mathalan - kwa mfano
mfiwa/wafiwa - mtu ambaye mmoja wa jamaa yake amekufa
kuliwaza - kumfanya mtu apoe
kufurahikia - kufurahi kwa ajili ya
kwenda kombo - kuharibika
kuhadharisha - kumwambia mtu kuwa kuna hatari
kuzindusha - kufahamisha
imani - mambo (hasa ya dini) anayoamini mtu kuwa ni kweli
kusita - kuogopa, kutokuendelea na jambo
Mwenyezi Mungu - Mwenye utawala na uwezo; Mungu
kujihadhari - kuangalia hatari isikupate
adhabu - malipo ya kukosa
ahera - mahali zinapokaa roho za watu baada ya kufa
kuhubiri - kutoa hotuba ya dini
mja/waja - mwanadamu
mwanachuo/wanachuo - mtu aliyesoma sana
mzalendo/wazalendo - mtu anayeipenda nchi yake
kutukuza - kueleza uzuri wa
wajibu - kazi
kusifu - sawa na kutukuza (taz. juu)

Sikukuu ya Saba Saba inayosherehekewa kila mwaka kama siku ambayo chama cha siasa cha TANU[a] ilipobuniwa. Aweza kueleza kishairi Azimio la Arusha.[b] Aweza kuuponda ubepari na kuonyesha busara ya kufuata siasa ya Ujamaa na Kujitegemea.[c] Pia pengine akusudie kuonyesha natija ipatikanayo watu wakiishi katika Vijiji vya Ujamaa.[d]

Mshairi wa Kenya naye kwa upande wake, ingawa afahamu yanayotendeka katika nchi zilizo jirani, macho yake sana yanaangaza nchini mwake na mashairi yake yataeleza ayaonayo humo. Bila shaka, atasifu Kenya na kuunga mkono maamrisho ya kiongozi wa taifa. Atawakumbusha wananchi wenzake umuhimu wa Siku ya Kenyatta isherehekewayo tarehe 20 Oktoba kama siku ya kukumbuka vita vya kupigania uhuru na mateso waliopewa baadhi ya wanasiasa zama za ukoloni. Pia atawatia moyo wenzake wauitikie mwito wa Harambee[e] na kuonyesha faida ya watu kushirikiana kwa kufanya kazi pamoja ili kusitawisha nchi yao. Basi twaona kuwa mshairi wa Kiswahili si mzalendo tu, bali ni mwanasiasa pia.

Sababu moja imfanyayo mshairi wa Kiswahili kupenda kutunga mashairi ni kuzidi kuipamba, kuikuza na kuihifadhi

Sikukuu ya Saba Saba - siku ya tarehe 7 mwezi wa 7; kilipoanza chama cha TANU
kubuniwa - kuanzishwa, kufanya kitu kianze
Azimio la Arusha - tangazo la kuanza Ujamaa Tanzania
kuponda - kuharibu, kumaliza
ubepari - aina ya kiuchumi; kinyume cha ujamaa
natija - faida
Kijiji cha Ujamaa/Vijiji vya Ujamaa - kijiji kidogo ambamo watu huishi pamoja na kufanya kazi pamoja
kuangaza - kutazama sana kila sehemu
kuunga mkono - kukubaliana na
amrisho/maamrisho - jambo linalolazimishwa
Siku ya Kenyatta - siku waliposhikwa viongozi wa KAU
teso/mateso - mambo ya ukatili; ya kuadhibu
zama - wakati
kutia moyo - kufanya mtu awe na nia ya kufanya kitu, kuhimiza
Harambee - neno la kutaka watu wote wafanye kazi, wasaidiane
kusitawisha - kufanya kitu kikue
kupamba - kufanya kitu kipendeze
kuhifadhi - kulinda

lugha yake hata kuweza kuwaathiri wale waijuayo barabara. Kwa kuwa Kiswahili kina maneno mengi mno ya kujitosheleza chenyewe mbali na kujitajirisha kwa kuyapokea maneno kutoka lugha nyingine, mshairi, kwa kutaka kuwafaidisha wale wasiokuwa na ujuzi mkubwa wa Kiswahili, hutunga mashairi ili waweze kukuza kima cha ujuzi wao.

kuathiri - kuwafanya watu wafuate jinsi anavyofanya mwingine
kujitosheleza - kutosha kwa ajili yako mwenyewe
mbali - kabisa
kutajirisha - kufanya kuwa tajiri
kufaidisha - kumpa mtu faida; kusaidia
kima/vima - ukubwa

Anapotunga mashairi yake hutumia lafudhi ya Kiswahili kinachosemwa anapoishi. Akiwa ni mshairi wa Mombasa atatumia lafudhi ya Kimvita; akiwa ni mkazi wa Lamu atatumia Kiamu; akiwa ni Mtanzania huenda akatumia Kimrima; na kadhalika. Ndiyo maana twaona mashairi ya Kiswahili yana ladha isiyokinaisha kwa sababu ya kutungwa kwa lafudhi mbalimbali za Kiswahili.

lafudhi - namna ya kusema
Kimvita - namna ya Kiswahili kinachosemwa Mombasa
Kiamu - namna ya Kiswahili kinachosemwa Lamu
Kimrima - namna ya Kiswahili kinachosemwa sehemu za pwani Tanzania
ladha - utamu
kukinaisha - kutoshelezeka

Ni dhahiri basi kuwa mshairi ni bingwa wa lugha na kwa sababu ushairi ni kimoja kati ya viungo vya lugha, kazi yake moja kubwa ni kuimarisha lugha yake.

ni dhahiri - ni wazi
bingwa/mabingwa - fundi
kiungo/viungo - kitu kinachofanya kitu kiwe kitamu
kuimarisha - kufanya kuwa na imara

Anapofanya hivi, vile vile yualinda[2] utamaduni wake kwa sababu lugha ya watu ni sehemu moja ya utamaduni wao. Basi zaidi ya kuwa msanifu wa lugha, mshairi wa Kiswahili ni mlinzi wa utamaduni wa Kiswahili. Kazi yake hii adhimu aifanyayo si rahisi kukadirika.

msanifu/wasanifu - fundi wa kutengeneza vitu
adhimu - nzuri na muhimu
kukadiria - kupima, kujua ukubwa

Mshairi aghalabu huzaliwa

aghalabu - mara kwa mara

na kipawa maalum cha ushairi lakini isidhaniwe kuwa mtu mwingine hawezi kuwa mshairi mzuri. Aweza, maadam akijibidiisha. Mshairi huyu mwenye kipawa ana tabia ya kuyatumia maneno yake asemapo kwa njia ya pekee. Utamsikia, kwa mfano, asema hivi, "Hapana, tena hapana, jambo hili nalikana. Sitamwita yule bwana." Maneno haya huwa yanamtoka tu kanwani pasina yeye kwanza kuyapanga akilini mwake kabla ya kuyatamka. Maneno yenyewe yakipangwa hivi yataonekana kama shairi:

Hapana tena hapana,
Jambo hili nalikana,
Sitamwita yule bwana.

Basi mtu wa namna hii atungapo mashairi huwa mazuri na ya ufasaha ambayo humpendeza kila ayasomaye kwa ule mvuto wake.

Lakini hali yoyote ile itakayokuwa, mshairi huyu sharti azijue kanuni za kutunga mashairi na azifahamu aina mbalimbali za tungo na mambo yanayosimuliwa na kila aina. Hawezi kuanzisha mtindo wake mwenyewe wa kutunga mashairi ikiwa haandami kanuni za ushairi zinazofuatwa na kutambuliwa. Akijaribu kuleta uzushi wake atakuwa amejitoa na kujiweka kando kutoka jamii ya Waswahili wanaomheshimu na kumuenzi kama malenga wao.

kipawa/vipawa - uwezo wa asili
kudhani - kuwaza, kufikiri
maadam - kama
kujibidiisha (kujibidisha) – kujaribu
kukana - kukataa kukubali
kanwani - (kinywani) mdomoni, mahali yalipo meno
pasina (pasi na) - pasipo na, bila ya
ufasaha - lugha nzuri
mvuto/mivuto - uwezo wa kuvutia
sharti - lazima
kuandama - kufuata
uzushi - mambo yasiyo ya kweli
kujitoa - kuondoka mahali
kuenzi - kuheshimu
malenga - mshairi mashuhuri

NOTES

Grammatical

1. kuwa macho (trans. "to be alert/attentive"). For other examples of expressions in which forms of "to be" are used, see Mohamed, pp. 17-19. See also fn. 2 of "Mapambano Yanaendelea."
2. yualinda - (trans."s/he defends/protects"). Yu- is an alternative Class 1 subject prefix in Kimvita.

Cultural

a. TANU or the Tanganyika African National Union, was the principal political party in Tanzania. A small group of activists, led by Julius K. Nyerere, formed the party in 1957. TANU then spearheaded the nationalist movement on the mainland, and after independence became the only legally recognized party. TANU, on the mainland, and the Afro-Shirazi party, on Zanzibar, were expected to join together following the union of Tanganyika and Zanzibar in 1964, but did not unite until 1977 when the Chama cha Mapinduzi was formed.

b. Azimio la Arusha, the Arusha Declaration, published in February of 1967, clearly stated for the first time the socialist ideals and goals which would become the guiding ideology of the United Republic of Tanzania. It included a restatement of the principles of socialism, a section titled "The Policy of Self-Reliance," and the Arusha Resolution. For more details, see chapter 19, "The Arusha Declaraion," in Andrew Coulson, *Tanzania: A Political Economy*. Oxford: Clarendon Press, 1982.

c. Mwalimu Nyerere first formally articulated the doctrine of self-reliance (kujitegemea) in the Arusha Declaration. The concept of national self-reliance was created partially in response to Tanzania's growing dependence on foreign aid in the early 1960's, and in an effort to encourage the Tanzanian people to assume responsibility for the development of their country. For Nyerere's essays on various topics, including African socialism, the Arusha Declaration, education, development, and self-reliance, see Julius K. Nyerere, *Ujamaa*, London: Oxford University Press, 1968.

d. Vijiji vya Ujamaa (Ujamaa Villages) were created under what was to become a controversial policy that relocated peasants from their isolated rural homes into new villages aimed at improving agriculture and developing the agricultural sector. For a discussion of this policy, see Andrew Coulson, *Tanzania: A Political Economy,* Oxford: Clarendon Press, 1982. See also James Scott, *Seeing like a State: How Certain Schemes to Improve the Human Condition have Failed*. New Haven, CT: Yale University Press, 1998.

e. Harambee is a slogan, first coined by Jomo Kenyatta, meaning "self-help, or "pull together." Harambee schools in Kenya are non-governmental, community based efforts to provide additional educational opportunities that otherwise would not exist. Individuals in Kenya, as well as public institutions (such as schools, charities, etc.), also sponsor a type of event, known as a harambee, at which people join together to donate money in support of a person or project.

Mizinga

MASWALI

1. Mwandishi anataka msomaji ajue nini? Kwa nini?

2. Je, unadhani mwandishi anayapenda mashairi ya Kiswahili? Kwa nini? Toa mifano kuthibitisha jibu lako.

3. Makala haya yanazungumza juu ya mshairi au washairi? Eleza.

4. Mwandishi anasema mshairi ni mzalendo. Mshairi ambaye ni mzalendo hutumia mashairi yake kufanya nini?

5. Mashairi ya Kiswahili hutungwa kwa lafudhi mbali mbali; toa sababu za jambo hili.

6. Toa mifano mitatu au zaidi ya matumizi ya mashairi.

7. Washairi wanasemwa kuwa wanalinda utamaduni wao. Wanaulindaje?

8. Eleza tofauti baina ya washairi wenye kipawa na wale wanaojibidiisha ili wawe washairi hodari.

9. Mwandishi anasema washairi wote ni wanasiasa na wazalendo. Je, ni kweli? Kuna wengine wanaopinga siasa na uongozi wa taifa? Toa mifano unayoijua.

ACTIVITIES

1. **Objective - Defining Occupational Roles**
   Develop a presentation in which you use this passage as a model and define the role of one of the following in contemporary East African society:

<u>mwalimu</u>	<u>mkulima</u>	<u>daktari</u>
<u>mwanasheria</u>	<u>mzazi</u>	<u>mwanajeshi</u>

2. **Objective Analysis of Material**
   This passage seems to emphasize the contemporary role of the poet in East Africa. Which aspects of this role do you see as likely to be most recent and which would you assume to be more older? Prepare for a class discussion of this topic.
3. **Objective - Cultural Comparison**
   Obviously poets in other societies perform different functions and view their work differently than do Swahili poets. How would you characterize these differences? Who, other than poets, in other societies perform functions similar to those of Swahili poets? Prepare for a class discussion of this topic.
4. **Objective - Introduction to Swahili Poets**
   Identify and develop a class presentation about one of the following Swahili poets:

Fumo Liyongo	Shaaban Robert
Abdulatif Abdalla	Ahmed Sheikh Nabhany
Mwana Kupona	Siti Binti Saad

5. **Objective - Writing Verse**
   Using the model verse provided in the passage write three or more rhyming lines of your own, each with eight syllables.
6. **Objective - Paraphrase**
   Identify five sentences in this passage that you found difficult to comprehend on your first reading. Rewrite these sentences so that they would be easier for you to understand.
7. **Objective - Vocabulary Development**
   Use each of the following in a sentence of eight or more words:

<u>kusita</u>	<u>kwenda kombo</u>	<u>mzalendo</u>
<u>kuunga mkono</u>	<u>kupamba</u>	<u>bingwa</u>
<u>lafudhi</u>	<u>ni dhahiri</u>	

25. Uhaba wa Kazi

"Baba Mbele, Mama Nyuma, Yamekuwa Simulizi"

Somo la ishirini na tano: *Uhaba wa Kazi*

Source: Boukheit Amana. "Uhaba wa Kazi," in *Malenga wa Vumba.* Nairobi: Oxford University Press, 1982, pp. 42-44.

Kaka:
Kusoma nilikosoma, kambiwa sipati kazi,
Yapata mwaka mzima, nategemea shangazi
Wasiojuwa husema, "Sababu sina ujuzi,"
Huno uhaba wa kazi, mesababishwa ni wake.

Dada:
Mbona watuingilia, kaka acha ubaguzi,
Likukeralo twambia, tulijuwe waziwazi,
Au unalochukia, ni wake kufanya kazi?
Mambo ya kisiku hizi, watu ni bega kwa bega.

Kaka:
Siwangilie kwa nini, nanyi mwatukopa kazi?
Kwani tokea zamani, hazikuwa shida hizi,
Mtu kitoka shuleni, kibaruwa si tatizi,
Leo hatupati kazi, kisa nyinyi wanawake.

uhaba - uchache
kambiwa – nikaambiwa[1]
shangazi - dada wa baba
kujuwa - kujua[2]
huno - huu[3]
mesababishwa – umesababishwa
ni - na (poetic)
kuingilia – kuingia katika jambo lisilokuhusu
kukera - kuchukiza
twambia - tuambie[4]
bega kwa bega - wote pamoja
siwangilie – nisiwaingilie[5]
kukopa - kukosa kupata sawasawa na mwingine
tokea - tangu
shida - taabu
kitoka - akitoka
kibaruwa - (kibarua)/ vibaruwa (vibarua) – kazi (ya muda)
tatizi/matatizi - tatizo[6]
kisa - sababu

Dada:
Hapo kaka hujasema, kuwa wake ndiyo chanzi,
Chanzo cha hii nakama, waume kukosa kazi,
Bure mwatupa lawama, wenyewe mna ajizi,
Mtindo wa siku hizi, watu ni bega kwa bega.

Kaka:
Hayo unayotamka, yote ni ya upuuzi,
Mumetoroka kupika, kazi yenu toka enzi,
Bilashi mwahangaika, kushabihi vijakazi,
Sasa hatupati kazi, kisa nyinyi wanawake.

Dada:
Mbona wafanya ukali, ishakuwa ni chukizi?
Hata na yangu kauli, umekuwa husikizi?
Nisemayo ni halali, ukweli uliowazi,
Mtindo wa siku hizi, watu ni bega kwa bega.

chanzi - chanzo[7]
nakama - hasara; kuanguka
lawama/malawama - maneno ya kumwonyesha mtu makosa aliyoyafanya.
ajizi - hali ya kuwa dhaifu; udhaifu
mtindo/mitindo – jinsi mambo yalivyo
kutamka – kusema, kutaja
upuuzi (upuzi) – jambo lisilo na maana; jambo la kijinga
mumetoroka – mmetoroka (poetic)
kutoroka – kukimbia kutoka mahali bila ya ruhusa
toka enzi - kutoka zamani
bilashi - bure
kuhangaika - kupata taabu
kushabihi - kufanana
kijakazi/vijakazi – mfanyakazi mwanamke asiyepewa mshahara
ishakuwa – imeshakuwa[8]
chukizi (chukizo)/ machukizi (machukizo) - kitu cha kuleta chuki
kauli – usemi
husikizi - husikilizi[9]
halali - kweli, sawa
uliowazi - ulio wazi

Kaka:
Yana uhalali gani, mbona basi huelezi?
Kipita maofisini, mumejaa kama inzi,
Mwataka tuwe mekoni, wala halitupendezi,
Na nje hakuna kazi, kisa nyinyi wanawake.

uhalali - ukweli
kipita - ukipita
mumejaa - mmejaa (poetic)

Dada:
Kakangu una matata, kuyaelewa siwezi,
Wasema unamopita, wambiwa hakuna kazi?
Na sisi wake twapata, haraka pasi ajizi,
Sababu kisiku hizi, watu ni bega kwa bega

matata - shida
pasi - pasipo, bila

Kaka:
Sisi kazi hatupati, wengi wetu ni mijizi,
Elanyi muna bahati, mabosi hawawaizi,
Hampotezi wakati, ni kidogo pingamizi,
Nasi hatupati kazi, kisa nyinyi wanawake.

mjizi/mijizi - mwizi mkuu; mtu anayeiba mno
elanyi - ela ninyi; yaani, ila ninyi (poetic)
muna - mna (poetic)
bosi/mabosi – mkubwa kazini au ofisini (kutoka Kiingereza)
kuiza - kukataa
pingamizi - kitu chenye kuzuia jambo lisiwezekane

Dada:
Kakangu wanichekesha, hadi sina kizuizi
Vipi lakukasirisha, sisi tukifanya kazi?
Hujui ndivyo maisha, yaendavyo siku hizi?
Mtindo wa siku hizi, watu ni bega kwa bega.

Kaka:
Huna haja ya kucheka, nisemayo si upuzi,
Kazi inayojulika, yenu ni kukuna nazi,
Kisha mwenda zianika, mukaziuze takizi,
Leo hatupati kazi, kisa nyinyi wanawake.

Dada:
Yalikuwa ni ya kale, kuuza chicha za nazi,
Ela leo twenda mbele, na nyuma hatujibanzi
Hakuna aliyelele, kushiriki usingizi,
Kwani mambo siku hizi, watu ni bega kwa bega.

kuchekesha - kufanya mtu acheke
kizuizi/vizuizi - kitu chenye kukataza jambo lisiwezekane
kukasirisha - kutia chuki
haja - sababu, lazima
kujulika - kujulikana
zianika - kuzianika
kuanika - kuweka kitu juani ili kiwe kikavu
mukaziuze – mkaziuze (poetic)
takizi- taki (taka) zake za chicha za nazi (poetic)
chicha - kitu cheupe kinachobaki kutoka katika nazi iliyokunwa na kukamuliwa
ela - ila
kujibanza - kujiweka pembeni
-lele - -lala (poetic)
kushiriki - kuwa pamoja na

Kaka:
Kulla kitu mwakitaka, kiwe chenu siku hizi,
Ishakuwa na miaka, pia mwataka ihozi,
Nasikia mwatamka, "Mwaka huno wa ledizi"[a]
Mwisho mutataka myezi, iwe yenu wanawake!

Hai mana kubishana, nikashabihi mkizi,
Mengi niliyoyanena, yafanyie uchunguzi,
Iwapo tutafanana, yupi taleya vizazi?
Sisi hatupati kazi, hadi murudi mekoni.

Dada:
Baba mbele, mama nyuma, yamekuwa simulizi,
Muradi sote twasoma, soteni tuwe walezi,
Wake haturudi nyuma, tunataka mapinduzi,
Maisha ya siku hizi, watu ni bega kwa bega!

kulla - kila (poetic)
ishakuwa – imeshakuwa
ihozi - kuihozi, kuhozi
kuhozi - kupata
ledizi - mabibi; kutoka Kiingereza
myezi - miezi (poetic)
hai mana - haina maana
kubishana - kutokubaliana
kushabihi - kufanana
mkizi/mikizi - jina la samaki; watu husema samaki huyo huchukia upesi sana
kunena - kusema
iwapo - kama
taleya - ataleya (poetic) atalea
kizazi/vizazi - (hapa) mtoto
simulizi – mazungumzo
muradi - mradi (poetic)
mradi – (hapa) kwa kuwa
soteni - sisi sote
mlezi/walezi - mtu anayelea watoto
mapinduzi - kubadili kabisa hali ya maisha, serikali, habari, n.k.

NOTES

Grammatical

1. The first syllable (here the subject prefix) of nikaambiwa is omitted so as to preserve the meter. This is also the case with:
   mesababishwa (line 4) – umesababishwa
   siwangilie (line 9) – nisiwaingilie
   kitoka (line 11) – akitoka
   kipita (line 26) - ukipita
   zianika (line 43) - kuzianika
   Poetry is still often heavily influenced by the Northern Dialects of Kiswahili. In these dialects deletion of subject prefixes occurs more frequently than in Standard Swahili. Vowel deletion also occurs frequently in these dialects and in poetry. For example:
   kambiwa (line 1) nikaambiwa
   wambiwa (line 30) waambiwa
2. kujuwa - kujua. In poetry w and y are often inserted between double vowels, especially final double vowels. Other examples are:
   taleya (line 55) - atalea
   kibaruwa (line 11) - kibarua
3. Standard Swahili huu is huno in other Swahili dialects and in the dialect most often used in poetry. Other instances of poetic dialect forms in the poem are noted in the margin glosses by "(poetic)" following the Standard dialect definition.
4. This is a poetic form. Tuambie could not be used because to do so would not preserve the rhyme scheme. Northern Dialects do use forms such as nipa as opposed to nipe.
5. The Northern dialect verb kungilia is used here rather than the Standard dialect form, kuingilia, used above.
6. Tatizi is used here rather than tatizo for rhyming purposes.
7. Chanzi is used here to preserve the rhyme scheme.
8. In Northern Dialects -isha- (and even shortened forms) occur in a variety of environments.
9. The Northern dialect verb kusikiza is used here rather than the Standard dialect kusikiliza.

Cultural

a. The reference here is to the U.N. Decade for Women, 1975-1985.

For additional information on Northern dialects of Kiswahili see:

Nurse, Derek. "The Swahili Dialects of Somalia and the Northern Kenya Coast," in M.-F Rombi, ed. *Etudes sur le Bantu Oriental (Comores, Tanzanie, Somalie et Kenya)*. Paris: SELAF, 1979.

For further information on Swahili poetry see:

Shariff, Ibrahim Noor. *Tungo Zetu.* Trenton, N.J.: Red Sea Press, 1988.

MASWALI

1. Wapo watu wangapi wanaoongea katika shairi hili?

2. Lalamiko analotoa kaka ni nini?

3. Dada anasemaje? Eleza.

4. Je, unadhani kisomo ndio ufunguo wa kupata nafasi ya kazi?

5. Kwani "kazi" ni nini? Eleza.

6. Maneno yafuatayo yana maana gani:

shangazi	mbona
uhaba	bega kwa bega
waume	bure
wake	muna
kuchekesha	muradi

7. Kwa nini kaka anasema (ubeti wa saba) "mumejaa kama inzi"?

8. Kaka anafurahia wanawake kufanya kazi ofisini au la? Thibitisha jibu lako kwa mifano kutoka katika shairi.

9. Je, dada anafurahia kukosa kazi kwa kaka? Eleza kwa mifano.

ACTIVITIES

1. **Objective – Debate**
   Prepare speeches for a debate in which some students present the viewpoint expressed by Dada, and other students present the views of Kaka. Follow the speeches with a question and answer session.
2. **Objective - Narration**
   Pretend that you are your mother or grandmother, and prepare a brief oral history that describes the various ways in which she worked for a living. Be sure to identify the era and geographic location which provides the setting for her life; include some opinions she might have expressed about her life's work, and about the lives of women today.
3. **Objective - Poetry**
   Using this format as a model, work together with your classmates on a short poem that comments on a significant social issue through two opposing voices.
4. **Objective - Discussion and Interpretation**
   Who won the discussion presented in the poem? Prepare for a class discussion on this question, and support your opinions by quoting from the poem.
5. **Objective - Research and Presentation of Information**
   Find the statistics on women's and men's employment in Kenya and Tanzania. Prepare brief biographies that describe "average" women and men in each of these countries. Be sure to include the job, salary, and educational background for each person. You might want to further identify them as rural or urban, etc.

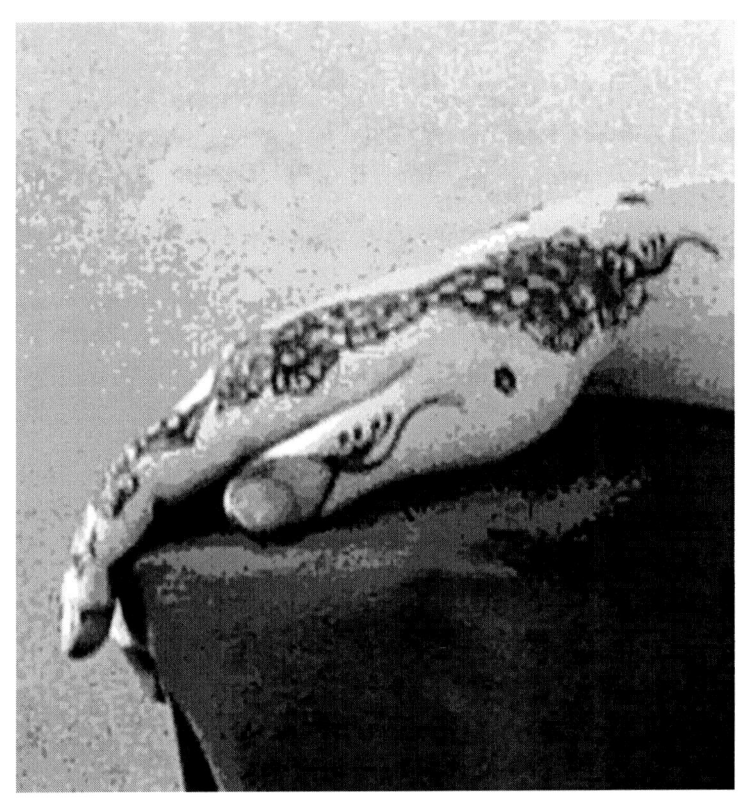

Hina mkononi

26. Soga

"Watoto, Mbona Mwala Matunda Yangu?"

Somo la ishirini na sita: *Soga*

Source: Casimiri Kuhenga. 'Soga," in *Tamathali za Usemi*. Nairobi: East African Literature Bureau, 1977, pp. 90-95.

Soga: Aina ya kitumbuizo cha lugha, mithali ya hadithi fupi au mchezo wa kuigiza, ambao kwa mtungo wake stadi wenye maneno ya vina au uangalifu wa sauti, ndaniye huwa kuna namna fulani ya mzaha au kichekesho.

Mifano:

1. *Mwenye bustani*: "Watoto, mbona mwala matunda yangu, ambapo hamkuipanda miti hii?

   Watoto: Bwana, kwaje wewe kutukaripia vile? Wewe wasema ulipanda miti hii. Je, huoni kwamba sisi hadi wakati huu miti hii tunaipanda? Sisi tumeipanda mara nyingi zaidi yako.

   Mwenye Bustani: Nakuoneni[1] nyinyi ni watoto wasio na adabu. Ebu nichukue fimbo niwachape.

soga - maneno yanayofurahisha na kuchekesha

-a kitumbuizo - -a kuburudisha, -a kufurahisha

mithali - mfano wa, kama

mchezo wa kuigiza - mchezo kama hadithi inayoonyeshwa na wachezaji

mtungo/mitungo – maneno yaliyotungwa taratibu kuwa hotuba, shairi, hadithi, n.k.

stadi - -a uhodari

ulinganifu - usawasawa; hali ya sauti mbili kwenda vizuri pamoja

ndaniye - ndani yake

mzaha/mizaha - kitu cha uwongo na chenye kuchekesha

kichekesho/vichekesho - kihadithi kidogo cha kuchekesha na kufanywa na wachezaji kama mchezo wa kuigiza

bustani - kishamba kidogo cha mboga au maua

mwala - mnakula

kupanda - 1) kuweka kitu kama mmea ndani ya udongo ili kikuwe; 2) kwenda juu ya

kwaje - inakuwaje

kukaripia - kusema na mtu kwa maneno ya ukali

vile - namna hiyo

ebu - sasa, ngoja, nipe nafasi, n.k.

kuchapa - kupiga kwa fimbo au kiboko

2. *Mkaguzi wa Tikiti*: Lete tikiti yako nione.
Abiria: Samahani bwana, mwaka huu sikupanda matikiti shambani mwangu.
3. *Baba* - (*kwa sauti kali*): Haji! Haji! Umekwenda wapi?
Mtoto Haji: Baba, wajua siji, waniitiani?
4. *Mwanafunzi*: Mwalimu, wataalamu wa jiografia husema kwamba eti dunia ni mviringo, na kwamba huzunguka. Je, ni kweli?
Mwalimu: Ndiyo.
Mwanafunzi: Dunia huzungukaje?
Mwalimu: Ebu simama uzunguke zaidi ya mara ishirini kwa mfululizo, utaona jinsi dunia izungukavyo.
5. *Mwalimu:* Mbona Juma wachelewa kila siku kufika shuleni?
Juma: Si kosa langu mwalimu. Kengele hupigwa kabla sijafika.
6. *Mwanafunzi*: Je, mwalimu, ni haki mtu kuadhibiwa kwa jambo ambalo hakufanya?
Mwalimu: Hapana, si haki hata kidogo.
Mwanafunzi: Basi mimi sikufanya hesabu ulizotuambia tufanye nyumbani.

tikiti - 1) kikaratasi wanachopewa wasafiriaji kuonyesha kwamba wameshalipa pesa; 2) tunda kubwa tamu sana; ngozi yake ni rangi ya majani na ndani yake jekundu
abiria/maabiria - mtu anayesafiri
samahani - nisamehe tafadhali
Haji - 1) jina la mtu 2) ha + kuja (present tense)
waniitiani - Unaniitia nini? Unaniita kwa nini?
mtaalamu/wataalamu - fundi mwenye elimu
eti - kuwa ni (neno la kuonyesha shaka)
mvingo/miviringo - O (duara)
kuzunguka – kwenda ili ufanye duara
mfululizo/mifululizo - moja baada ya nyingine
kengele - chombo kinachopigwa kutoa sauti kueleza kwamba saa fulani imefika n.k.; hupatikana sana juu ya kanisa
kuadhibiwa - kufanyiwa ukatili kwa ajili ya kosa fulani

7. Mtu mmoja baada ya kufika sokoni aliuliza, "Nani auza nyanya?" Kijana mmoja aliyekuwa karibu naye akamjibu, "Lo, nani mjinga awezaye kumwuza nya[2] yake sokoni?"
8. *Mdai deni*: Hodi bwana. Nimefika kama ulivyoniahidi.
   Mdaiwa deni: Karibu bwana, starehe.
   Mdai deni: Je, vipi, hutaki kulipa deni lako? Si tarehe namna gani iwapo uliniahidi nifike tarehe ya leo?
9. *Mfanya biashara (sokoni)* Tangawizi! Tangawizi!
   Mtoto: Mama, nimesikia mtu mmoja akisema Tanga kuna wezi wengi. Sijui kama shangazi hakuibiwa na wezi huko Tanga!
10. *Baba*: Johana mwanangu, mbona wewe daima hushindwa katika mitihani yako darasani?
    Mtoto: Kwa sababu mwalimu huuliza vitu vilivyofanyika kabla sijazaliwa.
    Baba: Mbona wenzako hupata majibu yaliyo sahihi?
    Mtoto: Baba, hujui kwamba mimi ni mwanafunzi mdogo kushinda[3] wote darasani?

mdai deni/wadai deni - mtu ambaye kazi yake ni kuchukua pesa ambazo watu wameahidi kulipa

kustarehe - kupumzika

tangawizi - kwa Kiingereza, "ginger," au kinywaji kinachotayarishwa kwa "ginger"

kuiba - kuchukua pesa au vitu vingine visivyo vyako, bila ruhusa

kushindwa - kukosa kushinda

kufanyika - kuwa

kuzaliwa - kuingia duniani kwa mara ya kwanza (kutoka kuzaa)

sahihi - sawasawa, bila ya makosa

NOTES

Grammatical

1. Nakuoneni – Nawaoeni/Nawaona: For further discussion of second person plural objects, see Wilson, p. 186.
2. Nya is a shortened form of Nyanya.
3. kushinda is used here to make a comparison. For additional examples and a discussion of comparatives, see Wilson, pp. 337-339.

To the Teacher

Political and ethnic humor, of course, is used in East Africa; how you want to handle this topic will depend greatly upon your sensibilities and those of your students. In some classroom situations, collecting examples of such from available sources (readers, newspapers, etc.) may be appropriate, while in others it will not be. In either case, at least, discussing this topic may be relevant. Considering how to respond when offended may be a topic useful to students, and the joke/verbal context is more neutral than others students may actually encounter.

MASWALI

1. Kuelewa mifano hii ya soga ni lazima ujue maneno machache yenye maana mbili au zaidi. Andika orodha ya maneno hayo na ueleze maana hizo mbili au zaidi za kila neno la namna hii.

2. Itakuwa vigumu kutafsiri soga zipi? Kwa nini?

3. Ungeweza kumweleza mwanafunzi wa darasa la mwaka la kwanza soga zipi?

4. Eleza kwa ufupi kwa nini unafikiri kwamba soga moja ni ya kuchekesha.

5. Eleza kwa ufupi kwa nini unafikiri kwamba soga moja si ya kuchekesha.

6. Eleza kwa ufupi kwa nini unafikiri kwamba ni rahisi kuelewa soga moja.

7. Eleza kwa ufupi kwa nini unafikiri kwamba si rahisi kuelewa soga moja.

8. Ni lazima ujue kidogo kuhusu jiografia ili uelewe soga ipi?

9. Ni lazima ujue kidogo kuhusu desturi ili uelewe soga zipi?

ACTIVITIES

1. **Objective - Passage Comprehension and Presentation**
   With a classmate prepare contexts (time, place, previous events, etc.) for five of the soga. Then present these soga in class.
2. **Objective - Use of Humor**
   Prepare a description of a situation in which you might tell one of the soga. Then with a classmate or classmates dramatize this situation.
3. **Objective - Evaluating Use of Humor**
   Prepare descriptions of one or more situations in which you would not relate each of three of the soga. In class discuss these descriptions with your classmates. Be prepared to defend your reason for using humor of a particular type in a particular situation.
4. **Objective - Adjusting Level**
   Prepare a simplified version of one of the soga for presentation in your instructor's first year class. With your classmates present your simplified versions to the first year class and be prepared to provide explanations in case they do not understand your initial presentation.
5. **Objective - Response to Humor Not Comprehended**
   What would your response be if someone told a soga you didn't understand? Would you laugh along with others and pretend you understood? Ask questions? What kind of questions would you ask? Would you ask them immediately or later? Consider the soga you found most difficult and prepare a response to be used in class discussion.
6. **Objective - Study of Humor**
   If you wanted to know more about humor and its contexts, how would you go about collecting such information? Describe and explain your procedure for class discussion.

27. Rangi Zetu

"Rangi ni Pambo la Mungu"

Somo la ishirini na saba: *Rangi Zetu*

Source: Shaaban Robert. "Rangi Zetu," in *Masomo yenye Adili*. London: Nelson, 1967, pp. 16-19.

RANGI ZETU

Rangi pambo lake Mungu, rangi haina kashifa,
Ni wamoja walimwengu, wa chapati na wa mofa;[a]
Walaji ngano na dengu, wazima na wenye kufa,[1]
Rangi pambo lake Mungu, si alama ya maafa.

Hupamba nyota na mbingu, na mawaridi na afu,
Rangi adhama ya Mungu, na mwilini si uchafu;
Si dalili ya machungu, dhambi wala upungufu,
Rangi heba yake Mungu, Mwenyezi Mkamilifu.[b]

Ni urembo wake Mungu, mwenye miliki ya sifa,
Na pambo la malimwengu, shahada ya taarifa;
Wajinga wa ulimwengu, rangi hudhani kashifa,
Rangi pambo lake Mungu, si alama ya maafa.

pambo/mapambo - kitu kinachotia uzuri
kashifa - matusi, lawama
mlimwengu/walimwe-ngu - mtu, bina-adamu
chapati - mkate laini mwembamba u-naokaangwa kwa mafuta
mofa - aina ya mkate
ngano - aina ya na-faka
dengu - aina ya hara-gwe ("lentils")
maafa - jambo la hu-zuni; msiba
waridi/mawaridi - ua linalonukia vizuri ("rose")
afu - ua jeupe linalo-nukia vizuri; yasu-mini
adhama - utukufu; heshima
dalili - alama
machungu - mambo yanayosikitisha, mambo yenye kuleta huzuni
upungufu - kasoro
heba - sifa
malimwengu - ma-mbo ya dunia

Twajua Mwenyezi Mungu, kwa mambo
mabadilifu,
Shani zake na mizungu, ni Bwana wa
wasanifu;
La[2] ardhi na la mbingu, neno lake
husadifu,
Rangi heba yake Mungu, Mwenyezi
mkamilifu.

Hashindwi kupamba mbingu, viumbe na
mataifa,
Kila tendo lake Mungu, hutendwa kwa
maarifa;
Hubadili walimwengu, kwa kuzaliwa na
kufa,
Rangi pambo lake Mungu, si alama ya
maafa.

Hashindwi Mwenyezi Mungu, fupi[3]
kulipa urefu,
Hashindwi na walimwengu, watawaliwa
na ufu;
Hashindwi katika mbingu, kwa rai na
utukufu,
Rangi heba yake Mungu, Mwenyezi
Mkamilifu.

shahada - cheti; karatasi inayoonyesha sifa fulani; digrii
taarifa - habari
kudhani - kufikiri
-badilifu - -enye uwezo wa kubadilika
shani - mambo yanayoshangaza; mambo yanayostaajabisha
mizungu - mafumbo
Bwana - mkuu; Mungu (hapa)
msanifu/wasanifu - mtu anayetengeneza vitu vyenye mapambo
kusadifu - kutosha
taifa/mataifa - kwa Kiingereza "nations"
ufu - hali ya kufa, hali ya kuwa maiti
rai - nguvu
utukufu - hali ya kuheshimiwa

Wa sharabu na wa kungu, dhaifu na wenye sifa,
Dufu na wenye mizungu, sura moja na halafa
Kama si wachaji Mungu, rangi hazina sharafa.[c]
Rangi pambo lake Mungu, si alama ya maafa.

Rangi marembo ya Mungu, kwa viumbe hitilafu,
Mafundi wa ulimwengu, huiga kwake unyofu;
Wa feli na wa mizungu, hekima na usanifu,
Rangi heba yake Mungu, Mwenyezi Mkamilifu.

Nyingi anasa za Mungu, ndani ya kila taifa,
Mtukufu wa mizungu, laiki wa kila sifa;
Na kazi ya mlimwengu, ni lawama na kashifa
Rangi pambo lake Mungu, si alama ya maafa.

sharabu - kinyawaji; kitu kinachonyewa (hapa mvinyo)
kungu - tunda la mti uitwao "mkungu" (an intoxicating substance)
dufu - -enye kukosa thamani
halafa - tofauti
mchaji/wachaji - mtu anayemcha Mungu (taz. chini)
kucha - kuogopa, kusali
sharafa - ndevu, wanaume huzitumia kupamba nyuso zao
urembo/marembo - vitu vinavyopamba
hitilafu - tofauti
kuiga - kutenda jambo au kufuata kama afanyavyo mwingine
unyofu – ukweli
feli - (hapa) vitendo
anasa - starehe; mambo ya kujifurahishia
laiki – sawasawa
lawama - maneno ya kuonyesha ubaya wa kitu/jambo

Ndiye Mrembo wa Mbingu, samawati na wangafu,
Hupamba hata mawingu, kwa zari safu kwa safu;
Kadhalika walimwengu, kwa rangi za hitilafu,
Rangi heba yake Mungu, Mwenyezi Mkamilifu.

samawati - rangi ya mbingu; buluu
wangafu - hali ya kutoa mwanga
zari - rangi ya dhahabu
safu - mstari

Marembo tangu na tangu,[4] utukufu kwa sharafa,
Fahari ya ulimwengu, na mbingu yetu ghorofa;
Yote mapamboye[5] Mungu, Mwenye hakika ya sifa,
Rangi pambo lake Mungu, si alama ya maafa.

tangu na tangu - zamani sana
fahari - sifa ya mwenyewe
ghorofa - sehemu ya nyumba iliyojengwa juu ya nyingine
mapamboye – mapambo yake

Rangi kwa shairi langu, tungo yenye kuarifu,
Kila walipo wenzangu, jambo hili maarufu;
Rangi kugawa mafungu, huonyesha upungufu,
Rangi heba yake Mungu, Mwenyezi Mkamilifu.

kuarifu - kutoa taarifa; kueleza
kugawa - kutoa sehemu ya kitu au kubaguza vipande vipande vilivyokuwa ni kitu kizima

Hupendwa utungo wangu, kwa wingi wa maarifa,
Kwa kujuvya[6] walimwengu, mfano walao dhifa;
Yote mahaba ya Mungu, rangi zetu si kashifa,
Rangi pambo lake Mungu, si alamu ya maafa.

walao - angalau; muradi
dhifa - ukarimu
mahaba - mapenzi

Ni mwema utungo wangu, kwa vikuba na mikufu
Uimbwapo walimwengu, wenye fahamu husifu;
Nawapa wapenzi wangu, rafiki waaminifu,
Rangi heba yake Mungu, Mwenyezi Mkamilifu.

Adili -- Kudharau na kufanya wivu kwa sababu ya rangi ni upuzi wa mtu.

kikuba/vikuba - pambo la maua linalovaliwa shingoni na wanawake
mkufu/mikufu - utungo wa kuvaa shingoni
fahamu - uwezo wa kuelewa

Ua

NOTES

Grammatical

1. -enye kufa - (trans. "the dying"). You are probably familiar with the use of -enye forms including the use of nouns in adjectival phrases, as in mwenye duka ("shop owner"). Similarly, these forms are also used with certain verbs in adjectival phrases.
2. la ardhi - (trans. "of the earth"). Notice that la here agrees with neno. Word order shifts occur frequently in Swahili poetry.
3. fupi - probably as shortening of ufupi to fit the meter.
4. tangu na tangu - (trans. "ever and always"). In this expression the first tangu refers temporally backward and the second temporally forward.
5. Mapamboye - (trans. "his decorations"). The -ye here is a shortened form of yake.
6. kujuvya - this is a less common causative than kujulisha.

Cultural

a. Chapati and mofa are two types of bread frequently eaten by Waswahili.

b. Mwenyezi Mkamilifu - (trans. "The Almighty, The Perfect One"). Praise terms referring to God occur frequently in Swahili poetry. In addition to Mungu, Mtukufu, Mrembo wa Mbingu, Mwenye Hakika ya Sifa, and Mwenyezi Mkamilifu (used in this poem), it is useful to be familiar with: Manani. Mola, Rabi, Karimu, Jaliya.

c. While sharafa is literally "a beard" and here contrasted with rangi as a temporary rather than a permanent physical feature, the similarity of the terms sharafa, sharaf, and sharifu ("nobility, descendents of the Prophet") suggests an alternative reading as well. The preceding kipande (half-line) is kama si wachaji Mungu ("unless they are god-fearing"); thus the entire line might be read as "unless they are God-fearing, color does not imply nobility."

MASWALI

1. Mshairi huyu aliongea kuhusu nini?
2. Je, mshairi alisema kuwa Mungu ametumia rangi kwa ajili ya kubagua?
3. Eleza kwa nini wewe utatumia rangi ukichora picha.
4. Je, walimwengu, ulimwengu, na malimwengu ni tofauti?
5. Sifa zipi mshairi alimpa Mungu kwa kazi yake?
6. Ukiambiwa uchague rangi ya mtoto wako, utachagua rangi gani?
7. Kwa nini mshairi alisimulia juu ya rangi?
8. Waridi lina rangi gani? Je, unalipenda?
9. Walimwengu huchukia rangi zo zote?

ACTIVITIES

1. **Objective - Analysis of Rhyme and Meter**
   Work out the rhyme scheme and meter of this poem. Also identify the vipande which are repeated and words which are repeated as rhyming words. Discuss these topics in class.
2. **Objective - Analysis of Imagery**
   Consider the images of God in this poem. Look at both the praise terms and at the actions attributed. Prepare to discuss this topic in class.
3. **Objective - Analysis of Symbolism**
   Consider pambo/mapambo and kupamba as used in this poem (and perhaps in other poems and/or proverbs) in terms of the symbolic function of decoration and ornamentation.
4. **Objective - Contextualizing Poetry**
   Develop a presentation in which you consider the context of racial discrimination in colonial Tanganyika within which this poem was written.
5. **Objective - Discussion of Controversy**
   Prepare for a class debate on the contemporary relevance of this poem. Is this poem of historical relevance only or one that has a contemporary meaning as well?

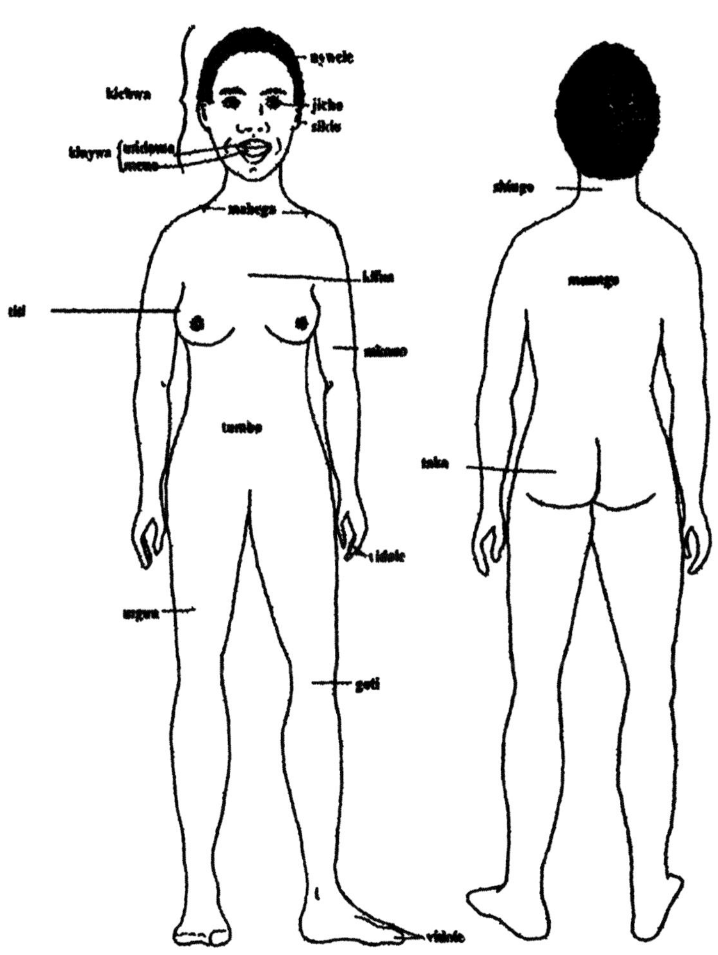

Parts of the Body

Ndani ya Ngome Yesu

GLOSSARY

Words glossed are those listed in margin glosses. Only meanings relevant to contexts in particular texts are included. Numbers in parentheses are lesson numbers. Terms in parentheses are alternatives. Verbs are listed under stem forms. Plurals of nouns are listed after the singular form unless the two forms are the same.

-a ajabu (7) surprising
-a hima (13) quickly
-a joto (1) hot
-a kadiri (2) moderate
-a kiasi (1) moderate
-a kiasili (6) traditional (*see* fn. 9 Ln. 6)
-a kibeberu (9) colonialist
-a kibinadamu (9) humanly type, human
-a kidini (6) religious (*see* fn. 9, Ln 6)
-a kijeshi (11) military
-a kikazi (6) work related (*see* fn. 9, Ln. 6)
-a kirafiki (6) friendly (*see* fn. 9, Ln. 6)
-a kishetani (23) devilish
-a kiutu (19) humanly, kindly
-a kizungu (6) European (*see* fn. 9, Ln. 6)
-a kusisimua (7) exciting
-a pembe pembe (11) characterized by corners
-a pili (1) second
-a shirika (12) cooperative
-a tukizi (11) unusual
abiria/abiria/(maabiria) (16, 26) passenger
-abudu (20) worship
-acha (2) leave
-achana na (4) break up with
-achilia mbali (23) abandon
adhabu (24) punishment
adhama (27) glory, honor
-adhibiwa (18, 26) be punished
-adhibu (18) punish
adhimu (24) significant, important
adui/maadui (3, 18) enemy
-afikiana (23) reconcile, come to an agreement
afisa/maafisa (7) officer
afu (27) blossoms of the wild jasmine tree
-aga (20) say goodbye
aghalabu (24) usually
-agiza (6) order
-agizia (6) place an order
ahera (24) the next world, afterlife
-ahidi (4) promise
-ahirisha (8) delay
aibu (22, 23) disgrace, shame
aidha (2) furthermore
ajabu/maajabu (6, 7) something surprising or amazing
ajali (15) accident
-ajiri (18) hire
-ajiriwa (15) be hired

ajizi (25) laziness
akina mama women
alama (8) sign
alama za vidole (13) fingerprints
-alikana invite each other
ama (12, 13) or
amani peace
-ambatana (11) adhere
-ambia (5) tell, say to someone
-amini (3, 9, 17) believe; trust
-amirisha (5) order
amri (17, 23) order
amrisho/maamrisho (24) order
-amriwa (17, 18) be ordered
-amsha (13) awaken someone
-amua (13, 17) decide
-amuliwa (7) be decided
-amuru direct, order
anasa (27) marvel, luxury
-andaa prepare
-andaliwa be prepared
-andama (21, 24) of new moon to appear, to follow
-andamana na (15) be associated with
-andikiana (1) to write for each other
-(ji)andikisha (8) register (oneself)
-andikishwa (12) be listed
-angamiza (7) vanquish
-angaza (24) (of eyes) be focused on
-anguka (1) fall
-angusha (18) drop
-anika (25) dry meat, fish, coconut., etc.
anwani (6) address
-anza (1) begin
-anzia (18) from a point in time onward
-anzisha initiate, found
-anzishwa (15) be initiated
-apa (20) swear, take an oath
-apiza (22) curse, swear at someone
ardhi (9) land
-arifu (8, 27) report
-ashiri (23) signal
-ashiria (23) signal to someone
asili (1) place of origin, origin
asilimia percent, percentage
askari (5) guard, police
Askari Walinda Nyumba (5) Home Guards (*see* fn. i, Ln. 5)
asumini (10) jasmine
-ata (19) Kiamu for **-acha** allow
-athiri (24) influence
-athiriwa (13) be affected
awali (13) at first, (17) first
awamu part
aya (14) paragraph
Azimio la Arusha (24) the Arusha Declaration
baadae (11) alternative sp. of **baadaye** afterward
baadaye (1) afterward
baadhi (1, 22) some
baba mdogo (6) father's younger brother (*see* fn. c, Ln. 6)
baba mkubwa (6) father's older brother (*see* fn. c, Ln. 6)

badala ya (2) instead of
-badilifu (27) changeable
bahasha (6) envelope
-badilika (1, 22) be, have changed
bahari (1) ocean
-bahatisha try one's luck
-bainishwa (9) be made clear
baki/mabaki that which remains
-baki remain
bakuli (2) bowl
balaa (23) disaster, catastrophe
-baleghe puberty; reach age of
bandia (17) something artificial
-bandikwa (15) be stuck
-(ji)banza (25) hide oneself
bara (1) continent, mainland
barabara properly, fully
barafu (2, 17) ice, refrigerator
baridi (1, 3) cold
baraza (16, 19) council, sitting area outside the door of traditional Swahili homes
bas (23) shortened form of **basi** term used to indicate a conclusion has been stated
bastola (13) pistol
bati (2) metal, tin
bawa/mabawa (3) wing
bega kwa bega (25) literally 'shoulder to shoulder,' hand in hand, doing something together
beni (10) band
-betua (23) lower
Bi. (6) abbreviation of **binti** or **bibi**
Bibi (6) in salutation of letter, "Dear Madam" (*see* fn. b, Ln. 6)
bibi grandmother
bichi koma (21) beachcomber
-bidi (20) put pressure on
-(ji)bidisha (24) make a special effort
bila (1) without
bilashi (25) for nothing, no reason
bilauri (2) glass
bili (2) bill
bima (15) insurance
binaadamu human being
binadam (19) shortened form of **binaadamu** human being
binafsi (10, 13) personal, one's self
bingwa/mabingwa (24) expert
binti/mabinti (22) daughter 434
bintiye (22) her/his daughter
-bishana (25) quarrel, argue
-bobokwa (23) blabber
Bonde la Ufa (1) The Rift Valley
bongo (ubongo)/mabongo (17) brain
bosi/mabosi (25) boss
budi (4) alternative; as in **huna budi**, You have no alternative (*see* fn. 2, Ln. 4)
bufu (la kichwa)/mabufuu (23) skull

buibui (3) spider; *also*, full length black veil worn by women
bunduki (5) gun, rifle
bunge (8) parliament
-buniwa (24) be originated, devised
busara (9) common sense
bustani (26) garden
buti/mabuti (5) boot
Bwana (6) in salutation of letter, "Dear Sir" (*see* fn. b, Ln. 6)
Bwana (27) God
Bwana Mpendwa (6) in salutation of letter, "Dear Sir" (*see* fn. b, Ln. 6)
bwawa/mabwawa (13) pool
-cha (7, 17, 27) respect, fear
-chache (2) few, small amount
-chafua (8) dirty something
-chafuka (8) be dirty
chafuko/machafuko (8) irregularity
chai (2) tea
-chakaa (13) be worn out
chakula/vyakula (2) food
-changa (18) contribute
chang'aa (23) a type of alcoholic beverage
-changanya (2) mix
-changanyika (2) be mixed
-changanywa (8) be mixed
changu (12) snapper
chanzi (25) poetic for **chanzo** source, cause
-chapa (5, 26) beat
chapati (27) a type of flat bread fried in oil
chaza (3) oyster
-chekecha (2) sift
-chekesha (25) make someone laugh
-chelea (11) fear for
-chemka (2) boil (of a liquid)
-chemsha (2) boil, bring a liquid to a boil
-chemshwa (2) be boiled
cheti/cheti (*also* vyeti) (22) certificate
chewa (12) cod
chicha (25) coconut meat
chifu (5) chief
chini ya (1) under
chini (1, 5) below, low
chiriku (23) finch
-chochewa (23) be provoked, irritated
-choma kisu (11) stab
chombo/vyombo (2) utensil
chombo/vyombo agency, organization
-chosha (23) make someone tired
-choshwa (23) be made tired
-chota (2) spoon out, pick up a small amount
-chotea (2) spoon out, pick up a small amount
chozi/machozi (5) tear
-chuja (2) strain, select
-chukia (5) hate
-chukiwa (5) be hated
chukizi (chukizo)/machukizi(machukizo) (25) hatred
-chukizwa (18) be offended, outraged
-chukua (2, 7, 21) take, take up a period of time, adopt, take up

-chukulia consider
chuma/vyuma (13) iron
chumvi (2) salt
-chunga (5) take care of
-chungua (1) explain, look at carefully
-chungulia (12) peep in
chungwa/machungwa (2) orange
-chutama (13) squat
-chwa (16) set (of the sun)
chupa/chupa (*also* **ma-chupa**) (17) bottle
chura/vyura (3) frog
dai/madai (9) claim
-dai (15, 18) claim
-dai haki (6, 9) demand or make a claim for what is just
-daka (13) catch
dakika (2) minute
dalili (8, 27) sign
-(ji)damka (25) wake up early in the morning
-danganya (17) deceive
danzi/madanzi (2) *also* **da-ranzi** grapefruit
daranzi/madaranzi (2) *also* **danzi** grapefruit
dawa (2) medicine
dengu (27) lentils
deni/madeni (13) debt
dhahabu (13) gold
dhahiri (4, 24) clear; **ni dhahiri** it is clear
dhaifu (3, 14, 19) weak
dhalimu (9) unjust, cruel
dhambi/(dhambi) ma-dhambi sin
dhamiri (17) intention
-dhamiria (23) think about
-dhani (13, 27) think
-dhania (24) think about
dharau (23) contempt, scorn
dhifa (27) generosity
-dhihirisha (-dhahirisha) explain, expose
-dhulumu (19) treat unjustly
-dhuru (3, 17) harm
doa/madoa (3) spot
-dondoshea (2) drip (drop by drop); make something drip
dufu (27) insignificant, worthless
-dumu (11) last, persist
dunia (1) the world
-dunishwa (15) be underestimated
ebho (ebo) (23) expression used to draw someone's attention to something
ebu (hebu) (23,30) expression used to draw someone's attention to something
-egemea (23) approach
-egemeza (13) prop
ela (ila) (25) but
elanyi (25) contraction of **ela ninyi (ila ninyi)** but you (plural)
-elekea (1, 5, 11) go toward a place
-elekeza (8) give instructions to someone; explain something to someone
-elewa wazi (6) understand clearly
elezo/maelezo (1) explanation
-elimisha educate

elimu ihusuyo habari za kibinadamu (9) anthropology
-enda haja (17) euphemism "relieve oneself" (*see* fn. 1, Ln. 17)
-enda kifua mbele (18) strut (*see* fn. 9, Ln. 18)
-enda kombo (24) go wrong
-enda miayo (23) yawn
-enda zangu (13) go on my way (for additional examples *see* fn. 8, Ln. 13)
-endelea (2) continue
-endeleza (18) continue something
-endesha (6, 17) figurative: continue to do something, drive a vehicle
eneo/maeneo (15, 18) area
-eneza spread
enzi period of time
-enzi (24) glorify
-epaepa (7) get out of the way
-epesi (3, 10, 14) light, easy
-epua (2) take off of the fire
-epuka (3) avoid
-epusha (13, 17) keep out of, avoid
eti (11, 36) an expression used to indicate doubt concerning a following statement
-eupe (2) white
-eusi (2) black
-fa au kupona (5) live or die; whatever the consequence
-fa moyo (5) lose hope
-faa (4, 22) be suitable
-fafanulia (23) make clear to someone
-fahamiana (16) understand each other
-fahamikiana (9) understand mutually
fahamu (13, 17, 27) consciousness, understanding
-fahamu (1) understand
fahari (18, 27) pride
-faidisha (24) benefit
falsafa philosophy
fanaka (20) success
fani type
-fanikiwa (15, 17, 23) be successful
-fanya (1) do
-fanya bidii (9) make great efforts
-fanya shimo (2) make a hole
-fanyia hadithi (14) tell a story
-fanyika (17, 26) be done
-fanza (19) do (Kiamu)
-fariki (-fariki dunia) euphemism: pass away, die
-faulu (11) succeed
fedheha (18) shame, disgrace
-fedhehesha (23) shame, disgrace
feli (27) action(s)
-ficha (13, 22) hide
ficho/maficho (17) us. **maficho** hiding place
-fifia (23) disappear, die away
-fika (1) arrive
-fikiria (1) think
-fikiriwa (1) be thought

-fikisha enable to reach
filimbi (5) whistle
finyu (13) narrow
fremu (13) frame
-fua (5) wash clothes
-fuata (1) follow
-fuatana na according to
-fuatana na follow
-fuga (4) keep as in how one keeps livestock or chicken
fujo/mafujo (23) tumult, confusion
-fuka (22) for smoke to rise from a place
fukara poor person
-fukuza (5, 17) chase away, try to catch
-fukuzwa (18) be chased away
fulana (5) sweater
fulani (1, 8) a certain person or thing (*see* fn. 2 of Ln. 8)
-fumbua (9) reveal
-fumbuka (13) be open
fundisho/mafundisho (19) lesson
-funga (21) fast
-fungana (7) close in the sense of become a mass
-funguka (23) be open
-fungwa (4) be jailed
-funika (2) cover
-(ji)funika (1) cover oneself
-funikwa (1) be covered
-funikwa na maji (1) be covered by water
-funza (10) teach
funzo/mafunzo (18) instruction
furaha (1) happiness
-furahia (9) be happy
-furahikia (24) add to the pleasure of something
futi (1) foot
-futika kwapani (22) carry under ones arm
-fuzu master
-fyatua risasi (13) fire a bullet(s)
-fyatuka (5) start off suddenly
-fyonza (17) suck
gagulo (22) slip
gaidi/magaidi (13) robber
-(ji)gamba (18) boast, brag
-gawa (6, 27) divide
-gawanya (1) divide
genge/magenge (23) gang
gereza (11) jail
-geuka (23) change, turn around
-geukageuka (1) changing somewhat
-geuza (5) change
geuzo/mageuzo (9) change
gharama expense
ghasia (13) trouble
ghorofa (27) upper floor, story
giligilani (2) coriander seeds
giza (3, 18) darkness
glasi (13) glass
goti/magoti (10) knee
-gomea (11) resist
-gonga (10) hit
-gumu (2) hard
-guna (22) moan
guno/maguno (13) groan, moan
-gusa (13) touch

-gusiagusia maongezi (23) figurative: keep mentioning a topic
-gutuka (22) be disturbed startled
haba (1) a little bit, small amount
habari (1) information
habusu/mahabusu (5) prisoner
hadharani (23) in public
-(ji)hadhari (24) be careful
hadhi (19) status
-hadhirisha (24) caution
hafifu (13) weak
hadi (1) until, up until
haja (22, 25) need, reason
Haji (26) a proper name
-hakikisha (8, 16, 18) verify, make certain
halafa (27) difference
halafu (2) then
halali (25) legitimate
hali (1) condition
Hali ya Hatari (5) State of Emergency (*see* fn. h, Ln. 5)
halisi (9) accurate
halmashauri (15) committee, council
hamaki (14, 23) anger
-hama move from a place
-hamia (1) move to another place
hamira (2) baking powder
-hamishia (17) move something to another place
-hamishwa (5) be moved from a place
-hangaika (25) be discontented
-haribu (23) ruin
Harambee (24) (*see* fn. e, Ln. 24)
harufu (23) odor, smell
harusi (10) alternative spelling of **arusi** wedding
hasara (14) loss
hasira (5) anger
hasira kupanda (23) become angry
hatari (5) danger
hati (14) handwriting
hatua (17, 20) step, action
hayati term used to refer respectfully to a deceased person
heba (10, 27) beauty, talent
hebu (15) expression used to draw someone's attention to something
hekta (12) hector
hekaya (7) story
herufi (14) letter of the alphabet
hesabu arithmetic
-hesabika be countable
-hesabu (8) count
heshima (6, 18) salutation of a letter
-heshimiana respect each other
-heshimu (15, 18) respect
hewani (1) sky
hiari (4, 8) choice
-hifadhi (10, 17, 24) preserve, protect respect
himaya (11) protection, defense
-himizwa (14) rushed
-hiniwa (9) be denied
hisiya (10) feelings
historia (1) history

-hitajika (14, 20) be needed, necessary
-hitajiwa (2) be needed
hitilafu (14, 16, 27) incompatible, different
-hitimu complete
hivi (1) adverb, approximately
hivyo (1) adverb, in this way
-hofia (4) fear
hofu (5) fear
hoja (14) argument
-hoji (22) question
-hojiana na discuss, debate with
-hojiwa (5) be questioned
homu (10) wind
-hozi (25) acquire, possess
-huburia (24) deliver a sermon, preach
-hudhuria attend
huduma (16, 18) service
-hudumia (16) serve, provide service to,
-hukumu (5) sentence
hukumu (14) judgment
huno (25) poetic for **huu** this (*see* fn. 2, Ln. 25)
-hunzunika (23) be sad, saddened
huruma (9) decency, compassionateness
-husiana (10, 16) be concerned with, related to each other
-husika (12, 15) be involved, concerned
-hutubia (8) deliver a speech, *see also* **huburia**
-hutubu (20) give a speech
huzuni (18) sadness, grief
-iba (26) steal
idadi (8, 16) total, large number
idara (12) department
ldd ul Fitri (Idd el Fitri) (21) (*see* fn. b, Ln. 21)
-iga (27) copy
-igiza (10) copy
ikiwa (4, 8) if
Ikweta (1) Equator
ili (1) in order to
iliki (2) cardamom
imani (15, 18, 24) belief(s), compassion, conscience
imara (18) firm, firmly
-imarika (20) become intensified
-imarisha (11, 24) establish strengthen
ingawaje (5) even though
-inama (5) bend down
-inamisha kichwa (23) lower one's head
inchi (1) inch
-ingi (2) many, much
-ingilia (25) interfere with
-ingiliwa be interfered with
ingine (17, 19) alternative Class 9/10 form, other (*see* fn. 1, Ln. 2 and fn. 3, Ln. 17)
-ingiwa na kiburi (9) feel arrogant
-ingiza (13, 20) put something in something
insha (14) essay
-inua (5) lift
-inukainuka (1) rise gradually
inzi (5) *also* **nzi** fly

-ishi (1) live
isipokuwa (3) except
-iva (2, 17) become cooked
-ivisha (2) cook; make something become cooked
iwapo (8, 22, 25) if (*see* fn. 9, Ln. 8)
-iza (25) refuse, reject (Kiamu)
-jaa (2) be full
jadi inheritance
-jadili (23) argue
-jali (18) be concerned
jamani (23) friend
jambazi/majambazi (13) criminal
jambo/mambo (1) thing
jamii (1, 7) family, community of people; a society
jando/majando (22) initiation
janga (22) trouble, danger
jangwa (7) desert
jaribio/majaribio (7, 11) difficulty, attempt
-jaribu (5) try, attempt
jasiri (7) brave
jasusi/majasusi (11) traitor, spy
-jawa na hofu (15) become frightened
jawabu/majawabu (7, 14) answer
-jaza (2) fill
jazba (10) intense feeling
jela (5) jail
jemadari/majemadari (11) commander (military)
jembe/majembe (3) hoe
jengo/majengo (22) building
jeraha/majeraha (5) wound
-jeruhiwa (13) be wounded
jeshi/majeshi (11) army
jeuri (18) arbitrariness, high handedness (*see* **kwa jeuri**)
-jibu (1) answer
jicho/macho (2) eye
jike/majike (23) female creatures, augmentative.
jiko/meko (2) stove
jimbo/majimbo (1) state
jina/majina (1) name
jinsi (1, 7) way, method
jirani/majirani (1) neighbor
-jiri (23) happen, occur
jitahadi (jitihadi) (jitihada) (9) effort
-jitahidi (9) make an effort
jitu/majitu giant
jiwe/mawe (2) stone
jogoo/majogoo (22) rooster
joka/majoka (18) large snake, augmentative
-jongelea (23) approach, come near
joto joto (1) hot
-jua (1) know
juhudi (18) effort
jukumu/majukumu (jukumu) (18) responsibility
-julika (25) be known
-julikana (5, 7) be known
jumba/majumba (13) mansion
Jumba la Nyaraka za Taifa National Archives
jumuiya (jumuia) community
-jutia (22) regret
juu (1) up, elevated, on top
-juvya (27) poetic for -julisha

-juwa (25) poetic for **-jua** know
kaa (3, 12) crab
-kaanga (2) fry
kabati/makabati (13) cupboard
-kabili (7, 10) face
kabisa (8) absolutely
kabla ya (1) before
kaburi/makaburi (5) grave
kachero (13) detective
kadha (9) several
kadha wa kadha (1) in stages
kadi (8) card
kadiri (18) according to, to the extent
-kadiria (24) measure, specify
-kadirika (24) be specifiable, limitable
kahawa (2) coffee
kaka (11) brother
kaki (5) khaki
-kakamua (23) strive, work hard
-kali (2) sharp
kama (1) if
kama (2) like
-kamata (8) seize
-kamata mateka (7) take captive
kamba (3, 12) shrimp
kambi (5) camp
kambiwa (25) poetic for **nikaabiwa** and I am told (*see* fn. 1, Ln. 25)
kamili (6, 7, 9) complete, completely
-kamilika (18) be complete
kampeni campaign
kampuni/makampuni (15) company
-kamua (2) squeeze out
kamwe (5, 9) ever, at all; as in **hatasema kamwe kwamba** . . . s/he would never say . . ., would not ever say that . . .
-kana (24) reject, refuse
kandanda soccer
kanga (10) cotton cloth wrapper, usually with printed saying, worn by women
kanuni (14) procedures
kanwa (24) mouth
kanzu (3, 10) long garment worn by men
karafuu (2) cloves
-karibia (9) approach
karibu (1) approximately
karibu na (1) near
-karipia (26) reproach
-kariri (17) repeat a verbal utterance
karo (21) fee
kashifa (27) something disgraceful, disparaged
kasi (3, 17) speed, quickly
kasida (10) praises of the Prophet Muhamad; religious songs
-kasirisha (25) make angry
-kasirishana make each other angry
kaskazini (1) north
kasoro (6) lack
-kata (1, 12) cut
-kata kauli (23) interrupt, cut off someone's speech (*see* fn. 13, Ln. 23)

-kata shauri (5) make a decision (*see* fn. 13, Ln. 5 and fn.13, Ln. 23)
-kata tamaa (5, 22) give up hope (*see* fn. 13, Ln. 5 and fn. 13, Ln. 23)
-katakata (2) mince, dice
katara (21) local taxi, worthless car
-kataza (8) prohibit
kati (1) in the middle of
katibu/makatibu (15) secretary
katibu mkuu/makatibu wakuu (20) secretary general
katibu mtendaji/makatibu watendaji (15) acting secretary
katika (1) in
-katika mguu (18) lose a leg, have a leg amputated
katika ngazi mbalimbali in several stages
katikati (1) middle, in the middle
-katisha (4) cut off
-katizwa (20) be broken off
-katwa (1, 22) be cut
-kaukiana (2) become dry
kauli (25) expression, voice
-kavu (2) dry
kawaida (1) usual
-kawia (17) be delayed
kayamba (10) a type of rattle
-kazana (5) believe strongly
-kazia emphasize
-kebehi (23) abuse
kelele (14) loud noise
kengele (26) bell
-kera (25) annoy
kesho (1) tomorrow
-keti (23) sit
Kiamu (24) the dialect of Lamu
kiangazi dry, hot season
kiapo/viapo (5) oath
kiasi (11) approximately
kiasi cha (9) the amount of
kibali (ukubali) (12) permission approval
kibandiko/vibandiko (15) sticker
kibao/vibao (10) small board
kibaraka/vibaraka lackey
kibaruwa (kibarua)/ vibaruwa (vibarua) (25) employment, short term employment
kibatali (kibatari) / vibatali (vibatari) (22) type of small lamp
kibati (10) a percussion instrument
kibeberu (9) colonialist
kibinadamu (9) humanly, human type
kibiriti/vibiriti (13) match
kibiriti cha chuma / vibiriti vya chuma (13) lighter
kiboko/viboko (5) whip
kiboma/viboma (12) tuna
kiburi (9) arrogance
kibuyu/vibuyu (22) calabash
kichekesho/vichekesho (26) humorous skit
kicheko/vicheko (23) laugh
kichupa/vichupa (13) small bottle, diminuitive

kidaka/vidaka (3) small plasterwork ornamental niche
kidato/vidato (22) one of the levels of classes in secondary school, Brit. Eng. "form"
kidawati/vidawati (13) drawer
kidogo (1) a small amount
kidokezi/vidokezi (1) suggestion
kifaa/vifaa (14, 18) material, item, tool
kifani/vifani (7, 16) something that matches something else
kifaru/vifaru (5) rhinoceros
kifungu/vifungu 14) passage
kigome/vigome (11) small fort
kiini/viini (2, 7) egg yolk; core, central thing
kiinsha (14) by means of an essay
kijakazi/vijakazi (25) female slave
kijana/vijana (1) young person, youth
Kijiji cha Ujamaa/Vijiji vya Ujamaa (24) Ujamaa Villages (*see* fn. d, Ln. 24)
kijiko/vijiko (2) spoon
kijimeza/vijimeza (23) small table; diminuitive
kijivujivu (3) gray
kikaango/vikaango (2) frying pan esp. earthenware frying pan
kikabati/vikabati (13) small cupboard
kikamilifu (16) completely
kikombe/vikombe (2) cup
kikuba/vikuba (27) flower sachet worn in the hair or on a dress
kikundi/vikundi (10) small group
kila (6) whenever, wherever (*see* fn. 1, Ln. 6)
kilele/vilele (21) peak
kilema/vilema (18) disability, disablement
kilima/vilima (1) hill
kilimo/vilimo (12, 18) agriculture
kilindi/vilindi (1) depth, deep sections in water
kilomita (12) (**kilometa**)(22) kilometer
kima/vima (24) extent
kimbunga typhoon
-kimbilia (4) run after
kimetameta/vimetameta (17) sparkle
Kimrima (24) the coastal Tanzania dialect of Kiswahili
Kimvita (24) the Mombasa dialect of Kiswahili
kina (1) depth
-kinaisha (24) satiate
kinda/makinda (3) young one (of birds and animals)
kindugu as siblings, as comrades
king'ora/ving'ora (13) siren
kinyama in an animal-like way
kinyume cha (1) opposite of

kioja/vioja something terrifying
kioo/vioo (13, 17) mirror, glass
kipande/vipande (2) piece
kipawa/vipawa (3) ability
kipengele/vipengele (6) device, detail
kipepeo/vipepeo (3) butterfly
kipindi/vipindi (14) term (of school year)
kipingamizi/vipingamizi obstacles
kisa (16) Kiamu for **kisha** then
kisa/visa (25) reason
kisasi/visasi (22) revenge, retaliation
kisehemu/visehemu (6) smaller part (***see*** fn. 11, Ln. 6)
kisha (2) then
kishindo/vishindo (9) gust
-kisia (14) guess
kisingizio/visingizio false or spurious claims
kisiwa/visiwa (1, 13) island
-kisiwa (12) be estimated
kitambaa/vitambaa (2) small cloth, napkin
kitembe/vitembe (21) small earthen flat roofed house
kitendo/vitendo (4, 18) action
kiti cha tenga/viti vya tenga (13) a woven chair
kitinda mimba/vitinda mimba last born child
kitisho/vitisho a scare
kitumbuizo/vitumbuizo (26) lengthy joke usually involving a play on words
kitu/vitu (1) thing
kituo/vituo (6) punctuation mark
kitunguu/vitunguu (2) onion
kiungo/viungo (2) spices
kiuno/viuno (5, 10) waist
kiwambo/viwambo (17) door latch, knob
kiwiliwili/viwiliwili (17) trunk of body, body
kizazi/vizazi (25) offspring
kizuizi (kizuio)/vizuizi (vizuio) (25) obstacle
k.m. abbreviation of **kwa mfano**, for example
kochi (23) couch
kodi fee(s)
kofia (5, 10) cap
-kohoa (23) cough
-kolea (10) make a point, have a meaning
koloni (1) colony
-koma (23) cease
kombamwiko (17) cockroach
kombe/makombe (2) cup, large cup
kombo/makombo (19) at fault, deviant
-komboa liberate
kombora/makombora (11) bomb
-komile (18) have ended
konzi (2) handful
-kopa (24) cheat
-koroga (2) stir
korokoroni (5) prison
koti/makoti (15) coat

kozi course
-kubaliana na (5, 16) agree with, consent to, be adequate for
-kubwa (1) large
kucha (5) plural: nails (*see* **ukucha/kucha**)
kucha/makucha (3) claw
kufikia (20) until
kuliko (1) than; used in comparisons
kulla (25) poetic for **kila**, every
-kumbuka (5, 8) remember
kumbu kumbu/ (kumbu-kumbu) makumbu-kumbu remembrance
kumbusha (6) remind
kungu (27) a stimulant substance which comes from the kernel of the fruit of the Indian almond tree (Terminalia catappa)
kunguni (17) bedbug
-kunja (8, 13) fold, bend
-kusanya (16, 21, 22) gather together, collect
-kusanyika (21) be gathered together
kushoto (5) left
kusini (1) south
kusudi/makusudi (18) purpose, intention
-kusudia (6) intend to do something
-kuta (13, 17) find
kutokana na as a result of
kutwa (8) day, esp entire day
-kuu (1) large, important
-kuu -kuu (22) old, worn out
-kuwa (10) alternative sp. of **-kua** grow
-kuza foster, develop
kuzimu dwelling place(s) of departed spirits
kwa hiari (8) by choice
kwa hima (13) quickly
kwa jeuri (18) arbitrarily, high handedly
kwa jumla (1) in full, in its entirety
kwa kadiri (6, 14) appropriately, in accordance with
kwa kiasi (18) appropriate to
kwa kupitia by means of
kwa kuwa (6) because
kwa kwikwi (23) tearfully
kwa mahadhi (23) respectfully
kwa makini (23) carefully
kwa mamia (18) by the hundreds (*see* fn. 5, Ln. 18)
kwa matao (23) proudly, in a swaggering manner
kwa mfululizo (14) in succession
kwa mujibu wa in accordance with
kwa niaba ya (17, 18) on behalf of
kwa sababu (1) because
kwa shauku (22) greatly, eagerly
kwa teke (13) with a kick
kwa ujumla (2) together, all together
kwa vile (9) because
kwa wastani on average
kwa wingi (12) in large quantities, numbers
kwa yakini (22) certainly

kwaje (26) (**inakuwaje**) how does it happen?
-kwama (15) figurative: be stranded
kwanza (1) first
kwao on their part
kwapa/makwapa (22) armpit
kwayo by means of it
kwikwi (22) sob(s), sobbing
kwingineko (15) elsewhere (*see* fn. 1, Ln. 15)
-la kiapo (5) take an oath
-la taabu (5) suffer
laana/malaana curse
-laani (22) curse
ladha (24) pleasantness, sweetness, flavor
lafudhi (16, 24) dialect
-laghai (23) deceive
lahaja (16) dialect
laini (15) line
lakini (2) but
lawama/malawama (25) criticism
-(ji)laza (13) lie down
-laza provide accommodations
-lazimika (5) have no choice
-lazimisha (22) force, compel
-lazimu (22) be necessary
-lea (17) raise a child
ledizi (25) ladies
-lenga shabaha (1) focus on objective
leo (1) today
leso (3) cotton cloth wrapper, usually with saying, worn by women; *also* **kanga**
-letwa (1) be brought
leya (25) poetic for **-lea,** raise a child
-lia (5) right
-lia (22) cry
licha ya (12, 14) in addition to, besides
licha ya kwamba (20) even though (*see* fn. 1, Ln. 20)
likizo/likizo (**malikizo**) (22) vacation
limao (2) lemon
-linda (5, 11) protect
-lingana (8) be comparable
-lingana na (7) according to
-lisha (5) feed a person or animal
-liwa (2) be eaten
-liwaza (24) console, comfort
lokesheni (5) location; in colonial Kenya, the areas where Africans were forced to live
-lowana (2) be damp, moistened
maadam (24) as long as
maafa (27) misfortune
maagizo (8) instructions
maalum (1) important, special
maanake (16) shortened form of **maana yake** (literally) its meaning; that is to say
maandazi (2) a type of sweet bread like a doughnut
machafuko (8) disorder, confusion
machungu (27) bitterness
madhehebu (9) customs
madhulumu (9) oppression

madhumuni (6) intention, purpose
maendeleo (4, 14) development
mafuta (2) oil, fat
magharibi (10) evening
mahaba (27) love
mahadhi (23) respect
mahali (1) place
mahindi (2) corn
maili (1) mile
maili za eneo (1) square miles
maingilio intervention
majadiliano (22) negotiations discussions
maji (1) water
majimaji (2) liquid
majira (1) seasons
majuto (11) regret
majuzi (15) recently
makamo (22) age
makao 11) headquarters
makataba (1) treaty
maksi (14) marks
makusudio intentions
makwao (18) their places, homes (*see* fn. 11, Ln. 18)
malalamiko (9) protests or protestations
malazi accommodation
malenga (24) master poet
malimwengu (27) earthly things
malipo (13) payment(s)
malisho grazing land
-maliza (14) finish
-malizika (8) be ended
mama mdogo (6) mother's younger sister (*see* fn. c, Ln. 6)
mama mkubwa (6) mother's older sister (*see* fn. c, Ln. 6)
mamba (3, 14) crocodile
mamia (18) hundreds
manufaa (12, 18) profit, usefulness
manuwari (11) man of war
manyoya (3) fur
maombi (6) request(s)
maongezi (23) conversation
maoni (4) opinion(s)
maonyesho (21) show, exhibition
mapambano (18) struggle
mapatano (1) agreement
mapinduzi (15, 25) revolution
mara moja (2) at once
Marekani America
maridadi (13) stylish
marimba (10) xylophone
marufuku (8) prohibition
mashariki (1) east
mashine (17) machine
mashine ya barafu (17) refrigerator
mashuhuri (1) famous
masimulizi narration
maslahi (4) *also* **masilahi** benefit; interest
matata (25) difficulties
matatu (15) a taxi/bus like vehicle
mate (13) saliva
matendo ya kinyama (7) vicious actions
mateso (7) persecution
mathalan (14, 24) for example
matumizi (6, 14) usage, use(s)

mauaji (11) murder(s)
maungo (22) physique
maziwa (2) milk
mbali (24) completely
mbinu (18) plan
mboga (2) vegetable
mbu (18) mosquito
mbuga grasslands
mbunge/wabunge (8) member of parliament
mbuzi (ya kukuna nazi) (3) coconut grater
mbwa (3) dog
mchaji/wachaji (27) a God-fearing person
mchanga/wachanga (5) baby; also, young girl
mchanganyiko/michanganyiko (2) mixture
mchango/michango contribution
mchele (2) uncooked rice
mchezaji/wachezaji (15) player (*see* fn. 2, Ln. 15)
mchezo wa kuigiza/ michezo ya kuigiza (26) play, drama
mchicha (2) a type of leafy green
mchi/michi (10) pestle
mchumba/wachumba (4) fiance, fiance
mchuzi/michuzi (2) cooking liquid
Mdachi/Wadachi (1) German person
mdai deni/wadai deni (26) claimer of a debt
mdogo/wadogo (22) younger sibling (*see* fn. 2, Ln. 22)
mdomo/midomo (13) lip
mdudu/wadudu (3) insect
mdundo/midundo (10) a type of drum
mende (17) cockroach
meza (2) table
-meza (13) swallow
mfalme/wafalme (11) king
mfiwa/wafiwa (24) one whose family member has died
mfuasi/wafuasi (5) follower
mfugo/mifugo (7) domesticated animal
mfululizo/mifululizo (14, 26) succession
mgeni/wageni (1) visitor
mgombea/wagombea uchaguzi (8) candidate for electoral office
mgongano/migongano (23) conflict
mgongo/migongo (10) banging sound
mhalifu/wahalifu law-breaker
Mheshimiwa (6) in salutation of letter, "Your Honour" or "Your Excellency" (*see* fn. b, Ln. 6)
mhubiri/wahubiri (9) sermonizer
michuano match
mie (23) I
-miliki (13, 15, 23) be an owner, have authority
milioni (12) million
mimba pregnancy
-mimina (2) drop out, pour out
-miminika (21, 22) be, come in crowds
miongoni mwa (1, 22) among

miongoni mwa (1, 22) among
Misri (7) Egypt
mithali ya (26) similar to
miwani (13) glasses
mizungu (27) baffling things
mja/waja (24) person
mjinga/wajinga (19) stupid person, fool
mjizi/mijizi (25) augmentative of **mwizi** major thief
mjomba/wajomba (6) mother's brother
mjumbe/wajumbe (20) representative
mjusi/mijusi (3) lizard
mkate/mikate (2) bread
mkatili/wakatili (7) cruel person
mkazi/wakazi (15) resident
mkebe/mikebe (13) case
mkeka/mikeka (3) mat
mkimbizi/wakimbizi (18, 20) refugee
mkizi/mikizi (25) cuttlefish, fig. one who angers quickly
mkoa/mikoa province
mkoko/mikoko (12) mangrove tree
mkufu/mikufu (13, 27) necklace
mkusanyiko/mikusanyiko gathering, meeting
mkutano/mikutano (15, 20) meeting
mkuu/wakuu (7) leader; elder
mlemavu/walemavu (18) disabled person
mlezi/walezi (25) one who raises a child, children
mlima/milima (1) mountain
mlimwengu/walimwengu (27) people, human beings
mlinda/walinda one who defends
mlinda amani/walinda amani defender of peace
mlinda mila za nchi/walinda mila za nchi defender of national customs
mlinda ndege/walinda ndege one who scares away birds
mlinzi/walinzi (7) defender
mlinzi wa doria/walinzi wa doria (18) frontline soldier
mlo (2) food, a serving of food
mlowezi/walowezi (9) settler
mmea/mimea (2) plants
mnara/minara (1) landmarks, monuments
mnong'ono/minong'ono (23) whisper, rumor
mnyonge/wanyonge (5) weak person
mofa (27) a type of bread made of whole wheat flour
mojawapo (6) one of a number of things
mori kupanda (13) get angry
motaboti (17) motorboat
mpaka (1) until
mpaka/mipaka (12, 18) border
mpelelezi/wapelelezi (13) detective

mpenda/wapenda (13) one who likes or loves something
Mpenzi/Wapenzi (6) in salutation of letter, "My Dear" (*see* fn. B, line 6)
mpiganaji/wapiganaji (15, 18) fighter (*see* fn. 2, ln. 15)
mpwa/wapwa (6) niece or nephew; the term used by one's mother's brother to call her child
mradi (8, 25) project
mrima (1) littoral
mrithi/warithi (23) one who inherits
msaada/misaada (21, 23) assistance, help
msahihishaji/misahihishaji (14) grader
msalaba (5) cross
msamaha/misamaha forgiveness
msamiati/misamiati vocabulary list
msanifu/wasanifu (24, 27) artist (especially, verbal artist)
msemaji/wasemaji (15) speaker (*see* fn. 2, ln. 15)
mshale/mishale arrow
mshango/mishangao (23) surprise
mshenzi/washenzi (23) uncivilized
mshindi/washindi (8) winner
mshipi/mishipi (5) belt
mshonaji/washonaji (15) one who sews (*see* fn. 2, ln. 15)
msiba/misiba (18) grief
msimamizi/wasimamizi (8) supervisor
msimamo/misimamo (23) position, stand
msitu/misitu (3, 5) forest; also, savannah area
msongamano/misongamano (15) crowd
mstari/mistari (1) line
msukosuko/misukosuko (23) disorder, struggle
mtaalamu, wataalamu (9, 13, 26) expert, specialist
mtama (2) millet
mtambo wa barafu (17) refrigerator
Mtanzania/Watanzania (1) Tanzanian person
mtapakazaji/watapakazaji (11) spreader
mtawala/watawala (6, 9) person in position of authority; ruler
mtazamaji/watazamaji (23) audience member
mtendaji/watendaji (15) one who acts (*see* fn. 2, ln. 15)
mtiifu/watiifu (6) one who respects or obeys
mtindo/mitindo (14, 21, 25) style, pattern
mtu/watu (1) person
mtumbwi/mitumbwi canoe
mtumishi/watumishi (13) servant
mtungo/mitungo (26) composition
mtweo (16) Kiamu for **machweo** (Standard) west

muafaka (mwafaka) (23) appropriate
muda si muda (7) soon
muhimu (1) important
muhuhu (12) cypress tree
muna (25) poetic and Northern Dialect for **mna**, you (pl.) have
murudi (25) Poetic for **mradi**
Musa (7) Moses
mustarehe (11) condition of calm
muuaji/wauaji (13) murderer (see fn. 2, Ln. 16)
muungano (15) union
mvamizi/wavamizi (18) invader
mviringo/miviringo (26) something round
mvua (1) rain
mvumo/mivumo (13) roar
mvuto/mivuto (24) attractiveness
-mwagia give generously
mwaka/miaka (1) year
mwakilishi/wakilishi (18) representative
mwako/miako (22) flame, light
mwamba/miamba (20) figurative: a person steadfast in his/her commitment
mwambao/miambao (16) area along the coast
mwaminifu/waaminifu (8) a trustworthy person
mwanaadamu/wanaadamu (3, 9) person
mwanachuo/wanachuo (24) a religious specialist
mwanamchezo/wanamichezo competitor in a sport, player
mwandikaji/waandikaji (6) someone who writes something
mwandikiwa/waandikiwa (6) person to whom something is written
mwandishi/waandishi (6) a writer
mwanga (27) light (*see also* **mwangaza**)
mwangaza (9) light
mwanya/mianya (13) a small opening
mwanzi/mianzi (3) bamboo
Mwarabu/Waarabu (1) Arab person
mwari (mwari)/wari (wari) (10) young woman
mwehu/wehu (23) mentally ill person
mwendawazimu/wendawazimu (23) mentally ill person
mwenyekiti/wenyekiti (2,3) chairperson
Mwenyezi Mungu (19, 24) God
mwenzake/mwenzake (5) her/his companion (*see* fn. 17, Ln. 5 for other forms)
mwenzio/wenzio (8) your friend (*see* fn. 17, Ln. 5 for other forms)
mwili/miili (3) body
mwindaji/wawindaji (10) hunter
Mwingereza/Waingereza (1) English person

mwinuko/miinuko (1) height
mwishowe (1) finally
mwitikio/miitikio (18) response
mwito/miito call
mwongozo/miongozo (23) direction guideline
mwonyeshaji/waonyeshaji (16) exhibitor, performer
mwujiza/miujiza (1) wonder
mwundo (muundo)/miundo (14) form
myezi (25) poetic for **miezi**, months, plural of **mwezi**
mzaha/mizaha (26) joke
mzalendo/wazalendo (24)patriot
mzimu/mizimu (20) ancestral spirits
mzozo/mizozo (20) quarrel
mzuka/mizuka (17) ghost
nadhaifu (13) neat
nadra (24) rare, unusual
nafaka (2) grain
nafsi (11) oneself, as in **walijifikiria nafsi zao,** they thought of themselves
nakama (25) decline, devastation
nambari (13) number
namna (1) type
nanasi/mananasi (5) pineapple
natija (24) beneficial results
nauli (10) fare
nchi (1) country
ndani ya (2) inside of
ndaniye (26) **ndani yake** within it, inside it
neema plenty, good fortune
-nena (25) say
neno la sifa (14) adjective
ng'ambo overseas
ngamia (3) camel
ngano (27) flour
ngazi (13) stairs
nge (3) scorpion
ng'ombe (2) cow
ngome (11) fort
nguru (12) kingfish
nguvu (5) force
ni (25) poetic for **na** by
-ni (26) short for **nini, kwa nini**
nia (1) objective
nidhamu (20) conscientiousness, discipline
-ning'inia (13) be hanging (as of a picture)
nishani (5) badge
njozi (17) dream, vision
n.k. abbreviation of **na kadhalika** etc., and so on
-nufaika (12) profit, benefit
-nufaishwa (12) receive benefits
-nuia (17) intend
-nuiwa (21) be intended
nukta (13) second (unit of time)
nung'uniko/manung'uniko (18) complaint
-nusa (3, 23) smell something
-nusurika (18) be spared a difficulty
-nyakua (4) snatch
-(ji)nyakulia uhuru (11) declare oneself free
nyama (2) meat
-nyamaa (24) be silent

-nyamazisha silence
-nyang'anya (5, 19) take by force, rob
nyani (3) baboon
-nyanyua (13) to raise
-nyanyuka (13) get up
nyati (3) water buffalo
-nyesha mvua (1) rain
-nyima (9) deprive
nyoka (3) snake
-nyoka (-nyooka) (3) be flat or straight
-nyonya (3) suck
-nyonyana exploit each other
-nyonyesha (3) suckle, nurse
-nyooka (-nyoka) (3, 5) be flat or straight, smooth
-nyoosha (5, 13) press, stretch out
nyota (14) star
nyumbu (3) gnu, wildebeest
nzi (inzi) (5) fly
nzito nzito (1) heavy
-ogopa (3, 4, 5) fear
-okoa (7) rescue
-omba kazi (6) ask for work (*see* fn. 12, Ln. 6)
-omba msaada (6) request help (*see* fn. 13, Ln. 6)
-omba radhi (22) ask for forgiveness (*see* fn. 13, Ln. 6)
-(ji)ona (17) behave unconsciously
-ona aibu feel disgrace
-ona baridi feel cold
-ona fahari feel proud
-ona haya (13, 23) feel shame
-ona joto be, feel hot
-ona kiu be, feel thirsty
-ona lo be, feel surprised
-ona njaa be, feel hungry
-ona usingizi feel sleepy
-ondoa (2) remove
-ondoka (1) leave
-onea (15, 19) oppress; ill treat
-onekana (1, 11) seem, appear
-onelea (9) realize
-onewa (9) be oppressed
-ongea (22) converse
-ongelea (23) talk about something
-ongeza (2, 9) increase
-ongezeka have increased
-ongozana na follow after
-onyesha shukrani show thanks
orodha (8) list
-osha (2) wash
-ota jua (5) bask in the sun
ovyo (12,13) wasteful, excessively
-pa (1) give
-pa heko (18) congratulate (*see* fn. 10, Ln. 18)
-pa heshima (18) respect (*see* fn. 10, Ln. 18)
-pa masharti (4) give orders (*see* fn. 10, Ln. 18)
-pa mgongo (18) go against (*see* fn. 10, Ln. 18)
-pa pole (18) express sympathy (*see* fn. 10, Ln. 18)
-pa radhi (18) give one's blessing (*see* fn. 10, Ln. 18)
-pa uso (18) treat favorably (*see* fn. 10, Ln. 18)
-paaza sauti (15) speak loudly

paka (3) cat
-paka hina (10) apply henna
-pakuwa (-pakua) (17, 18) dish out, serve food, unload from a vehicle
-pamba (10, 24) decorate, embellish
-(ji)pamba 10) decorate oneself
-pambana (18) encounter, have an encounter with
pambo/mapambo (27) decoration
-pambwa (13) be decorated
pamoja (2) together
-panda (26) plant, climb
-pandisha (19) mount
-pandisha hasira (17) anger, make angrier (*see* **hasira kupanda**)
-panga jina (17) nickname
pango (3) cave or other hollowed out place
-pangwa (6, 8) be set out; be planned
papa (3,12) shark
-pasa (6, 8) be necessary (*see* fn. 15, Ln. 6)
Pasaka (15) Easter
-pasha moto (2) heat, cause to get hot
-pashana (6) exchange, convey to each other
pasi (25) short for **pasipo** without
pasina (24) without
-pasulia (23) make apparent to someone
-paswa (6) be necessary (*see* fn. 15, Ln. 6)
-pata pigo (7) encounter a hardship
-patanisha reconcile
-patikana (2) be obtained, obtainable, be found
patisi (5) puttees, leg coverings worn over boots
-patiwa (9) be given
pato/mapato (12) profit
-payuka rangi (13) be faded
pazia (10) curtain
-pelekeana (9) transmit
-peleleza kwa makini (1) investigate carefully
pembe (11) corner
-penda (1) like
-penda kufa (4) love very much
pendekezo/mapendekezo (23) recommendation, preference
-pendelea (3) like to; tend to
-pendeza (1) please
-penya (5) get inside
-pewa (1) be given
pia (1) also
-piga hatua (23) walk
-piga kelele (23) make noise (*see* fn. 10, Ln. 23 and fn. 9, Ln. 5)
-piga kura (5, 8) vote (*see* fn. 9, Ln. 5)
-piga magoti (5, 10, 13) kneel (*see* f n. 9, Ln. 5)
-piga makofi (10) clap (*see* fn. 9, Ln. 5)
-piga mdomo (20) talk uselessly, gossip (*see* fn. 9, Ln. 5 and fn. 3, Ln. 22)
-piga miayo (23) yawn (*see* fn. 9, Ln. 5 and fn. 2, Ln. 23)

-piga moyo konde (22) summon courage (*see* fn. 9, Ln. 5 and fn. 6, Ln. 22)
-piga picha (5) take a picture (*see* fn. 9, Ln. 5)
-piga risasi (5) fire bullets (*see* fn. 9, Ln. 5)
-piga sindano (5) give an injection (*see* fn. 9, Ln. 5)
-piga teke (5) kick (*see* fn. 9, Ln. 5)
-piga vita wage war (*see* fn. 9, Ln. 5)
-pigana (18) fight
-pigania (5) fight for something
-pigania haki (9) fight for justice
-pigapiga (2) beat
pigo/mapigo (7) fig. hardship
-pika (2) cook
-pikwa (2) be cooked
-pinga (9, 18) oppose
pingamizi (25) obstacle, difficulty
-pita (1) pass
-pitia (1) pass through
-poa (2) become cool
polepole (2) carefully
-pokelewa be accepted
-pokonya (23) snatch
pombe (23) alcoholic beverage, beer
-pona (5) recover
-ponda (24) discredit
-pongeza (9) congratulate
popo (3) bat
-poteza (4) lose something
pumzi (13) breath
punde si punde (7) soon
-punga mkono (22) wave, gesture, shake one's hand
-pungua (10) become less, lessen
-punguza (2) make less
pupa (22) haste
-purwa (12) be knocked down
-puuzwa (15) be disdained
pwani (1) coast
pweza mkubwa (3) octopus
rai (27) intellectual strength
raia (8,18) citizen
Ramadhani (21) the last month of the lunar year (*see* fn. a, Ln. 21)
-ramisi (13) gamble
-randa (13, 23) walk around
rangi (2) color
rangi ya kahawia (2) brown
rangi ya kijani kibichi (15) green
rasmi officially
ratiba timetable
-raruka (5) get torn
-refu (1) tall
-rejea (11, 22) return
-rejesha (13) return something
-rekebisha (14) correct
-ridhi (22) consent
rika/marika (22) age group
risala (6) statement; esp. one which states something needed or desired
risasi (5) bullet
-rithi have as an inheritance
riziki (18) sustenance
roho (9) soul, spirit
-ruhusiwa (8) be permitted
-ruhusu (8, 13) to permit, give permission

-ruka (3) fly
-sababishwa na (1) be caused by
sabuni (5) soap
sadaka (7) offerings to God
-sadifu (27) be appropriate, coincide
-sadiki (9) believe
safari (14) time, as in **safari iliyopita** the previous time
safi (2) clean
-safirisha (18) transport
-safisha (2) clean
safu (27) line
-saga (2) grind
sahani ya bati (2) metal plate
-sahauliwa (8) be forgotten
sahibu/masahibu (23) friend
sahihi (8, 26) signature, correct
-sahihisha (9) correct
-saidia (1) help
-saidiana na (15) to be assisted by
sala (21) prayer
salaam (6) salutation of a letter
-salimu amri (11) to surrender
-sambaa (16) spread widely
samawati (27) sky blue
sanduku/masanduku (8, 17) box, case
Sanduku la Posta (6) Post Office Box
sauti (5) voice
sawa na (1) same as
sawa sawa (1) the same
-sawazishwa be worked out, made right
sebule (13) living room
sefu (13) safe
sehemu (1) part
-semeka be expressible
-semesha (17) cause to speak
senti (5) coin
seti (13) set
setla/masetla (9) settler
shabaha (1, 6, 14) aim, objective
-shabihi (25) resemble
shada la funguo/mashada ya funguo (13) key ring
shahada (27) academic degree, certificate of another type
-shambulia (5, 11) attack
shambulio/mashambulio (11) attack
shambulizi/mashambulizi (18) attack
-shangaa be surprised
-shangaza (13) to surprise
shangazi (6, 25) one's father's sister
-shangulia (9) celebrate
shangwe (18) rejoicing
shani (13) exquisiteness
sharabu (27) a type of wine beverage
sharafa (27) beard
sharti/masharti (4, 14, 16, 23, 24) necessity, necessarily as in **mitihani sharti ipime** exams must measure; regulation, command, order
shauku (6) desire, interest, eagerness

-shauri (23) advise, give advice
-shauriana (9) negotiate
shetani (23) devil
shida (25) problems, difficulties
-shika (2) hold on to, grasp, stick to, grab
-shika adabu be well mannered
-shika hatamu lead; literally seize the reins
-shika njia follow a path
-shika sheria observe the law
-shikashika (5) grasp repeatedly
-shikilia (23) keep permanently
shimo/mashima (2) hole
shina (16) origin
-shinda (3) especially with habitual prefix **hu-**, spend the day doing something
-shindilia (13) stuff
-shindwa (9, 26) be unable, be unsuccessful
shingo (5) neck
shirika/mashirika (1) cooperative organization
-shiriki (2, 5, 25) participate, participate in
-shirikiana cooperate
-shirikisha (16, 18) coordinate, cause to participate
-shitakiwa (5) be charged
-shtuka (-stuka) (22) be startled
shughuli (8) business
-shughulikia be concerned with, involved in
-shughulikwa na be the responsibility of
-shughulisha (18) engage in, occupy
-(ji)shugulisha (1) busy oneself
shujaa/mashujaa (7) hero; brave person
shuka/mashuka (13) sheet
-shuku (17) suspect
-shukuru (9) thank
shule ya msingi (6) primary school
shupavu (5) brave
-shusha pumzi (13) sigh
shwari (7) peaceful
siafu (10) ant
siagi (2) butter
-sibu (23) trouble
sifa (14) in **neno la sifa** adjective
-sifika (12) be known, characterized
-sifu (10, 24) respect, give respect
-sikia (1) hear
-sikia njaa (5) feel hunger
-sikilizana (16) understand each other
-sikitikia (22) sympathize with, feel sorry for someone
-sikiza (16) listen
Siku ya Kenyatta (24) 20 October, a national holiday in Kenya that commemorates the day when the leaders of KAU, including Kenyatta, were arrested
Sikukuu ya Saba Saba (24) 7 July, a national holiday

in Tanzania that commemorates the day when TANU was formed
silaha (18) weapon
-simamia (18) manage
-simamisha (2, 16) stand, be stopped
simulizi (25) old news
-sindikiza (22) see off someone by walking a short distance with him/her
-sinzia (23) doze
-sisimua (7, 13) excite, surprise, shock
-sisitiza (6) insist
-sita (13, 18, 24) hesitate
-sitawisha (24) develop something, cause something to develop
S.L.P. (6) P.O.B; abbreviation for **Sanduku la Posta**
sofa/masafa (13) sofa
soga (26) lengthy joke with pun(s) or other word play
-sogea karibu (13) approach, draw near
-sogelea (23) approach
-sokota (5) braid (usually rope, thread)
somo (10) a woman who instructs young women concerning sexuality
-sononeka (22) grieve, be sad
soteni (25) all of us
-staajabu (17) be surprised
-staarabisha civilize
stadi/mastadi (26) expert
-stahi (23) respect
-stahili (9) deserve
-stahimili (9) persist
-stahimilia (23) endure
stakabadhi (13, 16) receipt
starehe (1) peaceful state
-starehe (26) relax
-stawi (-sitawi) flourish
stoo (17) store
-stuka (-shtuka) (22, 23) be startled
-subiri (4, 13) await, wait patiently
sufuria (3) metal cooking pot
sukani (usukani) (13) steering wheel
sukari (2) sugar
-sukuma (13, 17) push, move
-suluhisha (20) resolve
-sumbua (17) trouble
sura (5) appearance; mien
sura (6) chapter of a book
-susia (20) boycott
swala/maswala (20) alternative form of **swali** question
swala (21) congregational prayer service
swali/maswali (1) question
taarifa, taarifu (6, 8, 27) report, something well known
tabia (5) character
-tabiri (8) predict
-tafadhalisha (4) request kindly
-tafiti research, do research on
-tafuna (1) bite
-taga (3) lay an egg or eggs
tai (3) eagle
taifa/mataifa (27) nation

-taja (7) name, mention
-tajirisha (24) enrich
-tajwa (7) be named, mentioned
takizi (25) poetic for **taki zake**; residue of coconut meat
tamasha/matamasha (13) luxury
-tambaa (10) crawl
-tambika make propitiatory offerings
tambiko/matambiko propitiatory offering
-tambulisha (8) make known
-tamka (25) express
tamko/matamko (16) pronunciation; *also* articulation
-tamu (2) sweet
tandiko/matandiko (13) bed covering
-tangatanga (5) hang around
tangawizi (26) ginger
-tangaza (8, 18) announce
-tangaziwa (18) be announced to someone
-tangazwa (8) be announced
tangu na tangu (27) ever and always
-tangulia (6) precede
tani (12) ton
-(ji)tapa (18) boast, brag
-taraji wish, want
taratibu (2) carefully
tarehe (1, 11) date, history
tatizi/matatizi (25) poetic for **tatizo** problem
tatizo/matatizo (8, 9) problem, complication
-tatu (1) three
tauni (11) bubonic plague
-tawala rule
-tawaliwa be ruled
-tawanyika disperse
tawi/matawi (15) local or sub-organization
tayari (2) ready, prepared
tayarisho/matayarisho (18) preparation
-taywa Kiamu for **–tajwa** be mentioned
taz. abbreviation of **tazama** look at
-tazama (1) look at
-tazamia (4) expect, intend
-teka draw water
-teka (11,18) capture
-tekeleza fulfil, complete, carry out
-tekelezwa (15) be carried out, accomplished
-tema cut wood
tembe/matembe (22) flat roofed earthen house
-tembelea visit
-tembeleana visit each other
-tembelezwa (24) be taken to, shown a place
-tenda (23) do
-tendea (22) do to
-tengenezwa (2) be made
-tengewa be set aside
-tengwa be isolated, banished
-tepeta (13) be nearly unconscious
-teremka (22) disembark
-teseka (18) be afflicted, directly affected
teso/mateso (23, 24) suffering persecution

-teswa be treated cruelly, persecuted
-tetea (9, 18) protest, struggle for
-tetemeka (5) shiver
-teua choose
-teuliwa be chosen
tezi (17) pituitary gland, gland
thabiti (14) unambiguous
-thamini (23) value
-thibitika (18) be proven
-thibitisha (-thubitisha) (9) prove
-thubitisha (-thibitisha) (19) prove
-thubutu (5) have courage
-tia (2) put in
-tia gari moto (13) start a car (*see* fn. 1, Ln. 9 and fn. 2, Ln 13)
-tia mashaka (9) raise doubts (*see* fn. 1, Ln. 9 and fn. 2, Ln 13)
-tia moto (13) ignite (*see* fn. 1, Ln. 9 and fn. 2, Ln. 13)
-tia moyo (9, 20, 28) encourage, inspire (*see* fn. 1, Ln. 9 and fn. 2, Ln. 13)
-tia nguvu (9) strengthen (*see* fn. 1, Ln. 9 and fn. 2, Ln. 13)
-tia sahihi (8) sign something (*see* fn. 1, Ln. 9 and fn. 2, Ln.13)
-tia ufunguo (13) wind something up (*see* fn. 1, Ln. 9 and fn. 2, Ln. 13)
-tia uhai (13) give life to something (*see* fn. 1, Ln. 9 and fn. 2, Ln. 13)
-tia ukali (13) make fierce or hostile (*see* fn. 1, Ln. 9 and fn. 2, Ln. 13)
tibabu (tiba)/matibabu (18) medical care
-tii (17, 22, 23) obey
-tikisa (6) shake
tikiti (26) ticket
tikiti (26) watermelon
-timiza (14, 17, 18, 20) accomplish, carry out
-timka (10, 13) run out, be ruffled
-tingisha (22) shake
-tiririka (13) trickle
-tisha (17) frighten
-tishia (18) threaten
tisho/matisho (7) a threat or scare
-tizama (-tazama) (16, 23) look at
-(ji)toa (18, 24) volunteer; isolate oneself
-toa amri (12) issue an order (*see* fn. 3, Ln. 6)
-toa hadithi (6) tell a story (*see* fn. 3, Ln. 6)
-toa hoja (6) argue for something; give an argument for something (*see* fn. 3, Ln. 6)
-toa hotuba (6) give a speech (*see* fn. 3, Ln. 6)
-toa maombi (6) make a request; petition (*see* fn. 3, Ln. 6)
-(ji)toa mhanga (18) sacrifice oneself
-toa mwito (15) issue a call (*see* fn. 3, Ln. 6)

-toa pole (18) express sympathies (*see* fn. 3, Ln. 6 and fn. 12, Ln. 18).
-toa taarifa (6) make a report (*see* fn. 3, Ln. 6)
-toa vitabu (9) publish (*see* fn. 3, Ln.6)
tofauti (1) different
-tofautiana (3) differ from each other
-tofautisha (14) distinguish
toka (1, 3) from
toka enzi (25) for a long time
-toka shule (6) withdraw from school (*see* fn. 4, Ln.6)
-tokana na (2) be, come from
-tokea (13) happen
tokea zamani (25) for a long time
tokeo/matokeo (13) event, consequence
-(ji)tokeza (3) come out
-tokomea (22) vanish
-(ji)tolea (9) be generous, be voluntary
-tolewa (1, 6) be published
-toroka (5, 25) escape
-tosha (1) be enough
-tosheleza (19) be sufficient for
-(ji)tosheleza (24) be self-sufficient
-toshwa majini be drowned
-toweka (4, 17, 22) disappear
-tozwa be charged
-tua (13) to set (especially of the sun)
tui (tui la nazi) (2) coconut milk
-tukia (24) happen
-tukufu (21) grand, honored
-tukuza (24) honor
-tulia (23) be calm
-tulivu (13) careful
-tuliza (13) calm down
-tuma (6, 9) send
-tumai (13) hope
-tumaini (5) hope
tumbo/matumbo (3, 5) stomach
-tumbukiza (8) put inside
tume (8) commission
Tume ya Uchaguzi (8) Election Commission (Tanzania)
-tumika (16) be used
-tumikia benefit
-tumiwa (1) be used
tunda/matunda (2) fruit
-tunukiwa (22) be presented something
-tunza (17) care for
-tupa (5) throw, hurl
-tupia macho (13) glance (*see* fn. 5, Ln. 13)
-tupu (23) useless
-twa (16) Kiamu for **-chwa** (Standard) of the sun to set
-twaa (9) seize
-twaliwa (9) be seized
ua/maua (3) flower
-ua (5) kill
uaminifu (18) honesty, trustworthiness
uamuzi (22, 23) decision
uandishi (6) composition
uangalifu (14) carefulness
uasi (11) rebellion, revolt

ubaguzi (8) discrimination
ubaridi coldness
ubavu (13) side
ubepari (24) capitalism
ubinadamu humanity
ubishi (22) argument(s)
uchago (13) head of a bed
uchaguzi (8) choice
Uchaguzi Mkuu (8) General Elections
uchanga (10) infancy
uchi nakedness
uchifu (5) chieftainship
uchukuzi (15) transportation
uchumba (4) engagement
uchunguzi (17) research
udaktari doctorate
udongo (2) earthen
uenyekiti (20) chair, chairpersonship
ufahamu (14) understanding
ufanisi (18) success
ufasaha (24) eloquence
ufu (27) death
ufundi craftmanship
ugomvi (9) quarrel
-ugua (4, 5, 13) become ill, be in pain
-ugua mifupa (5) have arthritis
uhaba (25) scarcity
uhai (2) life
uhakika (4) certainty
uhalali (25) legitimacy
uhalifu lawbreaking
uharamia (11) robbery
uhuni (22) moral decline, decadence, immorality
uhunzi smithing
uhusiano (9, 11) relationship(s)
ujasiri (18) bravery
ujenzi (6) construction
uji (2) porridge
ujiti/njiti (19) tree trunk, long branch
ujiti wa maungo/njiti za maungo (19) backbone
ujumbe (20) delegation
ukali (5) fierceness
ukame (20) drought
ukamilifu (18) fulfillment
ukarimu generosity
ukataji (12) act of cutting
ukhiana (uhiana) (11) treachery
ukoo/koo (22 lineage, descent; family
ukosefu (15) shortage
ukubwa (1) area
ukucha/kucha (5) fingernail
ukunde/kunde (22) a brown bean
ukweli (9) truth
ulafi (17) greed
ulimi/ndimi (16) language
ulimwengu (1) the world
ulinganifu (26) comparability
ulinzi (11) construction
umati (7) crowd or assembly
-umauma (5) nibble
umbile/maumbile (21) real, actual size; stature
umbo/maumbo (11) form, appearance
-umbua (19) be critical of others, depreciate
-umizana hurt each other
umma populace, citizenry, the people
Umoja wa Mataifa (1) United Nations
umoto moto (1) heat

umri age
unadhifu (21) neatness, smartness
-unda (12, 18) form
unga (2) flour
-(ji)unga (8) join
-unga chakula (20) stir food *see* fn. 2, Ln. 20)
-unga hesabu (20) total (*see* fn. 2, Ln. 20)
-unga mkono (20, 24) support (*see* fn. 2, Ln. 20)
-unganisha (14) link or join, unify
-ungua (2) stick to the pan, be scorched
unyofu (27) straightforwardness
unyonge (23) weakness
uongo (uwongo)/ maongo (9) lie aug. untruth
uongozi leadership
upana (5) width
upekuzi (13) act of searching
upelekaji (8) the transmission
upelelezi (13) detective work
upeo wa macho (11) horizon
upigaji kura (8) voting
upinde/pinde bow
upumbavu (8) stupidity
upungufu (18, 27) shortage(s) deficiency
upuuzi (upuzi) (23, 25) foolishness
uraia citizenship
uratibu coordination, organization
urefu (1) height, depth
urembo/marembo (27) adornment
Ureno (11) Portugal
urongo (19) lie (*see also* **uongo, uwongo**)
Urusi (1) Russia
usafirishaji (16, 18) transportation
usalama (11) safety
usana (usani) metal-working
usawa wa bahari (1) sea level
usemi (22) speech
ushirika (12) cooperative
ushirikiano (20) unity, cooperation
usikivu (14) comprehension
usiku (1) night
usiku wa manane (5) middle of the night; between midnight and 2 a.m
uso/nyuso (3) face
ustaarabu (9) civilization
ustadi (6, 9) expertise; study
usukani (sukani) (13) steering wheel
utaalamu specialization(s)
utajiri wealth
utalii (12) tourism
utamu (10) sweetness, beauty
utangulizi (8) preface
utaratibu way, pattern
utawala (1) rule
ute/nyute (2) egg white
utekelezaji completion
utengenezaji building, repairing
uthabiti (20) security
uti wa maungo/nyuti za maungo (19) backbone

utu humanity
utukufu (27) honor, esteem
utumwa (7) slavery
utungaji (14) composition
uvamizi (18) invasion
uwashi masonry
uwezekano (4) possibility
uwongo (uongo) (9) lie, untruth
uzazi lineage
uzito (1) heaviness
uzushi (24) useless innovations
-vaa (5) wear
-vamiwa (18) be invaded
vazi la rasmi/mavazi la rasmi uniform
vema (1) adverb in **ni vema** it is best
vidaka (3) ***see*** **kidaka**
vile (9, 26) how, the way in which, thus
vipi (17) how (***see*** fn. 4, Ln. 17)
vita (1) war
vitunguu saumu (2) garlic
vizuri (1) adverb as in: **ni vizuri** it is best
-vuja (14) ooze
-vuka (7) cross
-vuma be subject of conversation
-vumilia (11) endure
-(ji)vunia (23) be proud, boast of something
-vunja (4, 5) break
-vunja kanuni (8) break a rule or regulation
-vunja ungo (22) menstruate
-vuruga akili (23) make mentally ill
-vurugika akili (18) be mentally ill
-vuta fikira (23) be deep in thought (***see*** fn. 6, Ln. 23)
-vuta hatua (13) walk quickly (***see*** fn. 4, Ln. 13)
-vuta sigara (13) smoke a cigarette (***see*** fn. 4, Ln. 13)
-vuta subira (23) be patient (***see*** fn. 6, Ln. 23)
-vuta usingizi (23) be deep in sleep (***see*** fn. 6, Ln. 23)
-vuta watu (8) attract people
-vutia (5) attract
-wa macho (24) be alert, attentive
-wa na faida (4) be of value, of benefit
-wa na haja (4) need (euphemism: relieve oneself)
-wa na hamu (4, 9) desire to
-wa na hisiya za ndani (10) have feelings
-wa na kichwa kikubwa (4) be conceited
-wa na kiu (4) be thirsty
-wa na madhara (3) be harmful
-wa na moyo (4) be brave
-wa na nafasi (4) have an opportunity
-wa na njaa (4) be hungry
-wa na shida (4) have a problem
-wa na wivu (4) be jealous
-wa radhi (18) approve (***see*** fn. 2, Ln. 18)
-wadia (15) arrive, be on time

-wadia (15) arrive, be on time
-wahi (8, 18) arrive early, be ready
wajibi (13) appearance
-wajibika (18) be responsible, have a responsibility
wajibu (10, 24) responsibility
wakati/nyakati (1) time
wala (8) but, however
walakini however
walao (walau) (27) at least
wangafu (wangavu) (27) radiance, upper atmosphere
waraka/nyaraka documents
waridi/mawaridi (27) rose
-washia (13) light for someone
wasia (19) moral lesson, testament
-wasili (13) arrive
-wasilia (15) arrive, be on time
-wasilisha (15) send
wasiwasi (4, 11) doubts
wastani (16) standard
wastani wa kipimo cha joto (1) average temperature
-waza (17) think
wazi (3, 6) open; fig. clearly
wazimu (23) madness
waziri/mawaziri (20) governmental ministers
Waziri wa Mashauri Nchini (20) Minister of Home Affairs
we (5) short for **wewe** you
-weka (2) place
-wekelea (5) put something on top of something else
-weza (1) be able to
-wezesha (8) enable
-wika (22) of a cock to crow
wilaya (1) district
-winda (3) hunt
wito (20) call
wivu (4, 13) jealousy
wizara ministry
yai/mayai (2) egg
yambo/mambo (19) Kiamu for **jambo**, thing, issue
yaani (1) that is to say
-yeyushwa (3) be digested
yu- (19) alternative third person singular subject prefix in Kimvita (*see* fn. 6, Ln. 19)
-zaa (3) give birth
zahanati (18) dispensary
zaidi (1) greater than
-zaliwa (26) be born
zama (11, 23, 24) time, long ago, period of time
-zama (13) drown; figuratively: disappear
zamani (1) long ago
zana 14) essential items
zana za vita weapons
zari (27) gold in color
-zeeka (22) be, become older
-zidi (2, 4, 5, 13) continue, increase (*see* fn. 5, Ln. 4 and fn. 6, Ln. 13)
-zika (14) bury
-zima (1) the entire
-zimishwa (22) be quashed
-zindusha (24) bring someone to his/her senses
-zingatia (14, 16) remember, take into consideration
-zingatiwa (14) be kept in mind

ziwa/maziwa (1) lake
-zizimisha mwili (22) for one's body to become cold
-zoea (5, 18) do something usually, habitually (*see* fn. 8, Ln. 18)
-zuia (12, 18) prevent
-zuilia (9) block, obstruct
-zuka (23) appear suddenly
zulia/mazulia (13) rug
zumari (10) an oboe-like wind instrument
-zungukazunguka (7) go around
-zungusha macho (13) look around
-zungusha nambari (13) dial a telephone number
-zurura (4) waste time

CREDITS

Grateful acknowledgment is made for permission to reprint material from the following sources:

"Tembelea Ngome Yesu Mombasa" from "Karibuni Fort Jesus Mombasa -Tembelea Ngome Yesu Mombasa" with the permission of the Friends of Fort Jesus.

"Shida" by Ndyanao Balisidya from the first chapter of *Shida*, © 1975, Foundation Books Ltd.

"Mikoko, Samaki ni Maarufu Lamu" and "Kwa Heri Ramadhani" are reproduced from *Sauti ya Pwani*, courtesy of the Department of Information, Kenya.

"Komenjue: Shujaa Aliyewaongoza Wameru Kuvuka Bahari" is reproduced from *Sauti ya Meru*, courtesy of the Department of Information, Kenya.

"Mke Mwenza" is reprinted from Act I, scene i of *Mke Mwenza*, © Chacha Nyaigotti Chacha. I am grateful to Heinemann Kenya for permission to reproduce an extract from *Mke Mwenza* by Chacha Nyaigotti Chacha.

"Rangi Zetu" by Shaaban Robert from *Masomo yenye Adili* is reproduced with the kind permission of Evans Brothers Ltd.

"Uhaba wa Kazi" by Boukheit Amana is reprinted from *Malenga wa Vumba*, ©1982, Boukheit Amana, with the permission of the publisher Oxford University Press, Kenya.

"Watu na Punda" and "Asili ya Waswahili na Kiswahili Chenyewe" are published with the permission of the author Sheikh Ahmed Nabhany of Mombasa, Kenya.

"Ngoma za Waswahili" by Sauda Sheikh is reprinted from *Afrika und Übersee*, vol. 61 (© 1983) with the permission of the publisher Dietrich Reimer Verlag.

"Mapambano Yanaendelea" is reprinted from "Mapambano Yanaendelea: Hotuba ya Rais Mwalimu Julius K. Nyerere Aliyoitoa Siku ya Mashujaa, Septemba 1, 1979" with the permission of the Director of Information Services of the Ministry of Information of the United Republic of Tanzania.

"Misingi ya Uandishi wa Barua Zetu" and "Mitihani ya Kiswahili" by N. D. Tuntufye are reprinted from his *Jinsi ya Kufundisha Kiswahili* (© 1972) by permission of the publisher Tanzania Publishing House.